AF762660

ഗ്രീൻ ബുക്സ്

അമ്പത് അമ്പസ്താനി

ജോഷി റാഫേൽ

തൃശ്ശൂർ ജില്ലയിലെ മരത്താക്കര ഗ്രാമത്തിൽ ജനനം
പിതാവ്: കുറ്റിക്കാട്ട് കെ.പി. റപ്പായി
മാതാവ്: റാണി
വിദ്യാഭ്യാസം: മരത്താക്കര സെന്റ് ജോസ്
എ.എൽ.പി. സ്കൂൾ, തലോർ ദീപ്തി സ്കൂൾ,
തൃശ്ശൂർ സെന്റ് തോമസ് കോളേജ്.
അളഗപ്പനഗർ പോളിടെക്നിക്കിൽ 1996ൽ
സിവിൽ എഞ്ചിനീയറിംഗ് ഡിപ്ലോമ.
ഇപ്പോൾ ദുബായിൽ എഞ്ചിനീയർ.
ഇമെയിൽ : joshe31@gmail.com

ഓർമ്മ

അമ്പത് അമ്പസ്താനി

ജോഷി റാഫേൽ

ഗ്രീൻ ബുക്സ്

green books private limited
gb building, civil lane road, ayyanthole,
thrissur- 680 003, kerala, ph: +91 487-2381066, 2381039
website: www.greenbooksindia.com
e-mail: info@greenbooksindia.com

branches:
thrissur 0487-2422515
thiruvananthapuram 0471-2335301
calicut 0495 4854662

malayalam
ambathu ambasthani
memoirs
by
joshy raphel

published september 2023

cover image : suneesh fasion studio
cover design : s. mahendra

printed in india
repro india ltd

isbn : 978-81-19486-70-0

₹ 280.00
GBPL/1315/2023

സമർപ്പണം

എന്റെ മാതാപിതാക്കൾക്ക്....

ഉള്ളടക്കം

ആമുഖം

എനിക്കേറ്റവും പ്രിയപ്പെട്ട എന്റെ മരത്താക്കര എന്ന കൊച്ചു ഗ്രാമത്തിലെ നാട്ടുകാരും കൂട്ടുകാരും വീട്ടുകാരും കൂടെ പഠിച്ചവരും ജോലി ചെയ്തവരും ചേർന്ന് ഒരു അമ്പസ്താനി കളിക്കുകയാണ് ഞാനീ പുസ്തകത്തിൽ.

അവരുടെയെല്ലാം സ്നേഹത്തിന്റെയും വാത്സല്യത്തിന്റെയും നിഴലിൽ ചാരി കണ്ണുപൊത്തി നിന്ന് എന്റെ ഓർമച്ചെപ്പിനുള്ളിൽ അവിടെയും ഇവിടെയുമായി ഒളിച്ചിരിക്കുന്ന ഓർമകളെ തേടിപ്പിടിച്ച് അവർക്ക് അമ്പസ്താനി പറയുകയാണ് ഞാൻ. ഇനിയും കണ്ടെത്താനാകാത്ത ചില ഓർമകൾ എന്നെ തോൽപ്പിച്ച്, എന്റെ ഉറക്കം കെടുത്തിക്കൊണ്ടിരിക്കുന്നു. ഒരു പൊന്മാനെപ്പോലെ എന്റെ ഓർമകളിലേക്ക് ഊളിയിട്ട് അവ ഞാൻ കണ്ടെത്തും. ഒളിഞ്ഞിരിക്കുന്ന നിങ്ങളുടെ ഓർമകളെ. എന്നിട്ട് ആ ഓർമകളും പേറി എനിക്ക് പറക്കണം. ഉയരെ... ഉയരെ...

എന്റെ ജീവിതത്തെ ചുറ്റിപ്പറ്റിയുള്ള ചില സംഭവങ്ങളും നേരനുഭവങ്ങളും ഒരല്പം മേമ്പൊടി ചേർത്ത് സരസമായി ലളിതമായ ഭാഷയിൽ അവതരിപ്പിക്കാൻ ഞാൻ ശ്രമിച്ചിട്ടുണ്ട്. ഇതൊരു മഹത്തായ കലാസൃഷ്ടി ആണെന്ന അവകാശവാദം ഇല്ല. എന്നാൽ ഇതിലെ ഓരോ ഓർമയും അതിലെ വരികളും എന്റെ ജീവശ്വാസവും നെടുവീർപ്പുകളുംകൊണ്ട് എഴുതിയതാണ്. ഓരോ കഥ എഴുതുമ്പോഴും വർഷങ്ങൾ പിന്നിലോട്ടോടി ആ കഥയിലും കാലത്തിലും ജീവിച്ചു തിരിച്ചു വരാറാണ് പതിവ്.

ഒറ്റനോട്ടത്തിൽ പരുക്കനായി കാണപ്പെടുന്ന എന്നാൽ ഒടുക്കത്തെ ഹ്യൂമർ സെൻസും അതിലുപരി ഒരു ലോഡ്

തമാശക്കഥകളുടെ കെട്ടുകൾ ഉള്ളിലിട്ടു നടക്കുന്ന എന്റെ പാവം അപ്പച്ചന്റെയും ആദ്യമായി എന്റെ കൈ പിടിച്ചു സ്ലേറ്റിൽ ആദ്യാക്ഷരം 'അ' എന്ന് എഴുതി തന്നു അക്ഷര ലോകത്തേക്ക് എന്നെ കൈയും പിടിച്ചു നടത്തിയ അമ്മച്ചി യുടെയും കാൽക്കീഴിൽ ഞാനീ പുസ്തകം സമർപ്പി ക്കുന്നു.

ഇതിൽ പറയുന്ന ചില കഥകളും കളിയാക്കലുകളും തങ്ങളെക്കുറിച്ചാണെന്നറിഞ്ഞിട്ടും അത് ആ സ്പിരിറ്റിൽ എടുത്തുകൊണ്ട് എൻജോയ് ചെയ്ത് എനിക്ക് തിരിച്ചു പണി തരാതിരുന്ന മരത്താക്കര ചങ്കുകൾക്കും എന്റെ ഫേസ്ബുക് കുറിപ്പുകൾ വായിച്ച് ഇഷ്ടപ്പെട്ടു കട്ടയ്ക്ക് കൂടെ നിന്ന് പ്രോത്സാഹിപ്പിച്ച എല്ലാ നല്ല മനസ്സുകൾക്കും ഞാനീ അവസരത്തിൽ നന്ദി പറയുന്നു.

എന്റെ കൂടപ്പിറപ്പുകൾക്കും കുടുംബത്തിലെ എല്ലാ വർക്കും എപ്പോഴും എന്റെ നിഴലായി താങ്ങായി തണ ലായി നിൽക്കുന്ന എന്റെ മുഖ്യവിമർശക, സഹധർമിണി ടീനയ്ക്കും മക്കൾക്കും ഒരുപാട് സ്നേഹത്തോടെ ഈ പുസ്തകം സമർപ്പിക്കുന്നു.

എന്റെ രചനകൾ ഒരു പുസ്തകരൂപത്തിൽ ആയി വന്നിട്ടുണ്ടെങ്കിൽ അതിന് എനിക്കുള്ള മുഖ്യകടപ്പാട് സഹ പാഠിയും പിന്നീട് ഉറ്റ ചങ്ങാതിയുമായി മാറിയ പ്രശസ്ത മനശ്ശാസ്ത്രജ്ഞനും എഴുത്തുകാരനുമായ ഡോ. ഷാഫി കെ. മുത്തലിഫിനും ഗ്രീൻ ബുക്സ് എഡിറ്റർ ശോഭടീച്ചർ ക്കുമുള്ളതാണ്. അവരുടെ നിരന്തരമായ പ്രോത്സാഹ നവും നിർബന്ധങ്ങളും ചേർന്ന് ഈ ഒരു സൃഷ്ടിയിൽ അച്ചടിമഷി പുരളുകയായിരുന്നു.

എല്ലാവരോടും ഒരിക്കൽ കൂടെ ഹൃദയത്തിന്റെ ഭാഷ യിൽ നന്ദി പറഞ്ഞുകൊണ്ട്...

സസ്നേഹം,

ജോഷി മരത്താക്കര

അവതാരിക

ഡോ. ഷാഫി കെ. മുത്തലിഫ്

ജോഷി എന്റെ പ്രിയപ്പെട്ട സുഹൃത്ത് ആണ്. തൃശ്ശൂരിലെ ഒല്ലൂരിനടുത്തുള്ള മരത്താക്കര എന്ന ഗ്രാമത്തിലാണ് ജോഷിയുടെ ഭവനം. അവന്റെ ചേട്ടൻ അലോഷി എന്റെ ചേട്ടൻ ഷാജിയുടെ സമപ്രായക്കാരനാണ്. ഞങ്ങൾ എല്ലാവരും തലോർ സ്കൂളിലാണ് ഒരുമിച്ച് പഠിച്ചത്.

കൗമാരകാലത്തെ കിനാവുകൾ ഒരുമിച്ച് കണ്ടവരാണ് ഞങ്ങൾ. ദുബായിൽ എൻജിനീയർ ആയ തിരക്ക് പിടിച്ച അവന്റെ ജീവിതവഴിയും അതുപോലെതന്നെ തിരക്കുള്ള എന്റെ ജോലിയും കാരണം കുറേനാൾ ഞങ്ങൾക്കിടയിൽ ഒരു ഗ്യാപ്പ് വന്നു. പിന്നെ ഒരു വാട്ട്സ് ആപ്പ് കൂട്ടായ്മയിലൂടെ ഞങ്ങൾ ഒന്നിച്ചു.

എന്റെ എഴുത്തിന് പ്രോത്സാഹനങ്ങളുമായി ജോഷി എന്നും കൂടെ നിന്നു. സ്വപ്നസഞ്ചാരി എന്ന എന്റെ ആദ്യ നോവൽ വായിച്ച് അഭിപ്രായം പറയുകയും റിവ്യു എഴുതുകയും ചെയ്തു. അനാർക്കലി എന്ന രണ്ടാമത്തെ നോവലിന്റെ പ്രകാശനവേളയിൽ കുടുംബസമേതം പങ്കെടുക്കുകയും ആശംസകൾ നേർന്ന് പ്രസംഗിക്കുകയും ചെയ്തു. ഒരിക്കലും നന്ദി പറയാൻ ഞാൻ മുതിർന്നിട്ടില്ല. കാരണം ഞങ്ങൾ തമ്മിലുള്ള ബന്ധം അങ്ങനെയാണ്. അത് നന്ദി പറഞ്ഞ് നശിപ്പിക്കാനുള്ളതല്ല.

ആ സുഹൃത്ബന്ധത്തിന്റെ ഉറപ്പിലല്ല ഞാൻ ഈ ഓർമ്മകൾക്ക് അവതാരിക എഴുതുന്നത്. മറിച്ച് അപാര

നർമ്മബോധം ഉള്ള ജോഷിയുടെ എഴുത്തിന്റെ ആരാധക നായിട്ടാണ്. എഴുത്തിൽ ജോഷി കൊണ്ടുവരുന്ന 'ഡീറ്റെ യിലിങ്ങ്' തികച്ചും പ്രശംസനീയമാണ്.

ജോഷി വളർന്നു വന്ന എൺപതുകളിലെ ബാല്യം, തൊണ്ണൂറുകളിലെ കൗമാരവും യൗവ്വനവും അക്കാലത്തെ യുവാക്കളുടെ പ്രവാസജീവിതത്തിന്റെ തുടക്കമായിരുന്ന ബോംബെ യാത്ര, അന്നത്തെ കെ.പി. നമ്പൂതിരീസ് ദന്ത ധാവന ചൂർണ്ണം എന്ന പല്ലു തേപ്പ് പൊടി, കുമ്പളങ്ങ ഇട്ടു വച്ച നസ്രാണി രീതിയിലുള്ള നാടൻ കോഴിക്കറി, ബീഫ് കറി, ജോലി കിട്ടാതിരിക്കുന്ന കാലത്തെ ടെൻ ഷൻ, ബാല്യകാലത്തെ പലതരം കളികൾ, പള്ളി പെരു ന്നാൾ ഇതൊക്കെ ഇതാ, ഓർമ്മകളുടെ തിരശ്ശീലകൾ നീക്കി പുറത്തു വരികയായി.

ഈ 'അമ്പത് അമ്പസ്താനി' കളിയിൽ എഴുത്തു കാരന്റെ മേലങ്കിയും അണിഞ്ഞ് നീ എവിടെ ഒളിച്ചിരി ക്കുകയായിരുന്നൂ ജോഷീ?

ഞാൻ നിന്നോട് തോറ്റിരിക്കുന്നു. ചിരിച്ചു ചിരിച്ചു നിങ്ങളുടെ കിളി പോകും എന്ന് ഗ്യാരണ്ടി പറഞ്ഞുകൊണ്ട് സ്നേഹത്തോടെ നിർത്തുന്നു. ജോഷി ഇനിയും ഉയര ങ്ങളിൽ എത്തട്ടെ എന്ന് ഭാവുകങ്ങൾ നേരുന്നു.

ഈ നോവലിനേയും ജോഷിയേയും മലയാള സാഹിത്യലോകത്തേക്ക് ഞാൻ അഭിമാനപുരസ്സരം അവ തരിപ്പിക്കുന്നു.

■

അമ്പത് അമ്പസ്താനി

മഴയിൽ നനഞ്ഞ ഓർമ്മകൾ

എന്റെ ഓർമ്മകൾക്ക് ജീവൻ വച്ചിടത്ത് നിന്ന് തുടങ്ങട്ടെ.

കോരിച്ചൊരിയുന്ന മഴ... ശക്തിയായ മിന്നലിന്റെ കൂടെ പ്രകമ്പനം കൊള്ളിച്ചുകൊണ്ട് ഇടിയും വീശിയടിക്കുന്ന കാറ്റും... കാറ്റിൽ ആടിയുലയുന്ന പറമ്പിലെ തെങ്ങുകളും മരങ്ങളും... ഇതെല്ലാം കണ്ട് പേടിച്ചരണ്ട് അമ്മച്ചിയുടെ അരികു പറ്റി ഇരുന്നിരുന്ന നാല് കുരുന്നുകൾ... അന്തരീക്ഷത്തിൽ അലിഞ്ഞ് ചേർന്നിരുന്ന അമ്മച്ചിയുടെ പ്രാർത്ഥനകൾ...

നന്മനിറഞ്ഞ മറിയമേ സ്വസ്തി, കർത്താവ് അങ്ങയോടുകൂടെ...

കുട്ടിക്കാലത്തെക്കുറിച്ച് ഓർക്കുമ്പോഴെല്ലാം മനസ്സിൽ ഓടിയെത്തുക ഇപ്പറഞ്ഞ കാര്യങ്ങളാണ്.

മഴയിൽ ഓടിനിടയിൽ കൂടി ഇറ്റിട്ടു വീഴുന്ന വെള്ളം, തറയിൽ വച്ചിരിക്കുന്ന പാത്രങ്ങളിൽ പ്രത്യേക താളത്തിൽ വീഴുന്നതും നിലത്തു വരിവരിയായി വീഴുന്ന മഴവെള്ളത്തിൽ കുമിളകൾ ഉണ്ടാകുന്നതും നോക്കി, കറുത്ത സിമന്റിട്ട ഇറയത്ത് ചുമന്ന ചാന്തിട്ട തിണ്ണയിൽ അത്ഭുതത്തോടെ ഇരുന്നിരുന്ന ആ കുട്ടിയുടെ ഓർമ്മകൾ തുടങ്ങുന്നതും ഒരു മഴക്കാലത്താണ്.

ചാണകപച്ചനിറത്തിലുള്ള ഒരു ഷർട്ടുമിട്ട് (ട്രൗസറിന്റെ കളർ ഓർമ്മയില്ല) ചാറിപ്പെയ്യുന്ന മഴയിൽ ഒരുച്ചനേരത്ത് 25/25 എന്നു ചോക്കുകൊണ്ട് എഴുതിയ ഒരു സ്ലേയ്റ്റും പൊക്കിപ്പിടിച്ച്, ഓടിട്ട ഇരുനിലവീടിന്റെ അടുക്കള ഭാഗത്തെ സൈഡിലൂടെ ഓടിച്ചെന്ന് അമ്മിയിൽ മുളകരയ്ക്കുകയായിരുന്ന അമ്മച്ചിയുടെ അടുത്തു ചെന്നു എനിക്ക് 25ല് 25 കിട്ടിയമ്മേ എന്ന് അഭിമാനത്തോടെ പറയുന്നിടത്തും ആ ഓർമ്മകൾക്ക് ജീവൻ വെയ്ക്കുകയാണ്.

പിന്നീട് സ്ലേയ്റ്റിലേക്ക് നോക്കിയപ്പോൾ മഴവെള്ളം വീണു മാർക്കെല്ലാം മാഞ്ഞു പോയിരുന്നു. അവശേഷിച്ച രണ്ട് എന്ന നമ്പർ

കണ്ട് ഏങ്ങിയേങ്ങി കരഞ്ഞ എന്നെ, അന്നും ഇന്നും 100% വിശ്വസിച്ചിരുന്ന എന്റെ അമ്മച്ചി നെറുകയിൽ ഉമ്മ വച്ച് ആശ്വസിപ്പിച്ചതും അനുഗ്രഹിച്ചതും ഒരു കുളിർക്കാറ്റുപോലെ ഇന്നും ഓർമ്മയിൽ ഉണ്ട്. ആ അനുഗ്രഹം ഇന്നും കൂടെയുണ്ടെന്ന് ഞാൻ വിശ്വസിക്കുന്നു.

അക്കൊല്ലം സ്കൂളിൽ എല്ലാ വിഷയത്തിനും ഫുൾമാർക്ക് മേടിച്ച എനിക്ക് സ്കൂൾ അസംബ്ലിയിൽ വച്ച് ഹെഡ്മാസ്റ്റർ റപ്പായി മാഷ് ഡിസൈൻ ഉള്ള ഒരു സ്റ്റീൽ പിഞ്ഞാണം സമ്മാനമായി തന്നത് ഇന്നും അമ്മച്ചി സൂക്ഷിച്ചുവച്ചിട്ടുണ്ട്. (നാട്ടിൻപുറത്തുള്ള ഒരു സാധാരണ എൽ.പി സ്കൂളിൽ അത് ഒരു സംഭവം ആയിരുന്നൂട്ടാ. ഇന്നത്തെ പിള്ളേര് ഇതു കേട്ടാൽ കളിയാക്കുമെന്നറിയാം.)

1975–1985കളിലെ എന്റെ കുട്ടിക്കാലം തൃശ്ശൂർ ജില്ലയിലെ മരത്താക്കര എന്ന ഒരു കുഞ്ഞ് ഗ്രാമത്തിൽ ആയിരുന്നു. തൃശ്ശൂർ ടൗണിൽ

നിന്നും പത്ത് കിലോമീറ്റർ മാത്രം മാറിക്കിടക്കുന്ന മരത്താക്കര അന്ന് കാലത്ത് ഓട്ടുകമ്പനികളും മരക്കമ്പനികളും ഇഷ്ടികക്കളങ്ങളും കൊണ്ട് നിറഞ്ഞ ഒരു വ്യവസായിക മേഖല ആയിരുന്നു. എന്റെ വീടിന്റെ അടുത്തുള്ളവരെല്ലാം ഈ വ്യവസായങ്ങളെ ആശ്രയിച്ച് കഴിഞ്ഞിരുന്നവരാണ്, ഞങ്ങളും.

എന്റെ പ്രൈമറി വിദ്യാഭ്യാസം പള്ളിയോട് ചേർന്നുള്ള ഒരു പള്ളിക്കൂടത്തിലായിരുന്നു. സെന്റ് ജോസ് എ.എൽ.പി. സ്കൂൾ. സ്കൂളിനെക്കുറിച്ച് ഓർക്കുമ്പോൾ ആദ്യം മനസ്സിൽ വരുന്നതു സ്കൂളിന് ചുറ്റുമായി നിന്നിരുന്ന വരിക്കപ്ലാവുകൾ ആണ്. ചക്കയുടെ മണമായിരുന്നു എന്നും സ്കൂളിൽ. സ്കൂളിനോട് ചേർന്നുള്ള ഗ്രൗണ്ടിൽ നിന്നിരുന്ന പ്രായം ചെന്ന വരിക്കപ്ലാവിന്റെ കടയ്ക്കലായിരുന്നു ഇന്റർവെൽ സമയങ്ങളിലെ ഞങ്ങളുടേ കളികൾ. പ്രത്യേക ഡിസൈൻ ഉള്ള ആ പ്ലാവിന്റെ വേരുകൾക്കിടയിൽ നെല്ല് കുത്തുന്ന കളി കണ്ടുപിടിച്ച ആ മിടുക്കൻ പൂർവവിദ്യാർത്ഥി ഇപ്പോൾ ഒരു മെക്കാനിക്കൽ എൻജിനീയർ ആയിട്ടുണ്ടാവണം.

ക്ലാസ്റൂമുകൾ തട്ടികയിട്ടു തിരിച്ചതായിരുന്നു. സ്കൂളിനോട് ചേർന്ന് ഒരു ഉപ്പുമാവുപുര ഉണ്ടായിരുന്നു. നോക്കി നടത്താൻ ഒരു ചേടത്തിയാരും. ഉപ്പുമാവ്ചേടത്തിയാർ എന്നാണ് അവരെ ഞങ്ങൾ വിളിച്ചിരുന്നത്. സാധാരണ കോളനികളിൽ നിന്നും നായ്ക്കൻ കൂടാരത്തിൽനിന്നും വന്നിരുന്ന പിള്ളേരാണ് ഉപ്പുമാവ് മേടിച്ചിരുന്നത്. രണ്ടുതരം ഉപ്പുമാവുണ്ടായിരുന്നു. ഒന്ന് ഗോതമ്പു നുറുക്ക് കൊണ്ടുണ്ടാക്കിയതും പിന്നെ ചോളംപൊടി കൊണ്ടുണ്ടാക്കിയതും. രണ്ടാമത്തെ ഐറ്റം എന്റെ ഫേവറേറ്റ് ആയിരുന്നു. ചില ദിവസം ഉച്ചയ്ക്ക് വീട്ടിൽ അറിയാതെ ഈ ഉപ്പുമാവ് കൂടെ പഠിച്ചിരുന്ന നായ്ക്കൻ രമേഷിന്റെ കയ്യീന്നു മേടിച്ചു കഴിച്ചിരുന്നു കൊതി സഹിക്കാനാവാതെ.

സ്കൂളിൽ സ്പെഷ്യൽ പ്രോഗ്രാം ഉള്ള സമയത്ത്, തട്ടിക മാറ്റി ഹാൾ ആക്കും. അങ്ങനെ ആ ഹാളിൽ ഇരുന്ന് ജയന്റെ ദീപം സിനിമ കണ്ടതും അതിൽ ജയൻ കുതിരപ്പുറത്ത് വരുമ്പോൾ ആവേശത്തോടെ ഓളിയിട്ടത്, തെളിനീരുപോലെ മനസ്സിൽ നിൽക്കുന്നു. അന്നത്തെ തലമുറയുടേ ഹരമായിരുന്നു ജയനും ജയന്റെ സിനിമകളും. സിനിമാഭ്രമം ഉണ്ടായിരുന്ന അപ്പച്ചൻ രണ്ടെണ്ണമടിച്ചാൽ ഞങ്ങളെയുംകൊണ്ട് സിനിമ കാണാൻ പോകുന്ന നല്ല ശീലം ഉണ്ടായിരുന്നു. അമ്മയൊഴിച്ച് ഞങ്ങളെല്ലാം അതു നന്നായി എൻജോയ് ചെയ്തിരുന്നു. മരത്താക്കര മഞ്ജു തിയറ്ററിലും ഒല്ലൂർ ഡേവിസ് തിയറ്ററിലും മാറി മാറി കണ്ട സിനിമകളുടേ കഥകൾ പൊടിപ്പും തൊങ്ങലും വച്ച് അഭിനയിച്ചു കാണിച്ചിരുന്ന ഞാൻ കൂട്ടുകാർക്കിടയിൽ ഹീറോ ആയിരുന്നു, ഹീറോ.

സ്കൂളിലെ ഹെഡ്മാസ്റ്റർ ആയിരുന്ന റപ്പായി മാഷിനെക്കുറിച്ചോർക്കുമ്പോൾ, ആദ്യം മനസ്സിൽ വരിക സ്ഫടികം സിനിമയിലെ ചാക്കോ മാഷിനെയാണ്. അന്നത്തെ 90% ഹെഡ്മാഷുമാരും അത്തരം 'ബോഡി ഷേപ്പ്' ഉള്ളവരായിരുന്നെന്ന് തോന്നുന്നു. അവർ കണക്ക് മാഷുമാർ ആയിരിക്കും. കട്ടിപ്പുരികം, കഞ്ഞിപ്പശ മുക്കി അലക്കിതേച്ച വെള്ള ഷർട്ടും മുണ്ടും കയ്യിൽ കറുത്ത ഒരു ലെതർ ബാഗും കാലൻ കുടയും പിടിച്ച് അമരീഷ് പുരിയെ ഓർമ്മിപ്പിക്കുന്ന നോട്ടവും മുഴങ്ങുന്ന ശബ്ദവും. കണ്ടാൽ തന്നെ പിള്ളേരുടെ മുട്ടിടിക്കും.

അന്നും പതിവുപോലെ, രാവിലെ സ്കൂളിലേക്ക് കൂട്ടുകാരുമായി നടന്നുപോകുന്ന സമയം. നാലാം ക്ലാസ്സിലായതിന്റെ ചെറിയ അഹന്ത തലയ്ക്ക് പിടിച്ചിരുന്നു. മഴക്കാലമായോണ്ട് റോഡിലെ കുഴികളിലെല്ലാം വെള്ളം നിറഞ്ഞുകിടന്നിരുന്നു. അയ്യപ്പേട്ടന്റെ ചായക്കടയിലെ നല്ല സ്ട്രോങ് ചായനിറത്തിലുള്ള വെള്ളത്തിന് മുകളിലേക്ക് തലയും പൊക്കി നിൽക്കുന്ന മാക്കാച്ചിതവളകളെ വെള്ളം തേക്കി കരയിലേക്കിട്ട് ചവിട്ടിയരച്ചു കൊന്നു അർമ്മാദിച്ചിരുന്ന ചില സീനിയർ കാപാലികന്മാർ എനിക്കു കൂട്ടായി ഉണ്ടായിരുന്നു. അതിൽ ഉസ്താദ് ആയിരുന്നു ജൈസൺ. അവനാണ് ഏതോ പട്ടി കടിച്ച നേരത്ത്, ഇടവഴിയിൽ വച്ച് ഈ മഴവെള്ള കുഴികളിലെ വെള്ളത്തിൽ പടക്കം പൊട്ടിക്കുന്ന വിദ്യ എനിക്ക് കാണിച്ചുതന്നത്. ഇടംകാലുകൊണ്ട് വെള്ളം തേക്കി മുകളിലേക്കു ആക്കുക, എന്നിട്ട് 'ഫ്രാക്ഷൻ ഓഫ് സെക്കൻഡിൽ' വലംകാലു കൊണ്ട് ചാടിപ്പൊങ്ങി അതിൽ ഒറ്റയടി. പ്ഠേ എന്നൊരു ഒച്ച കേൾക്കാം. ഇതാണ് വെള്ളപ്പടക്കം എന്നു ജൈസൺ എനിക്കു പറഞ്ഞു തന്നു. ഹീറോ ആയ ഞാൻ പെട്ടെന്നുതന്നെ ഐഡിയ ക്യാച്ച് ചെയ്തു. വരാനുള്ളതു വഴിയിൽ തങ്ങില്ലല്ലോ.

ഇടവഴികളിലെ കുഴികളിൽ അത്യാവശ്യം പ്രാക്ടീസ് ചെയ്തു മുൻപോട്ടു നീങ്ങിയ ഞങ്ങൾ മെയിൻറോഡിലേക്കെത്തി. അപ്പോഴേക്കും ഞാൻ ഒരു വെടിക്കെട്ടുവീരനായിരുന്നു. മെയിൻറോഡിലെ കുഴികളിൽ മൂന്നുനാല് ഗുണ്ട് ഞാൻ തന്നെ പൊട്ടിച്ചു. സ്കൂളിന് മുൻപിലെ ബസ്സ്റ്റോപ്പിനടുത്തുള്ള തടാകംപോലെ കിടക്കുന്ന ഒരു മഴക്കുഴി കണ്ട എന്റെ കാല് വെട്ടി വിറച്ചു. സ്കൂളിലേക്ക് കയറുന്നതിന് മുൻപായി തൃശ്ശൂർ പൂരത്തിന് ലാസ്റ്റ് പൊട്ടിക്കണ കുഴി അമിട്ട് (ഗർഭം കലക്കി) പൊട്ടിക്കാനായി ഞാൻ തയ്യാറായി. എന്നെ പ്രോത്സാഹിപ്പിച്ചുകൊണ്ടു കോച്ച് ജൈസൺ കൂടെ ഉണ്ടായിരുന്നു. കാഴ്ചക്കാരായി ധൈര്യമില്ലാത്ത കുറേ പേട്ട് പിള്ളേരും. ഒന്നു പിന്നോട്ടാഞ്ഞു പിന്നെ വെള്ളത്തിലേക്ക് ഇടംകാല് വച്ച് ചാടി അന്തരീക്ഷത്തിൽ ഉയർന്നുപൊങ്ങിയ ചളിവെള്ളത്തിൽ വലംകാല്

കൊണ്ടൊരു ചാമ്പു ചാമ്പിയതും റപ്പായി മാഷ് ശ്രീരാമചന്ദ്ര ബസ്സില് വന്നിറങ്ങിയതും ഒന്നിച്ചായിരുന്നു.

അലക്കി തേച്ച മാഷിന്റെ വെള്ള ഷർട്ട് തുറുപ്പുഗുലാനിലെ മമ്മൂട്ടിയുടെ ഷർട്ട്പോലെ കളർഫുൾ ആയി. ചുവന്നു കലങ്ങിയ കണ്ണുകളുമായി മാഷിന്റെ ആ നോട്ടം. എന്റെ ട്രൗസർ നനഞ്ഞോ എന്നൊരു സംശയം തോന്നി. വെറും തോന്നൽ. ഞാൻ വെറുതെ തിരിഞ്ഞു ജെയ്സനെ നോക്കി. അവനപ്പോഴേക്കും സ്കൂളിലെത്തി, അസംബ്ലിയിലെ വരിയിൽ നിന്നിട്ടുണ്ടായിരുന്നു. മാഷ് എന്നെ കുത്തിനു പിടിച്ച് പൊക്കി ഓഫീസ് റൂമിൽ കൊണ്ടുചെന്നു. പോത്തിനെ തല്ലുന്ന പോലുള്ള ഒരു ചൂരൽ മേശപ്പുറത്തുനിന്നും എടുത്ത് ചടച്ച് മുള്ളായ, വാതപ്രകൃതം ഉള്ള, എനിക്കു പോത്തിറച്ചിയും വരാൽ വറുത്തതും തന്ന് അമ്മച്ചി വഴിപാടു നേർന്നുണ്ടായ അരക്കെട്ടിനും മുട്ടിനും ഇടയിലുള്ള അല്പം മാംസളമായ ഏരിയയിൽ നോക്കി ഒരു നാല് പൂശാങ് പൂശി. 'നക്ഷത്രം എണ്ണുക' എന്നത് വാക്യത്തിൽ പ്രയോഗിക്കാൻ ഞാൻ അന്ന് പഠിച്ചു.

തിണർത്തു വ്രണമായ ആ ചൂരൽപ്പാടുകളിൽ വെളിച്ചെണ്ണ പുരട്ടുമ്പോൾ അമ്മച്ചിയുടെ കണ്ണുകൾ നിറഞ്ഞിരുന്നു. വേദന കടിച്ചമർത്തുമ്പോൾ എന്റെയുള്ളിൽ റപ്പായിമാഷിനോടുള്ള പക തികട്ടി വരുന്നുണ്ടായിരുന്നു. ചളിവെള്ളത്തിൽനിന്നും തേക്കിയിട്ടു റപ്പായി മാക്കാച്ചിയെ ചവിട്ടിയരച്ചു കൊല്ലാനുള്ള ദേഷ്യം എന്റെയുള്ളിൽ ഉണ്ടായിരുന്നു.

അസംബ്ലിയിൽ വച്ച് നാലാം ക്ലാസ്സിലെ ഒന്നാം സ്ഥാനക്കാരനുള്ള സ്റ്റീൽ പാത്രം കൈയിൽ വച്ച് തന്ന് വാത്സല്യത്തോടെ നെറുകിൽ തഴുകിയ ആ നിമിഷത്തിൽ, ഉള്ളിലെ എല്ലാ ദേഷ്യവും, മാഷിനോടുള്ള സ്നേഹവും ബഹുമാനവുമായി മാറി.

മാഷ് ഇന്ന് എവിടെയാണെന്നറിയില്ല, മനസ്സാൽ വണങ്ങുന്നു...

പ്രണാമം. ■

ലൂയിസച്ചൻ

കുഞ്ഞുനാളിലേയുള്ള മോഹമായിരുന്നു വലുതായിട്ട് ഒരു പള്ളീലെ അച്ചനാവുക എന്നത്. ഇടയ്ക്കിടെ വീട്ടിൽ വന്നിരുന്ന അപ്പച്ചന്റെ ജേഷ്ഠനായ സിഎംഐ. ഫാദർ ഡേവീസ് അച്ചന്റെ വ്യക്തിപ്രഭാവം ആയിരുന്നു എന്റെയാമോഹത്തിന് കാരണം.

തികച്ചും ശാന്തസ്വരൂപിയായ അച്ചൻ, വീട്ടിൽ വന്നാൽതന്നെ വീട്ടിൽ ഒരു ദൈവികചൈതന്യം നിറയുന്നതായി തോന്നിയിരുന്നു. കുട്ടികളെയെല്ലാം അടുത്ത് വിളിച്ച് നെറുകിൽ കൈ വച്ച് അനുഗ്ര ഹിക്കുന്ന അച്ചൻ, പ്രാർത്ഥിക്കുന്നതിനും ഭക്ഷണം കഴിക്കുന്നതി നുമെല്ലാം പ്രത്യേക ഒരു താളമുണ്ടായിരുന്നു.

അച്ചൻ പോയിക്കഴിഞ്ഞാൽ, അപ്പച്ചന്റെ പോളിസ്റ്റർ ഡബിൾ മുണ്ടെടുത്തു കഴുത്തിലൂടെ ചുറ്റി കണ്ണാടിക്കു മുന്നിൽ നിന്ന് ഞാൻ അച്ചനെപോലെ അഭിനയിച്ചിരുന്നു.

മനസ്സിലുണ്ടായിരുന്ന പള്ളീലെ അച്ചന്മാരുടെ സങ്കല്പം തന്നെ മാറ്റിമറിച്ച അച്ചനായിരുന്നു എന്റെ കുട്ടിക്കാലത്ത് മരത്താക്കര പള്ളി വികാരി ആയിരുന്ന ലൂയീസ് ചാലക്കലച്ചൻ.

സ്വന്തം മനസ്സാക്ഷിയോടും സഭയോടും നിരന്തരം തർക്കിച്ചി രുന്ന അച്ചൻ, ഒരു സോഷ്യലിസ്റ്റ് ചിന്താഗതിക്കാരനായിരുന്നു. എന്നാൽ ദൈവിക കാര്യങ്ങളിൽ ഒരു വിട്ടുവീഴ്ചയും ആള് കാണി ച്ചിരുന്നില്ല. സഭയുടെ മാറ്റിയെഴുതപ്പെടാത്ത, തുരുമ്പു പിടിച്ച ചില ആശയങ്ങളോട് അച്ചന് എന്നും എതിർപ്പായിരുന്നു.

അന്ന് അഞ്ചിൽ പഠിച്ചിരുന്ന ഞാൻ, പള്ളിയിലെ അൾത്താര ബാലസംഘത്തിൽ അംഗമായിരുന്നു. വിശുദ്ധകുർബാനയിൽ തര ക്കേടില്ലാതെ ബൈബിൾ വായിച്ചിരുന്ന എന്നെ, അച്ചന് വലിയ കാര്യമായിരുന്നു. ഇടയ്ക്കിടെ കുർബാന കഴിഞ്ഞും അൾത്താര ബാലസംഘം കുട്ടികളെക്കൊണ്ട് അച്ചൻ ബൈബിൾ വായിപ്പിക്കും. മിക്കവാറും എനിക്കാണാ പണി കിട്ടാറ്.

ഒരു കസേരയിൽ ചാരിയിരുന്ന് തലയ്ക്കു പിറകിൽ കൈ കോർത്ത്, കാലുകൾ മേശപ്പുറത്തു കയറ്റി വച്ച് കണ്ണുമടച്ചിരുന്ന് അച്ചൻ പറയും, "ജോഷീ, നീയാ ലൂക്കായുടെ സുവിശേഷം 19-ാം അധ്യായം 45-46 വാക്യങ്ങൾ വായിക്കെടാ. ഞാനൊന്ന് കേൾക്കട്ടെ."

ഞാൻ ഉറക്കെ വായിക്കാൻ തുടങ്ങും.

"പിന്നെ അവൻ ദേവാലയത്തിൽ ചെന്നു കച്ചവടക്കാരെ പുറത്താക്കിത്തുടങ്ങി. എന്റെ ആലയം പ്രാർത്ഥനാലയം ആകും എന്നു എഴുതിയിരിക്കുന്നു; നിങ്ങളോ, അതിനെ കള്ളന്മാരുടെ ഗുഹ ആക്കിത്തീർത്തു."

ഒരു ബീഡിയെടുത്തു വലിച്ചു പുകച്ചുരുൾ വട്ടത്തിൽ മേലോട്ട് വിട്ടു അച്ചൻ പറയും.

"കപടവിശ്വാസികൾക്ക് കർത്താവിനെ അറിയില്ല. സ്വന്തം കാര്യത്തിനായി അവനെ ആവശ്യമുള്ളവരെയല്ല കർത്താവിനു വേണ്ടത്. അവനുവേണ്ടത് യഥാർത്ഥ വിശ്വാസികളെയാണ്. അവരെ അവൻ തേടിപ്പിടിക്കും."

ഇതും പറഞ്ഞ് മേശവലിപ്പിൽ നിന്നും ഒരു ബുക്ക് എടുത്ത് എനിക്ക് നീട്ടി അച്ചൻ പറഞ്ഞു, "നീയിതു കൊണ്ടുപോയി വായിക്കൂ. നാളെ ഞാൻ ചില ചോദ്യങ്ങൾ ചോദിക്കും."

വീട്ടിൽ വന്നു ബുക്ക് എടുത്തു നോക്കി. സെന്റ് ലോറ എന്ന വിശുദ്ധന്റെ പുസ്തകമാണ്. മനസ്സിരുത്തി വായിച്ചു. റോമാക്കാർ, തിളയ്ക്കുന്ന എണ്ണയിലിട്ട് കൊന്ന വിശുദ്ധനാണ് സെന്റ് ലോറ.

പിറ്റേന്ന് കുർബാന കഴിഞ്ഞ് അച്ചന് പുസ്തകം തിരികെ കൊടുത്ത് ചോദ്യത്തിനായി കാത്തു നിന്നു. എന്തായിരിക്കും ആള് ചോദിക്കുക? വിശുദ്ധന്റെ ജനനത്തീയതി? മരിച്ച തിയതി? വിശുദ്ധനായ തിയതി? ഒക്കെ മനസ്സിൽ കുറിച്ച് വച്ചിരുന്നു.

മുഷിഞ്ഞ തന്റെ ളോഹയുടെ പോക്കറ്റിൽനിന്നും ബീഡിപ്പൊതിയെടുത്ത് ഒരു ബീഡിക്കു തീ കൊളുത്തി കസേരയിലിരുന്നു. എന്നെ അടിമുടി നോക്കിക്കൊണ്ട് അച്ചൻ പറഞ്ഞു, "നിനക്കൊരു സത്യ ക്രിസ്ത്യാനിഛായ ഉണ്ടല്ലോടാ. വലുതാവുമ്പോൾ ഒരു പള്ളീലച്ചനാവാൻ എല്ലാ സാധ്യതയും ഉണ്ട്." ഇതും പറഞ്ഞ് ആൾ പൊട്ടിച്ചിരിച്ചു.

എന്റെ മനസ്സിലുണ്ടായിരുന്ന, അതുവരെ ആരോടും പറയാതിരുന്ന ആ രഹസ്യം അച്ചൻ എങ്ങനെ അറിഞ്ഞു എന്ന അത്ഭുതവുമായി നിൽക്കുമ്പോൾ പെട്ടെന്ന് ചോദ്യം വന്നു.

"പറയൂ, നീ ഇന്നലെ വായിച്ച പുസ്തകത്തിലെ വിശുദ്ധൻ എങ്ങനാണ് മരിച്ചത്?"

ലൂയിസച്ചൻ

"തിളച്ച എണ്ണയിൽ വീണ്." ഞാൻ മറുപടി പറഞ്ഞു.

"യേശുക്രിസ്തു എങ്ങനാണ് മരിച്ചത്?" എന്ന അടുത്ത ചോദ്യം കേട്ട് ഒന്ന് പരുങ്ങിയെങ്കിലും പെട്ടെന്ന് ഉത്തരം പറഞ്ഞു.

"കുരിശിൽ തൂങ്ങി."

"ആരാവും കൂടുതൽ വേദന അനുഭവിച്ചത്?" അച്ചൻ ചോദിച്ചു.

ഉത്തരം പറയാതെ നഖം കടിച്ചു നിന്ന എന്നെ നോക്കി അച്ചൻ വീണ്ടും ചോദിച്ചു.

"ആർക്കാ കൂടുതൽ വേദന?"

അല്പം ശങ്കിച്ചുനിന്ന ശേഷം ഞാൻ പറഞ്ഞു "അതിന് ഇത് രണ്ടും ഞാൻ അനുഭവിച്ചിട്ടില്ല. പിന്നെങ്ങനെ ഉത്തരം പറയും അച്ചോ?"

ഇതുകേട്ട് ഉറക്കെയുറക്കെ ചിരിച്ചുകൊണ്ട് അച്ചൻ പറഞ്ഞു "നീ തോമാസ് ശ്ലീഹ ആടാ, തോമാസ് ശ്ലീഹ."

ഒന്നും മനസ്സിലാവാതെ കണ്ണും മിഴിച്ചു നിന്ന എന്നെ നോക്കി, ചിരി നിർത്തി ഗൗരവത്തിൽ അച്ചൻ പറഞ്ഞു.

"എങ്ങനെ മരിക്കുന്നു എന്നോ എത്ര വേദന സഹിച്ചു മരിച്ചു എന്നതിലുമല്ല, എന്തിനുവേണ്ടി മരിച്ചു എന്നതാണ് പ്രധാനം. മരണത്തിൽ നിന്നുള്ള ഉയിർത്തെഴുന്നേൽപ്പാണ് പ്രധാനം. മരിച്ച ക്രിസ്തുവല്ല ഉയിർത്തെഴുന്നേറ്റ ക്രിസ്തുവാണ് നമ്മുടെ വിശ്വാസത്തിന്റെ അടിസ്ഥാനശില. മരണം, മാനുഷികവും ഉയിർത്തെഴുന്നേൽപ്പ് ദൈവികവും ആണ്. ഓരോ മനുഷ്യന്റെയും തകർച്ചകൾ മാനുഷികമാണ്. എന്നാൽ ആ തകർച്ചയിൽ നിന്നുള്ള അവന്റെ ഉയിർത്തെഴുന്നേൽപ്പ് ദൈവികം ആണ്. ഉയിർത്തെഴുന്നേറ്റ ഓരോ മനുഷ്യനും ക്രിസ്തുവാണ്."

ഒരു തത്ത്വജ്ഞാനിയെപോലെ ഇത് പറഞ്ഞുകൊണ്ടിരുന്ന അച്ചനെ അത്ഭുതത്തോടെ നോക്കി ഞാൻ നിന്നു.

മറ്റുള്ളവർ തിരിച്ചറിയാതെപോയ വലിയൊരു ചിന്തകനും തത്ത്വജ്ഞാനിയുമായിരുന്നു ലൂവീസച്ചൻ എന്ന് പിൽക്കാലത്തു എനിക്ക് തോന്നിയിട്ടുണ്ട്.

കാലം കുറെ കടന്നു പോയി. കുട്ടിക്കാലത്ത് പള്ളീലച്ചനാവാൻ മോഹിച്ച ഞാൻ, മൂന്നു കുട്ടികളുടെ അച്ഛനായി. എന്നാൽ മനസ്സിന്റെ ഒരു കോണിൽ മരത്താക്കര പള്ളിയിലെ പഴയ അൾത്താര ബാലസംഘം അഞ്ചാം ക്ലാസുകാരൻ, ക്ലാവ് പിടിക്കാതെ കിടന്നു. ലൂവീസച്ചന്റെ ഓർമ്മകളും.

സഭയിലെ അച്ചടക്കനടപടികളുടെ ഭാഗമായി തൃശ്ശൂർ അരമന യുടെ കീഴിലുള്ള അച്ചന്മാരുടെ ദുർഗുണ പരിഹാര പാഠശാല എന്ന റിയപ്പെടുന്ന ചേറൂർ ആശ്രമം പള്ളിയിൽ അച്ചനുണ്ടെന്നറിഞ്ഞ് ഒരു ദിവസം ഞാൻ ആളെ കാണാൻ ചെന്നു.

നിറയെ റബ്ബർമരങ്ങളും തെങ്ങും കവുങ്ങും മറ്റുമായി ഇരുട്ടു മൂടി, വിശാലമായി കിടന്നിരുന്ന ഒരു പറമ്പിൽ, ഒരു വൃദ്ധസദന ത്തോട് ചേർന്ന് ഒരു കൊച്ചുപള്ളിയും പള്ളിക്കു ചുറ്റുമായി പൂന്തോ ട്ടവും ഉണ്ടായിരുന്നു.

കൂട്ടമായി നടക്കുന്ന കോഴികളുടെയും താറാവുകളുടെയും ഇട യിലൂടെ അച്ചന്മാരുടെ മുറി ലക്ഷ്യമാക്കി നടന്നുനീങ്ങിയ എന്നെ ഒരു അത്ഭുതജീവിയെ നോക്കുന്നപോലെ നോക്കിക്കൊണ്ട് കുറെ വൃദ്ധന്മാരും കൊന്ത ചൊല്ലിക്കൊണ്ടിരിക്കണ കുറേ വൃദ്ധമാതാ ക്കളും വൃദ്ധസദനത്തിന്റെ തിണ്ണയിൽ ഇരുന്നിരുന്നു. എല്ലാവരു ടെയും കണ്ണിൽ ഒരേ ഭാവം. നിർവികാരത.

"ലൂയീസ് ചാലക്കലച്ചന്റെ മുറിയേതാണ്?" കൂട്ടത്തിൽ ചെറുപ്പ മായി തോന്നിയ ഒരു അപ്പച്ചനോട് ചോദിച്ചു.

ആളടുത്തു വന്നു ചോദിച്ചു "മോനെവിടുന്നാ വരണത്?"

"മരത്താക്കരനിന്ന്." ഞാൻ പറഞ്ഞു.

തോട്ടത്തിലേക്ക് ചൂണ്ടി ആള് പറഞ്ഞു "ദാ, ആ ഇരിക്കുന്ന താണ് ലൂയീസച്ചൻ."

ഞാൻ അടുത്ത് ചെന്നു നോക്കി. മുഷിഞ്ഞ, ഒരു കൈലിയുമു ടുത്ത് ഓട്ടകളുള്ള ഒരു ബനിയനുമിട്ട്, റോസാച്ചെടിക്ക് ചാണക പ്പൊടി ഇട്ടു കൊടുത്തുകൊണ്ടിരുന്ന നരച്ച കുറ്റിത്താടിയുമായി ഒരു വൃദ്ധൻ.

"അച്ചാ" ഞാൻ വിളിച്ചു.

തലയുയർത്തി നോക്കിയ അച്ചന്റെ കണ്ണുകളിൽ പണ്ടത്തെ അതേ തീക്ഷ്ണത.

"ഞാൻ മരത്താക്കര മഠത്തിന്റെ പിന്നിൽ വീടുള്ള കുറ്റിക്കാടൻ ജോഷിയാണച്ചോ." ഞാൻ പരിചയപ്പെടുത്തി.

കൈയിലിരുന്ന കരണ്ടി നിലത്തിട്ട് എണീറ്റു നിന്ന അച്ചൻ എന്നെ സൂക്ഷിച്ചു നോക്കിക്കൊണ്ട് പറഞ്ഞു, "അമ്പട കേമാ, നീയെങ്ങനെ ഇവിടെ എത്തിപ്പെട്ടു? നീ വല്ല പള്ളീലെ അച്ചനും ആയി, കർത്താ വിന്റെ കണ്ണിലെ കരടായിട്ടുണ്ടാവും എന്നല്ലേ ഞാൻ കരുതിയത്" എന്നും പറഞ്ഞു. ബീഡിക്കറയുള്ള പല്ലുകൾ കാട്ടി അച്ചൻ ചിരിച്ചു.

ഇത്രയും വയസ്സായിട്ടും അച്ഛന്റെ ഓർമശക്തി കണ്ട് ഞാൻ അത്ഭുതപ്പെട്ടു.

അടുത്തുള്ള പൈപ്പിൻചുവട്ടിൽ കൈയും കാലും കഴുകി അച്ചൻ എന്നെയും കൂട്ടി ആളുടെ മുറിയിലേക്ക് നടന്നു.

പുസ്തകങ്ങൾ വലിച്ചുവാരി ഇട്ടിരുന്ന ആ റൂമിൽ ഒരു ബീഡിയുടെ മണം തങ്ങി നിന്നിരുന്നു. ചുമരിൽ കൊളുത്തിയിട്ട ലോഹയെടുത്തു ഇട്ട് കറുത്ത ഒരു കട്ടിക്കണ്ണട വച്ച് അച്ചൻ വന്നപ്പോൾ ഞാൻ എന്റെ പഴയ ലൂയീസച്ചനെ കണ്ടു. വിശേഷങ്ങളെല്ലാം ചോദിച്ചറിഞ്ഞ ശേഷം തിരിച്ചിറങ്ങാൻ നിന്ന എനിക്ക് അച്ചൻ ഒരു ബുക്ക് എടുത്തു നീട്ടി.

“ഇത് ഞാൻ എഴുതിയതാ. സാമ്പിൾ പ്രിന്റ് ചെയ്തതാ. വെളിച്ചം കാണാൻ വഴിയില്ല. നീ വായിച്ച് അഭിപ്രായം പറ.”

ബുക്ക് മേടിച്ചു മറിച്ചു നോക്കി നിന്ന എന്നോട് അച്ചൻ പറഞ്ഞു. “നീയിതു കൈയിൽ വച്ചോ. ഇവിടെ ഇരുന്നിട്ട് കാര്യമില്ല.”

അച്ചൻ തുടർന്ന് പറഞ്ഞു. “ഞാൻ എന്നും പ്രാർത്ഥിക്കണുണ്ട് കർത്താവിനോട്. ഒരു ദിവസം അവൻ വരും. ചാട്ടവാറെടുത്തു ദേവാലയത്തെ കച്ചവടസ്ഥലമാക്കിയ, എല്ലാ അല്പവിശ്വാസികളെയും തല്ലിയോടിക്കാൻ.”

അച്ചനോട് യാത പറഞ്ഞിറങ്ങുമ്പോൾ അച്ചന്റെ കണ്ണിൽ കത്തിയിരുന്ന കനൽ ഞാൻ ശ്രദ്ധിച്ചു.

ആശ്രമത്തിൽ നിന്നും തിരിച്ചുപോരുമ്പോൾ, ആശ്രമത്തിന്റെ മതിലിൽ ഞാൻ കണ്ടു കൈയിൽ ചാട്ടവാറുമായി ജെറുസലേം ദേവാലയത്തിൽ കച്ചവടക്കാരെ അടിച്ചോടിക്കുന്ന ക്രിസ്തുവിന്റെ ചിത്രം. ചിത്രത്തിനടിയിലായി എഴുതിയിരിക്കുന്നു.

“എന്റെ ആലയം പ്രാർത്ഥനാലയം ആകും എന്നു എഴുതിയിരിക്കുന്നു; നിങ്ങളോ അതിനെ കള്ളന്മാരുടെ ഗുഹ ആക്കിത്തീർത്തു.” Luke 19:45-46

ചിത്രത്തിൽ കണ്ട ക്രിസ്തുവിന്റെ കണ്ണുകളിൽ നരച്ച കുറ്റിത്താടി വച്ച വൃദ്ധനായ ഒരു പുരോഹിതന്റെ കണ്ണുകളിലെ അതേ തീക്ഷ്ണത ഞാൻ കണ്ടു.

■

അമ്പത് അമ്പസ്താനി

അന്നൊരു ഞായറാഴ്ച. സ്കൂൾകാലത്തെ ഏറ്റവും സന്തോഷമുള്ള ദിവസം. സ്കൂളിൽ പോകണ്ട. ഇറച്ചിക്കൂട്ടാൻ കൂട്ടി ഉച്ചയ്ക്ക് ഊണ്. അത് കഴിഞ്ഞാൽ കൂട്ടുകാരുമായി പറമ്പിലും ഇടവഴിയിലുമായി ഒളിമ്പിക്സ് കമ്മിറ്റി ഇതുവരെ അപ്പ്രൂവ് കൊടുക്കാത്ത കളികൾ. കിളിമാസ്, ഓട്ടപ്രാന്തി, ഞൊണ്ടിപ്രാന്തി, തൂപ്പുകളി, കോട്ടകളി, കല്ലുകളി, നൂറാംകോല്, പുള്ളിക്കുത്ത്, കുട്ടിയും കോലും, കവടി കളി, ഗോലിക്കായ കളി, അണ്ടിക്കൊത്ത്, ഇട്ടിച്ചാൻ, പമ്പരംകൊത്ത് അങ്ങനെ നീണ്ടു പോകുന്നു ആ ലിസ്റ്റ്. പക്ഷേ എന്റെ ഫേവറിറ്റ് എപ്പോഴും അമ്പത് അമ്പസ്താനി ആയിരുന്നു.

അങ്ങ് പട്ടണത്തിൽ സാറ്റ്കളി എന്നറിയപ്പെട്ടിരുന്ന ഈ ഐറ്റം ഞങ്ങടെ മരത്താക്കര കനകശ്ശേരി എത്തുമ്പോൾ, അമ്പത് അമ്പ സ്താനി ആയിരുന്നു. അമ്പതുവരെ എണ്ണുക. അതിനുള്ളിൽ ബാക്കി യുള്ളവർ ഒളിക്കണം. പിന്നെ ഒരു പൊലീസ് മോഡൽ അന്വേ ഷണം. 'കണ്ടുപിടിക്കാ, അമ്പസ്താനി പറയാ'. ഇതാണ് കളി. അന്നൊന്നും വീടുകൾക്ക് സൈഡിൽ മതിലുകൾ ഉണ്ടായിരുന്നില്ല. ഒരു മുള്ളുവേലി അല്ലെങ്കിൽ മൈലാഞ്ചി, നീരോലി, ശീമക്കൊന്ന, ചെമ്പരത്തി ഇങ്ങനുള്ള കുറ്റിച്ചെടികൾകൊണ്ട് അതിര്. അതിര് എങ്ങ നായാലും അതിൽ ഒരു പാസ്സേജ് ഉണ്ടാകും.

ഉപ്പ്, വെളിച്ചെണ്ണ, പഞ്ചസാര, ചായല ഇതൊക്കെ ചെറിയ സ്റ്റീൽ ഗ്ലാസുകളിൽ കടമായി, അയൽക്കാർ കൈമാറിയിരുന്ന പാസ്സേജ് ആയിരുന്നു അത്. ഉരി പാലിലും നാഴി അരിയിലും ചാലിച്ച് കൊടു ത്തിരുന്ന അയൽപക്കസ്നേഹത്തിന്റെ അടയാളപ്പെടുത്തലുകൾ. ഏതു വീട്ടിലെ കുട്ടികൾക്കും ആരുടെ പറമ്പിലും കളിക്കാം. മാങ്ങ, പേരയ്ക്ക, ചാമ്പക്ക, ലൂവിക്ക, കശുമാങ്ങ എന്നിവ പെറുക്കി തിന്നാം. സ്നേഹമതിൽ എന്ന കള്ളപ്പേരിൽ, ഇന്നുള്ള സ്നേഹത്തിന്റെ വിലക്ക്മതിൽ അന്ന് ഉണ്ടായിരുന്നില്ല. അതിർത്തിയിലും മനസ്സിലും.

ആ ഞായറാഴ്ചത്തെ കളി പ്രജിയുടേം പ്രവിയുടേം പറമ്പിലായിരുന്നു. ഞങ്ങളുടെ തൊട്ടു അയല്പക്കം. ഉച്ചയൂണ് കഴിഞ്ഞു വേഗം വേലി ചാടി ഓടി. അന്ന് പ്രവീടെ പിറന്നാൾ ആയിരുന്നു. അവന്റെ അമ്മ മല്ലികേച്ചി കളിക്കാൻ വന്ന കുട്ടികൾക്കെല്ലാം അരിപ്പായസം തന്നു. പായസംകുടി കഴിഞ്ഞ് ഉഷാറായി കളി തുടങ്ങി. അങ്ങനെ എനിക്ക് എണ്ണാനുള്ള ഊഴം വന്നു. മാവിന്റെ ചോട്ടിൽ മരത്തിൽ കയ്യ് വച്ച് ഞാൻ എണ്ണി തുടങ്ങി. ഒന്ന്, രണ്ട്, മൂന്ന്... അങ്ങനെ അമ്പത് എത്തി കണ്ണ് തുറന്ന് അന്വേഷണം തുടങ്ങി.

അമ്പസ്താനി കളിയിൽ ഞാൻ ചന്തു ആയിരുന്നു. അമ്പസ്താനിയിൽ ആർക്കും തോൽപ്പിക്കാൻ പറ്റാത്ത ഒരു നസ്രാണി ചേകവൻ ആയിരുന്നു ഞാൻ. എല്ലാരേം ഞൊടിയിടകൊണ്ട് കണ്ടെത്തി. പ്രവിയെ മാത്രം കാണാനില്ല. മനസില്ലാമനസ്സോടെ ആദ്യമായി പരാജയം സമ്മതിച്ച് ഞാൻ വിളിച്ചു പറഞ്ഞു.

“പ്രവീ... പോന്നോടാ. ഞാൻ തോറ്റു.”

പ്രവി വരണില്ല. വീണ്ടും ഉറക്കെ വിളിച്ചു പറഞ്ഞു. കാണുന്നില്ല. തോറ്റു തൊപ്പിയിട്ടിരിക്കണ ബാക്കി എല്ലാരുംകൂടി പ്രവിയെ അന്വേഷിച്ചു നടപ്പായി. സ്ഥിരമായി അവൻ ഒളിക്കാറുള്ള കുളിമുറി, അമ്മിക്കല്ലിന്റെ സൈഡ്, വൈക്കോൽതുറു, ആട്ടിൻകൂട്, കശുമാവിന്റെ കവര, തൊഴുത്തിന്റെ ബാക്സൈഡ് എല്ലായിടത്തും നോക്കി. പ്രവീ... പ്രവീ... എന്നും വിളിച്ചു പിള്ളേരെല്ലാം പറമ്പിൽ ഓടി നടക്കണെ കണ്ടുകൊണ്ടാണ് മല്ലികേച്ചി പാടത്തുനിന്നും പശുക്കളേം കൊണ്ട് വരുന്നത്.

“എന്താടാ പിള്ളേരെ ഈ വിളിച്ചു കൂവണേ?” മല്ലികേച്ചി ചോദിച്ചു.

“പ്രവീനെ കാണാനില്ല.” പ്രജിയാണ് പറഞ്ഞത്.

ആദ്യം സീരിയസ് ആയി എടുത്തില്ലേലും അടുത്ത ഒരു പത്തു മിനിട്ട് അന്വേഷണത്തിനൊടുവിൽ എന്റെ മോനെ കാണാനില്ലേ എന്നും പറഞ്ഞുള്ള മല്ലികേച്ചിയുടെ അലർച്ച കേട്ട് അയൽക്കാരെല്ലാം ഓടിക്കൂടി. വളരെ പെട്ടെന്ന് ന്യൂസ് കനകശ്ശേരി മൊത്തം പരന്നു. കേട്ടവർ കേട്ടവർ ഓടിക്കൂടി. പ്രവിയുടെ അച്ഛൻ പ്രഭേട്ടനെ വിവരം അറിയിക്കാൻ ഒരു ടീം ഒല്ലൂരിലേക്കു പോയി. വിവരം അറിഞ്ഞെത്തിയ സ്ഥലം മെമ്പർ കുറച്ചു പേരുമായി പൊലീസ് സ്റ്റേഷനിൽ വിവരം അറിയിക്കാൻ പോയി.

നിങ്ങൾ ആ കിണറ്റിൽ പാതാളക്കരണ്ടി ഇട്ട് ഒന്ന് ഇളക്കി നോക്കൂ എന്ന കൃഷ്ണൻകുട്ടിച്ചേട്ടന്റെ ഡയലോഗ് കേട്ട മല്ലികേച്ചി അയ്യോ എന്റെ മോനെ എന്നും പറഞ്ഞു മോഹാലസ്യപ്പെട്ടുവീണു.

ഇതിനിടെ നാട്ടുകാരെല്ലാം വീടും പറമ്പും തട്ടിൻമുകളും അരിച്ചു പെറുക്കി. നോ രക്ഷ. സാധാരണ നിങ്ങൾ കളിക്കുമ്പോൾ എവിടെയൊക്കെയാണ് ഒളിക്കാറ് പിള്ളേരെ എന്നുള്ള നാട്ടുകാരുടെ ചോദ്യത്തിന് ഉത്തരം പറഞ്ഞുപറഞ്ഞ് ഞങ്ങൾ കരച്ചിലിന്റെ വക്കത്തായി.

"കാണിച്ചു തരാം. നീ വീട്ടിൽ വാ. അവരുടെ ഒരു അമ്പസ്താനിക്കളി."

അമ്മച്ചി എന്നെ നോക്കി കണ്ണുരുട്ടി. സങ്കടം ഇരട്ടിയായി. ഞാൻ നിന്ന് കരയാൻ തുടങ്ങി.

അന്വേഷണം തകൃതിയായി നടന്നു. മല്ലികേച്ചി കാണാതെ അടിക്കാൻ പ്രഭേട്ടൻ പത്താഴത്തിൽ ഒളിപ്പിച്ചുവെച്ചിരുന്ന ഒരു ജോഹർ പൈന്റ്, തൊഴുത്തിലെ വൈക്കോൽ തട്ടിൽ പൊരുന്നി ഇരുന്നിരുന്ന ഞങ്ങടെ വീട്ടിലെ കാണാതായ കറുത്ത കോഴി, കുപ്പിപ്പാട്ട പെറുക്കികൾ കൊണ്ടുപോയെന്നു മല്ലികേച്ചി ഉറച്ചു വിശ്വസിച്ചിരുന്ന കാണാതായ ചെപ്പുകുടം, എളാങ്ക് എന്നിവയൊക്കെ നാട്ടുകാർക്ക് കിട്ടി. ബട്ട് പ്രവിമോനെ മാത്രം കിട്ടിയില്ല.

പൊലീസ് സ്റ്റേഷനിൽ പോയി വന്ന മെമ്പറും ടീമും പറഞ്ഞാണ് ആ ഞെട്ടിപ്പിക്കുന്ന ന്യൂസ് അവിടെ പതിഞ്ഞ ശബ്ദത്തിൽ പരക്കാൻ തുടങ്ങിയത്. ഒല്ലൂര് നിന്നും മരത്താക്കര ഡയറക്ഷനിലേക്ക്, ഉച്ചയോടെ ഒരു അമ്മികൊത്തു സംഘം പോകുന്നതായി ചിലർ കണ്ടെന്നും അവരുടെ കൂട്ടത്തിൽ ചില കുട്ടികൾ ഉണ്ടെന്നും അവര് പിള്ളേര് പിടുത്തക്കാരാണെന്നും ആണെന്നുള്ള ന്യൂസ് ഒരു

ഇടിത്തീപോലെ അവിടെ പരന്നു. കേട്ടവർ കേട്ടവർ സംഘങ്ങളായി പല വഴികളിലേക്കും അമ്മികൊത്തുസംഘത്തെ അന്വേഷിച്ചു പോയി. ഒരു മരണവീടുപോലെ ആ വീട് ശോകമൂകമായി. മല്ലി കേച്ചിയുടെ ഏങ്ങലടികൾ ഇടയ്ക്കിടെ ഉയർന്നുകൊണ്ടിരുന്നു.

ഇതെല്ലാം കണ്ടു വീടിന്റെ വരാന്തയിൽ തളർന്നു ഇരുന്നിരുന്ന പ്രഭേട്ടൻ, ടോർച്ച് കക്ഷത്തിൽ വെച്ച്, ബീഡിക്കു തീ കൊളുത്തി, വീടിന്റെ സൈഡിലെ കയ്യാലയിൽ ചെന്ന്, ഒന്ന് പാസാക്കണ സമയത്താണ്, കയ്യാലയിൽ വീടിന്റെ ഭിത്തിയോട് ചേർന്ന് ഞാത്തിയിട്ടിരുന്ന, ചുരുട്ടി വച്ച പനമ്പിൽനിന്നും ഒരനക്കം കേട്ടത്. പനമ്പിനുള്ളിലേക്കു ടോർച്ചു തെളിച്ചു നോക്കണ പ്രഭേട്ടനെ നോക്കി, കോട്ടുവാ ഇട്ടുകൊണ്ട് എണീറ്റ പ്രവി നിരങ്ങി നിരങ്ങി വന്നു പനമ്പിന്റെ പുറത്തേക്കു തലയിട്ടു നോക്കി. ബർത്ഡേയ്ക്കു തന്റെ കൂടെ അമ്പസ്താനി കളിക്കാൻ വന്ന നാട്ടുകാരെ കണ്ടു പ്രവി തെല്ലൊന്നു അമ്പരന്നു. കരഞ്ഞു തളർന്നു കിടന്നിരുന്ന മല്ലികേച്ചി ഓടിവന്നു പ്രവിയേ വാരിപ്പുണർന്നു കരഞ്ഞു.

പിള്ളേര് പിടുത്തക്കാരായ അമ്മികൊത്തുകാരെ അന്വേഷിച്ചു മരത്താക്കരയുടെ പല ഊടുവഴികളിലും അപ്പോഴും ചെറുസംഘങ്ങളായി നാട്ടുകാരും ഒല്ലൂർ എസ്.ഐയുടെ നേതൃത്വത്തിൽ പൊലീസും തിരച്ചിൽ തുടരുന്നുണ്ടായിരുന്നു.

ഇത്രയും ബഹളം അവിടെ നടന്നിട്ടും ഉറക്കത്തിൽനിന്നും ഉണരാതിരിക്കാൻ മാത്രം പായസം അവൻ കുടിച്ചിരുന്നോ? എങ്ങനെ ഒരാൾ പൊക്കത്തിൽ ചായ്പിൽ ഞാത്തിയിട്ടിരിക്കണ പനമ്പിൽ അവൻ കയറിക്കൂടി എന്നുമുള്ള സംശയം ഇന്നും എന്നെ അലട്ടിക്കൊണ്ടിരിക്കാണ്.

■

ഗ്രഹിണി

മുളങ്കൂട്ടങ്ങളാൽ ചുറ്റപ്പെട്ട ഒരു പറമ്പിന്റെ നടുവിലായി ഓല മേഞ്ഞ ഒരു കുടിൽ. കുടിലിന്റെ മുന്നിലായി മുൾവേലികൊണ്ട് ചുറ്റിക്കെട്ടിയ ഒരു കിണർ. കിണറിന്റെ വലതുവശത്തായി ഒരു യക്ഷിപ്പാല. പാല മരത്തിന്റെ അടിയിൽ വിളക്ക് വെക്കുന്ന ഒരു തറ. മുളയുടെ ഇല കൾ വീണു നിറഞ്ഞ് ഇരുട്ട് മൂടി കിടന്നിരുന്ന ആ പറമ്പിൽനിന്നും ചില രാത്രികളിൽ ഉടുക്കുകൊട്ടിപ്പാട്ടു കേട്ടിരുന്നു. ചെറുപ്പത്തിൽ ആ പറമ്പിലേക്ക് നോക്കുമ്പോൾത്തന്നെ പേടിയായിരുന്നു.

ആ കുടിലിലിലാണ് നാട്ടിലെ പ്രധാന പാടത്തു പണിക്കാരി ലീലയും അവരുടെ ഭർത്താവ് അയ്പൂട്ടിയും എട്ടു മക്കളും താമസി ച്ചിരുന്നത്.

കറുത്ത് തടിച്ച, ലളിതശ്രീയുടെ ബോഡി ഷേപ്പ് ഉണ്ടായിരുന്ന ലീലേച്ചിക്ക് മുന്നിലോട്ടു ഉന്തി നിന്നിരുന്ന രണ്ടു പല്ലുകൾ അഴക് കൂട്ടിയിരുന്നു. പ്രേമത്തിന് കണ്ണില്ലെന്നാണല്ലോ. പാടത്തു താറാ വിനെയും ആട്ടി നടന്നിരുന്ന ബാല ടിബി വന്ന ഇന്ദ്രൻസിനെ പ്പോലെ ഉണ്ടായിരുന്ന അയ്പൂട്ടിയെ, ഒരു ദിവസം ലീലേച്ചി വീട്ടി ലേക്കു കൂട്ടിക്കൊണ്ടു വന്നു ലവ് മാര്യേജ് ചെയ്തു.

പകൽ 'എന്റെ ചെറിയ മനസ്സിൽ നിങ്ങളുടെ വലിയ രൂപം മാത്രമേ ഉള്ളൂ' എന്നും പറഞ്ഞു വിനയവിധേയനായി ലീലേച്ചി യുടെ കൂടെ നടക്കണ അയ്പൂട്ടി, വൈകുന്നേരമായാൽ വാറ്റു ചാരായം കുടിച്ചു വന്നു ഭാര്യയെ മുടിയിൽ പിടിച്ചു കുനിച്ചു നിർത്തി പുറത്തു മുട്ടുകയ്യിന് ഇടിക്കും.

"അയ്യോ... ഈ കാലമാടൻ എന്നെ കൊല്ലുന്നേ..." എന്ന് കിടന്നു കാറാറുണ്ടെങ്കിലും പകൽ മുഴുവൻ പണിയെടുത്തു നടു കഴച്ചി രിക്കണ ലീലേച്ചിക്ക് അയ്പൂട്ടിയുടെ ഈ മസ്സാജിങ് ഇഷ്ടമായി രുന്നു.

വരിവരിയായി എട്ട് ജൂനിയർ ലളിതശ്രീകൾ ആ കുടിലിൽ പിറന്നു. എട്ടാമത്തെയും പെണ്ണാണെന്നറിഞ്ഞ അയ്പൂട്ടി പാടത്തു വാഴക്കിടാൻ വച്ചിരുന്ന ഫ്യൂറഡാൻ എടുത്തടിച്ചു വീടിനു മുന്നിലെ കിണറ്റിൽ ചാടി. ഒന്ന് മുങ്ങാൻകുഴിയിട്ടു പൊങ്ങി കിണറ്റിന്റെ പാമ്പേരിയിൽ പിടിച്ചു കിടന്ന അയ്പൂട്ടിയെ നാട്ടുകാർ കരയ്ക്കെടുത്തു വായിൽ വാളൻപുളിവെള്ളം നിറച്ചു ഛർദ്ദിപ്പിച്ചു രക്ഷപ്പെടുത്തി.

ഫ്യൂറഡാൻ അടിച്ച് ആമ്പയർ പോയ അയ്പൂട്ടിയെ നോക്കി തറവാട്ടിൽ ഒരു ആൺതരിയുടെ കരച്ചിൽ കേൾക്കാൻ മോഹവുമായി ലീലേച്ചി നെടുവീർപ്പെട്ടിരുന്നു.

ആ സീസണിലെ പാടത്തു പണിയുടെ വരുമാനമെല്ലാം കൂട്ടിവച്ച് ഒരു കറുത്ത മുട്ടനാടിനെ മേടിച്ചു ബ്രാത്തുണ്ടാക്കി റമ്മൊഴിച്ചു ലീലേച്ചി അയ്പൂട്ടിക്കു കൊടുത്തു.

മൂത്ത പെൺകുട്ടിയുടെ കല്യാണത്തിന്റെ അന്ന് ലീലേച്ചി ഓക്കാനിച്ചു. സദ്യയ്ക്ക് ബാക്കി വന്ന പരിപ്പ് പായസം കുടിച്ചു ഗ്യാസ് കേറീതാണ് എന്ന് വിചാരിച്ചു പുറം ഉഴിഞ്ഞു കൊടുത്തു നിന്ന പെണ്ണുങ്ങൾ കല്യാണപ്പെണ്ണിനേക്കാൾ നാണത്തിൽ നഖം കടിച്ചു നിന്ന പെണ്ണിന്റെ അമ്മയെ കണ്ടു പറഞ്ഞു, "അയ്പൂട്ടി പണി പറ്റിച്ചൂട്ടാ."

അമ്പലങ്ങളായ അമ്പലങ്ങളിലും പള്ളികളായ പള്ളികളിലും രണ്ടാളും നേർച്ചകൾ നേർന്നു. "ഉണ്ടാവുന്നത് ഒരു ആൺതരി ആവണേ" എന്ന് ഉള്ളുരുകി പ്രാർത്ഥിച്ചു. അയ്പൂട്ടിയെ ഗുരുവായൂർ അമ്പലത്തിനു ചുറ്റും ലീലേച്ചി വട്ടൂരൂട്ടണപോലെ ഉരുട്ടി.

ഒൻപതാം മാസമായപ്പോൾ ലീലേച്ചി വീടിന്റെ കോലായിലിരുന്ന ഫ്യൂറഡാനും എലിവിഷവുമൊക്കെ എടുത്തു പറമ്പിൽ കുഴിച്ചിട്ടു. മുള വെട്ടി കിണറിന്റെ മുകൾഭാഗം മൂടി.

നിറവയറുമായി പാടത്തു ഞാറു നാട്ടോണ്ടിരിക്കുമ്പം ലീലേച്ചിക്കു പേറ്റു നോവ് വന്നു. പാടത്തെ പണിക്കാരിപ്പെണ്ണുങ്ങളെല്ലാം ചേർന്ന് അടുത്തുള്ള തെങ്ങിൻതോപ്പിൽ പ്രസവവാർഡ് ഒരുക്കി. അയ്പൂട്ടി ഒരു തെങ്ങിന്റെ അടിയിൽ നിന്ന് മഞ്ഞകാജ ആഞ്ഞാഞ്ഞു വലിച്ചു.

"ആൺകുട്ടിയാ..."

പെണ്ണുങ്ങൾ വിളിച്ചു പറഞ്ഞ കേട്ട് അയ്പൂട്ടി തെങ്ങിൻകടയ്ക്കൽ തളർന്നിരുന്നു. ചേറുപറ്റിയ മുണ്ടിൻതലപ്പെടുത്തു കണ്ണീരൊപ്പി. ലീലേച്ചി ബഹുമാനത്തോടെ അയ്പൂട്ടിയെ നോക്കി.

തറവാട്ടിലെ ആദ്യത്തെ ആൺതരിയെ ലീലേച്ചി ആട്ടിൻപാലും താറാമുട്ടയും കൊടുത്തു കുട്ടാ എന്ന് വിളിച്ചു ഓമനിച്ചു വളർത്തി. കൈ വളരുന്നോ കാൽ വളരുന്നോ എന്ന് നോക്കിയിരുന്ന അമ്മയെ വ്യസനിപ്പിച്ചുകൊണ്ട് കുട്ടന്റെ വയറുമാത്രം വീർത്തു വലുതായി വന്നു. കടുവിനു പലിഞ്ഞീൻവച്ച പോലെ.

ഉന്തിയ വയറും ഒലിക്കുന്ന മൂക്കുമായി മൂട് കീറിയ ഒരു ട്രൗസറുമിട്ടു സൈക്കിളിന്റെ ടയർ ബ്രൂം... ബ്രൂം... എന്ന് സൗണ്ടുണ്ടാക്കി മുളവടി കൊണ്ട് കൊട്ടി കൊട്ടി നടക്കണ കുട്ടനെയും നോക്കി ലീലേച്ചി തളർന്നിരുന്നു.

“അതിനു ഗ്രഹിണിയാടീ. നീയതിനെ ആ ഹെൽത്ത് സെന്ററിൽ കൊണ്ടോയി റോസി നഴ്സിനെ ഒന്ന് കാണിക്ക്. എന്നിട്ട് ആന്റി ഫോറം മേടിച്ചു കൊടുക്കൂ.” പറമ്പിൽ പണിക്കു വന്ന ലീലേച്ചിയോട് അമ്മ പറഞ്ഞു.

മോനെ ഒരു നിമിഷം പിരിഞ്ഞിരിക്കാൻ പറ്റാതിരുന്ന ലീലേച്ചി കുട്ടനെ സ്കൂളിൽ വിട്ടില്ല. അമ്മയുടേം അച്ഛന്റേം കൂടെ ഗ്രഹിണി വയറുമായി കുട്ടൻ നാട്ടിലൊക്കെ കറങ്ങി നടന്നു.

അങ്ങനെയിരിക്കെ കനകശ്ശേരി അമ്പലത്തിന്റെ പിന്നിലായി തോട്ടുവക്കത്തുള്ള ഞങ്ങടെ നാലരപ്പറ കണ്ടത്തിൽ അക്കൊല്ലത്തെ ഞാറു നടീലായി. ഞാറു നടുന്നതിനു മുൻപായി കണ്ടം ഉഴുതു മറിച്ചു പാകപ്പെടുത്തണം. തുകലും കമ്പനി വെണ്ണീറും ചാണകവും ഒരാഴ്ച മുമ്പേ പാടത്തു കൊണ്ടിട്ടിരുന്നു.

വെണ്ണീറ് ചിന്നാൻ പണിക്കാരി പെണ്ണുങ്ങളുമായി അമ്മച്ചി നടന്നു. പുറകെ പണിക്കാർക്കുള്ള കപ്പപ്പുഴുക്കും കട്ടൻചായയുമായി ഞങ്ങൾ മക്കളും.

പാടത്തേക്കു പോകുന്ന വഴി കുടിലിന്റെ മുന്നിൽ മക്കളുടെ തലയിലെ പേനും നോക്കിയിരിക്കണ ലീലേച്ചിയെ കണ്ടപ്പോ അമ്മ പറഞ്ഞു, "നീയും ഉണ്ടേൽ പോരേടീ."

മുളങ്കൂട്ടത്തിന്റെ അടിയിൽ ഓന്തിനെ പിടിച്ചു കഴുത്തിൽ കുടുത്താം ഇട്ടു കളിച്ചിരുന്ന കുട്ടന്റെ കണ്ണ് വെട്ടിച്ച് ലീലേച്ചി വന്നു. ഞങ്ങൾ നടക്കാൻ തുടങ്ങി.

അമ്മയുടെ കാന്തവലയം നഷ്ടമായതറിഞ്ഞ കുട്ടൻ തലയുയർത്തി നോക്കി. ഒറ്റക്കരച്ചിലായിരുന്നു.

"കുരുപ്പ് അത് കണ്ടു." ലീലേച്ചി പ്രാകിത്തീർന്നില്ല, മുണ്ടിൻ തലയ്ക്കൽ കുട്ടന്റെ പിടിവീണു.

ഗ്രഹിണി പിടിച്ചു വീർത്ത അവന്റെ വയറും കുഴിഞ്ഞ കണ്ണുകളും നോക്കി കൗതുകത്തോടെ പിന്നാലെ നടന്ന ഞങ്ങളെ നോക്കി കുട്ടൻ മഞ്ഞപ്പല്ല് കാണിച്ചു കൊഞ്ഞനം കുത്തി.

പൂട്ടുകാരൻ അന്തോണിമാപ്ല നേരത്തെ വന്നു പണി തുടങ്ങിയിരുന്നു. പിള്ളേരെയെല്ലാം വരമ്പത്ത് ഇരുത്തി അമ്മച്ചി കൂട്ടിരുന്നു. പെണ്ണുങ്ങൾ വെണ്ണീറ് ചിന്നാൻ തുടങ്ങി. കുറച്ചു മാറി തോട്ടിന്റെ വക്കത്തായി കുട്ടൻ തോട്ടിലോട്ടു കല്ലും എറിഞ്ഞ് ഇരുന്നു.

കണ്ടം പൂട്ടുന്ന സമയത്തു ബ്രാൽ കുട്ടികളെ തിന്നാനായി പറന്നിറങ്ങിയിരുന്ന കൊറ്റികളെയും കാക്കകളെയും നോക്കി, നുകത്തിൽനിന്നും ഒരു പ്രത്യേക ഡിസൈനിൽ കളിമണ്ണ് തിരിഞ്ഞു തിരിഞ്ഞു വരുന്നതും കണ്ട് കൗതുകത്തോടെ ഞാനിരുന്നു.

ബ്ലൂം....തോട്ടിലേക്ക് എന്തോ വീണ ശബ്ദം കേട്ട് എല്ലാരും തലയുയർത്തി നോക്കി. തൊട്ടു വക്കിൽ നിന്ന കുട്ടനെ കാണാനില്ല.

"അയ്യോ... എന്റെ കുട്ടാ..." എന്നും പറഞ്ഞു നെഞ്ചത്തടിച്ചുകൊണ്ട് വെള്ളത്തിലേക്കെടുത്തു ചാടാൻ നിന്ന ലീലേച്ചിയെ പെണ്ണുങ്ങൾ വട്ടംപിടിച്ചു. കണ്ടം പൂട്ടണ അന്തോണിമാപ്ലയെ നോക്കി ലീലേച്ചി അലറി.

"ടോ മാപ്ലേ... നോക്കി നിൽക്കാതെ എന്റെ കുഞ്ഞിനെ രക്ഷിക്കേടോ."

മൂരിക്ക് ഒരു പ്രത്യേക ശബ്ദത്തിൽ സിഗ്നൽ കൊടുത്ത് അന്തോണിമാപ്ല ബ്രേക്കിട്ടു നിന്നു. എന്നിട്ട് തോട്ടിലെ വെള്ളത്തിൽ കൈകാലിട്ടടിച്ചിരുന്ന കുട്ടനെ ഒന്നു നോക്കി. എന്നിട്ട് അരയിലെ

പ്ലാസ്റ്റിക് പൊതി അഴിച്ച് ഒരു കഷ്ണം പുകല വായിലിട്ടു വീണ്ടും പൂട്ട് തുടർന്നു.

നെഞ്ചത്തടിച്ചു തോട്ടിൻകരയിലൂടേ ഓടിയ ലീലേച്ചി മോഹാലസ്യപ്പെട്ടു വീണു.

തെങ്ങു കയറി ബോറടിച്ച് ഇനിയല്പം ചൂണ്ടിക്കളയാം എന്നും വിചാരിച്ച് ആ വഴി വന്ന തെങ്ങേറ്റക്കാരൻ വേലായുധേട്ടൻ തോട്ടിൽ മുങ്ങിത്താണു വന്നിരുന്ന കുട്ടനെ കണ്ടു. പിന്നൊന്നും നോക്കിയില്ല. തോട്ടിലേക്കെടുത്തു ചാടി. മുടിക്ക് പിടിച്ചു വലിച്ചു കുട്ടനെ കരയിലേക്ക് കയറ്റി. മലത്തി കിടത്തി അവന്റെ ഗ്രഹിണി വയറിൽ പിടിച്ചു ഞെക്കാൻ തുടങ്ങി.

“താനെന്തൂട്ടാടോ കാണിക്കണേ” എന്നും പറഞ്ഞു കുട്ടൻ വേലായുധേട്ടന്റെ നെഞ്ചിൻകൂട്ടിനു നോക്കി ചവിട്ടി. ആള് പിന്നിലോട്ടു മറിഞ്ഞു കണ്ടത്തിൽ വീണു. കുട്ടൻ എണീറ്റോടി.

മോഹാലസ്യപ്പെട്ടു കിടന്ന ലീലേച്ചിയെ പെണ്ണുങ്ങൾ മുഖത്തു വെള്ളം തെളിച്ചു എണീപ്പിച്ചിരുത്തി, തുണിയെടുത്തു വീശിക്കൊടുത്തുകൊണ്ടിരിക്കുമ്പോൾ കുട്ടൻ ഓടിക്കിതച്ചു വന്നു പറഞ്ഞു.

“അമ്മെയ് ദേ അയാള് എന്നെ തോട്ടിൽ നീന്താൻ സമ്മതിക്കണില്യ.”

“ഫ... നായിന്റെയ് മോനേ...” എന്നും പറഞ്ഞ് അവിടെ നിന്നും മുടിയഴിച്ചിട്ടു കലിതുള്ളി എണീറ്റ ലീലേച്ചിയെ കണ്ടപ്പോ തലേക്കൊല്ലം പാലമരച്ചോട്ടിൽ കളമെഴുത്തും പാട്ടിനു മുടിയഴിച്ചിട്ടു തുള്ളിയ ലീലേച്ചിയുടെ രൂപം എനിക്ക് ഓർമ്മ വന്നു.

“പ്ഠൊ...”

ആദ്യമായി അന്ന് ലീലേച്ചി കുട്ടനെ ചെപ്പക്കുറ്റിക്ക് തല്ലി. തല്ലിന്റെ സൗണ്ട് കേട്ട് ഒറ്റക്കാലിൽ ഇരുന്ന കൊറ്റികൾ ചിറകടിച്ചുയർന്നു. ഒന്ന് മുകളിൽ ചെന്ന് റൗണ്ട് ഇട്ടു വീണ്ടും തിരിച്ചിറങ്ങി.

പൂട്ടുകാരൻ അന്തോണിമാപ്ല ചുണ്ടിൽ ഒരു പുഞ്ചിരിയുമായി അപ്പോളും കണ്ടം പൂട്ടിക്കൊണ്ടിരുന്നു.

അയ്പൂട്ടിയുടെ കൂടെ വന്ന് ആ തോട്ടിൽ മുങ്ങാംകുഴിയിട്ടു നീന്തണ കുട്ടനെ അന്തോണിമാപ്ല മുൻപ് കണ്ടിരുന്നു.

വേലായുധന്റെ ഫസ്റ്റ് എയ്ഡിന്റെ ആണോ അതോ റോസിനേഴ്സിന്റെ ആന്റി ഫോറത്തിന്റെ ആണോ എന്നറിയില്ല അക്കൊല്ലം കുട്ടന്റെ ഗ്രഹിണി മാറി.

■

മരത്താക്കരയിലെ കട്ടകൾ

എന്റെ യൗവന കാലത്ത് മലയാള മനോരമ പത്രത്തിന്റെ നാലാം പേജിൽ വന്നിരുന്ന ജീവൻടോൺ പരസ്യത്തിലെ മീശയില്ലാത്ത ഒരു ഇണ്ണെപ്പൻ മസിലുകാരന്റെ പടം വെട്ടിയെടുത്ത് അങ്ങേർക്ക് ഒരു കൊമ്പൻ മീശ വരച്ചുകൊടുത്ത് റൂമിൽ ചുവരിൽ ഒട്ടിച്ചു വച്ചിരുന്നു.

വീട്ടിൽ പുരാവസ്തുപോലെ ഇരുന്നിരുന്ന, കേടായ പെഡസ്റ്റൽ ഫാൻ എടുത്ത് ടിവിയിൽ ഒളിംപിക്സിന് ഭാരോദ്വഹന മത്സരത്തിൽ വെയിറ്റ് ലിഫ്റ്റ് ചെയ്യുന്ന പോലെ, മൂന്ന് സ്റ്റെപ്പ് ഇട്ടു നൂറ് നൂറ്റമ്പതു പ്രാവശ്യം ദിവസേന പൊക്കി താത്തിയിട്ടും രണ്ടിടങ്ങഴി അരിയുടെ ചോറ് കായത്തൊലിയടക്കം ഇട്ട് വച്ച പോത്തിറച്ചി കൂട്ടിക്കഴിച്ചിട്ടും ദേഹത്തിനു പുഷ്ടി വെക്കാതിരുന്ന എന്നോട് എന്റെ അഭ്യുദയകാംക്ഷി ആന്റേട്ടൻ പറഞ്ഞു. “ഈ ജീവൻടോൺ എന്ന് പറയണ സാധനം നമ്മുടെ ച്യവനപ്രാശത്തിന്റെ മുന്നിൽ ഒന്നുമല്ലെടാ. നീ ച്യവനപ്രാശം മേടിച്ചു കഴിച്ചു നോക്കൂ.”

എന്തു കോപ്പ് കഴിച്ചിട്ടാണേലും സീറോ സൈസ് ആയ എന്റെ ബോഡിയിൽ ഒരിത്തിരി മസിലുണ്ടായി കാണണം എന്നുള്ള തീവ്രമായ ആഗ്രഹത്തിൽ ഒല്ലൂർ മരുന്നുകാരൻ അന്തോണിച്ചേട്ടന്റെ പച്ചമരുന്ന് കടയിൽനിന്നും ഞാൻ ച്യവനപ്രാശം മേടിച്ചു ദിവസേന രണ്ടു സ്പൂൺ സേവിച്ചു തുടങ്ങി.

ഒരു ദിവസം പള്ളിപ്പറമ്പിലെ വൈകീട്ടത്തെ ഫുട്ബോൾ കളി കഴിഞ്ഞ് മരത്താക്കര സ്കൂളിന്റെ സൈഡിലായുള്ള, സിമന്റ് തറ കെട്ടി വളച്ച, പിള്ളേർ ചോറുപാത്രം കഴുകുന്ന പൈപ്പുകളിൽ, ഏറ്റവും പ്രഷറിൽ വെള്ളം വരുന്ന മൂന്നാമത്തെ പൈപ്പിൽ നിന്നും വെള്ളം മുത്തിക്കുടിച്ച് സിമന്റ് തറയിൽ അണച്ച് ഇരിക്കുന്ന സമയത്താണ് കൂടെ കളിച്ചിരുന്ന സമപ്രായക്കാരനായ ബിജു ബനിയൻ ഊരി വെള്ളം കുടിക്കാനായി അങ്ങോട്ട് വന്നത്. കുട്ടനെല്ലൂർ ഹെവൻലി

ജിംനേഷ്യത്തിൽ പോയിരുന്ന ബിജുവിന്റെ ദേഹത്തു ഉരുണ്ടുകളിച്ചിരുന്ന മസിലുകൾ കണ്ട് അറിയാതെ ഞാൻ വാ പൊളിച്ചു ഇരുന്നു.

വെള്ളം കുടിക്കാനായി സ്ലോമോഷനിൽ കുനിഞ്ഞ ബിജുവിന്റെ കയ്യിലെ ബൈസെപ്റ്റസിനു ആശാന്റെ കടയിലെ ഒരു കിലോ പോത്തിറച്ചി പൊതിയുടെ വലിപ്പം ഉണ്ടായിരുന്നു. ഒരു നെടുവീർപ്പോടെ എന്റെ കയ്യിലെ കായബജിയുടെ വലിപ്പമുള്ള മസിൽ തലോടിക്കൊണ്ട് ഞാൻ ബിജുവിനോട് ചോദിച്ചു.

“ഡാ, നീ ജീവൻടോൺ കഴിക്കാറുണ്ടോ?”

പുഞ്ചിരിയോടെ അടുത്ത് വന്നു എന്റെ തോളിൽ കൈ വച്ച് അവൻ പറഞ്ഞു “ജീവൻടോൺ ഒന്നും കഴിച്ചോണ്ടു മാത്രം മസിൽ വരില്ല ജോഷീ, ജിമ്മിൽ ചേരണം. നീയുണ്ടേൽ വാ.”

അവന്റെ കയ്യിന്റെ കനത്താൽ തോളല്പം ചെരിഞ്ഞു ഗ്രഹിണി വന്ന മോഹൻലാലിനെപോലെ വളിച്ച ചിരിയുമായി ഞാൻ അവിടെ ഇരുന്നു. പക്ഷേ മനസ്സിൽ തീരുമാനിച്ചിരുന്നു. ജിമ്മിൽ ചേരണം.

ഒരു ദിവസം പള്ളിപ്പറമ്പിൽ വച്ച് ഞങ്ങളുടെ സ്ഥിരം ഗോളി സത്യേട്ടൻ ബോളുകൾ തടുത്ത് തഴമ്പ് വന്ന തന്റെ നെഞ്ച് തടവി പറഞ്ഞു “ആരേലും ജിമ്മിന് ചേരാൻ ഉണ്ടോ? ആമ്പല്ലൂർ ശ്രീലക്ഷ്മി തീയേറ്ററിനടുത്തു ഗോൾഡൻ ജിംനേഷ്യത്തിൽ ന്യൂ ഇയർ ഓഫർ ഉണ്ട്. മാസത്തിൽ വെറും 25 രൂപ ഫീസ്.”

സത്യേട്ടൻ മരത്താക്കര പള്ളിയിലെ സൈക്കോ ക്ലബ്ബ് ടീമിന്റെ വിശ്വസ്തനായ സ്ഥിരം ഗോളി ആയിരുന്നു പന്ത് കൈകൊണ്ട് തടുക്കുന്നതിലും കൂടുതൽ, നെഞ്ചുകൊണ്ടു തടുത്തിരുന്ന സത്യേട്ടൻ ഒല്ലൂർ പള്ളിയിൽ നടന്ന അഖില കേരള സെവൻസ് ടൂർണമെന്റ് സെമിയിൽ സൂപ്പർ സ്റ്റുഡിയോ മലപ്പുറം അടിച്ച ഗോളെന്നുറപ്പിച്ച 15 ഷോട്ടുകൾ നെഞ്ചുകൊണ്ടു തടുത്തു മരത്താക്കരയുടെ ഹീറോ ആയി കളി ഏഴു ഗോളിന് തോറ്റെങ്കിലും ടൂർണമെന്റിലെ ഏറ്റവും നല്ല ഗോളിക്കുള്ള കപ്പ് സത്യേട്ടൻ സ്വന്തമാക്കി.

നെഞ്ചിൽ പിണ്ഡതൈലം പുരട്ടി ആടിന്റെ കൂമ്പ് ജീരകവും കുരുമുളകും ഇട്ടു കഴിച്ചു വീട്ടിൽ വിശ്രമിച്ചിരുന്നതിനാൽ കപ്പ് സത്യേട്ടനു വേണ്ടി ഏറ്റുവാങ്ങിയത് സഹകളിക്കാർ ആയിരുന്നു.

ഗോൾഡൻ ജിമ്മിന്റെ കാര്യം പറയുന്നത് സത്യേട്ടനാണ്. പോരാത്തേന് ഫീസ് വെറും 25 രൂപ! ഒന്നും നോക്കിയില്ല. “ഞാനുണ്ട്.” ഉറക്കെ പറഞ്ഞു. കൂട്ടത്തിൽ പ്രാഞ്ചിയേട്ടനും സുരേഷേട്ടനും ജോഷിയും റെഡി ആയി മുന്നോട്ടു വന്നു.

അങ്ങനെ പിറ്റേന്ന് ജർമൻ ഗോൾകീപ്പർ ഒലിവർ ഖാന്റെയും ഇന്ത്യൻ ഗോളി കെ.ടി. ചാക്കോയുടെയും പടം ഒട്ടിച്ച സത്യേട്ടന്റെ ഓട്ടോറിക്ഷ എല്ലാവരുമായി പുലർച്ചെ അഞ്ചു മണിക്ക് വീടിനു മുന്നിൽ വന്നു ഹോൺ അടിച്ചു.

ജീവൻടോൺ മോഡൽ ആയി നിക്കണ കുറ്റിക്കാടൻ ജോഷിയെ മനസ്സിൽ കണ്ട് ഉറക്കമില്ലാതെ കിടന്നിരുന്ന ഞാൻ ചാടിയെണീറ്റു സ്റ്റോർ റൂമിൽ പോയി ചുവന്ന പിടയ്ക്കു അടവെയ്ക്കാനായി അമ്മച്ചി എടുത്തു വച്ചിരുന്ന മുട്ടയിൽ നിന്നും രണ്ടെണ്ണം പച്ചയ്ക്കു കഴിച്ചു വേഗം ഓടിച്ചെന്നു.

ജനുവരി മാസത്തിലെ കുളിർക്കാറ്റേറ്റു മയിൽപ്പീലി കാസറ്റിലെ 'ചന്ദന ചർച്ചിത നീല കളേബരം' പാട്ടും കേട്ട് ഓട്ടോയിൽ കിടന്നു ചെറുതായി മയങ്ങിയ ഞാൻ, ഹൈവേയിൽ മേരിപ്പാലം എത്തിയപ്പോൾ മൂക്കിലടിച്ചുകയറിയ കോഴിവേസ്റ്റ് മണം കേട്ട് ഞെട്ടിയുണർന്നു. ആ സുഗന്ധം ശ്വസിക്കാത്തവരായി ഒരു മരത്താക്കരക്കാരനും ഉണ്ടാവാൻ വഴിയില്ല. ഇപ്പഴും അതിനൊരു മാറ്റവുമില്ലെന്നു കഴിഞ്ഞ കൊല്ലം എനിക്ക് മനസ്സിലായി.

ആമ്പല്ലൂർ ശ്രീലക്ഷ്മി തീയേറ്ററിന്റെ സൈഡിലായി ഉള്ള ഇട വഴിയിൽ വണ്ടി നിന്നു. ഒരു വീടിനോടു ചേർന്ന് ചായ്പ്പിലായി ആസ്ബസ്റ്റോസ് അടിച്ച ഒരു ഷെഡിനു മുന്നിൽ, പഴയ ഒരു ബോർഡ് തൂങ്ങിക്കിടക്കുന്നു. ഗോൾഡൻ ജിംനേഷ്യം ബോർഡിന് മുന്നിലായി നൂറിന്റെ ബൾബ് മിന്നിമിന്നി കത്തുന്നു.

ഗോൾഡൻ ജിംനേഷ്യത്തിന്റെ സെറ്റപ്പ് കണ്ടപ്പോൾ മനസ്സിൽ ആശങ്ക തോന്നി. കുറെ ഇരുമ്പിന്റെ ആക്രിസാധനങ്ങൾ ചുമരിൽ. പഴയ ബാർബർഷാപ്പിലെ പോലെ ഒരു കണ്ണാടി. കണ്ണാടിക്ക് ഇരുവശമായി എണ്ണപുരട്ടി പോസിട്ടു നിക്കണ ജിമ്മുമാഷിന്റെ ഫോട്ടോ, ശരപഞ്ജരത്തിലെ കുതിരയെ മസാജ് ചെയ്യുന്ന ജയന്റെ ഫോട്ടോ. പിന്നെ ടെർമിനേറ്റർ സിനിമയിലെ അർനോൾഡിന്റെ ഫോട്ടോ എന്നിവയും ഒട്ടിച്ചു വച്ചിരുന്നു.

ഇരുമ്പും തുരുമ്പും വിയർപ്പുനാറ്റവും കൂടി വല്ലാത്ത ഒരു അവസ്ഥയിൽ തിരിച്ചുപോയാലോ എന്നാലോചിച്ചു നിൽക്കുമ്പോൾ സത്യേട്ടൻ പറഞ്ഞു. "ഈ സെറ്റപ്പൊന്നും നോക്കണ്ട. മാഷ് പുലിയാ. മിസ്റ്റർ കേരള പട്ടം കപ്പിനും ചുണ്ടിനുമിടയിൽ നിന്നും ബ്രാല് വഴുതിപ്പോണ പോലെ പോയതാ. മാഷ് പറയണ കേട്ട് ജിമ്മടിച്ചാ മൂന്നു മാസത്തിനുള്ളിൽ നിനക്കൊക്കെ അർണോൾഡ് ആവാം അർണോൾഡ്."

ഇതുകേട്ട് ഉവ്വ എന്നും പറഞ്ഞു സുരേഷേട്ടൻ അർനോൾഡിന്റെ പടം നോക്കി കോട്ടുവാ ഇട്ടു.

പശുവിനെ കറന്നു പുലർച്ചെ പാല് കൊണ്ട് കൊടുക്കണ ബോറൻ പരിപാടിയിൽനിന്നും ഒരു വിടുതൽ കിട്ടാൻ അച്ഛന്റെ പോക്കറ്റിൽ നിന്നും 25 രൂപ അടിച്ചുമാറ്റി ജിമ്മിന് ചേരാൻ വന്നതായിരുന്നു സുരേഷേട്ടൻ.

കുറച്ചു കഴിഞ്ഞപ്പോൾ മാഷ് വന്നു. കൂടെ അവിടുത്തെ സീനിയർസ് ആയ ഒല്ലൂർ മരംതട്ടുയൂണിയൻകാർ രണ്ടുപേരും ഉണ്ടായിരുന്നു. കാലത്തു മുതൽ വൈകീട്ട്വരെ മരം തട്ടണ ഇവരെന്തിനാണ് ഈ ജിമ്മിന് വരണത് എന്റെ കർത്താവേ എന്ന് ഞാൻ ഓർത്തു.

ഒരു വരയൻ ബനിയനും ലൂസ് ബെൽബോട്ടം പാന്റും ഇട്ട മാഷിനെ കണ്ടപ്പോൾ എനിക്ക് ബാലരമയിലെ മായാവിയിലെ വിക്രത്തിനെ ഓർമ്മ വന്നു.

മാഷ് പറഞ്ഞു “ഇന്ന് ആദ്യദിവസം വാം അപ്പ് മാത്രം മതി. സ്റ്റെപ് സ്റ്റെപ് ആയി വെയിറ്റ് ലിഫ്റ്റ് തുടങ്ങാം.”

മാഷ് പറഞ്ഞു തന്ന വാം അപ്പ് ചെയ്തോണ്ടിരിക്കുമ്പോൾ കണ്ണാടിക്കു മുന്നിൽ ഉഹ്ഹ്ഉഹ്ഹ്ഹ് എന്ന് സൗണ്ട് ഉണ്ടാക്കി ഡംബൽ അടിച്ചിരുന്ന ഒരു ചേട്ടൻ എന്നെ നോക്കി ചിരിക്കണത് കണ്ടു. അടുത്ത് ചെന്ന് ആളോട് ചോദിച്ചു “ചേട്ടന്റെ വീട്? എത്ര നാളായി ഇവിടെ?”

“എന്റെ വീട് പുതുക്കാട്. ഞാൻ ഒരു കൊല്ലമായി മാഷിന്റെ ട്രെയിനിങ്ങിൽ.” ആളുടെ മഞ്ഞത്തവളയുടെ കാലുപോലെ ഇരുന്ന മസിലു കാണിച്ചു എന്നോട് ചോദിച്ചു “എങ്ങനുണ്ട്?”

അങ്ങേരോട് ഒരു സഹതാപം തോന്നിയെങ്കിലും ഞാൻ മറുപടി പറഞ്ഞു: “കുഴപ്പമില്ല. ചേട്ടൻ നാടൻ മുട്ട കിട്ടാണേൽ വേടിച്ചു കഴിക്കണം ട്ടാ.”

മാഷ് വാം അപ്പ് മതിയെന്ന് പറഞ്ഞെങ്കിലും ആവേശം ആയിരുന്നു എല്ലാർക്കും. അവിടെ കണ്ട എല്ലാ ഇരുമ്പും ഞങ്ങൾ എടുത്തു പൊക്കി. പൊങ്ങണുണ്ട്. ആത്മവിശ്വാസം ആയി. എല്ലാരും

മത്സരിച്ചു ഓടിനടന്നു ഡംബൽ എടുത്തടിച്ചു. സത്യേട്ടൻ മാത്രം ഒരു സൈഡിൽ വാം അപ്പ് ചെയ്തോണ്ടിരുന്നു.

രണ്ട് മണിക്കൂറോളം വ്യായാമം ചെയ്തിട്ടും ഒരു ക്ഷീണവും തോന്നിയില്ല. മനസില്ലാമനസ്സോടെ അന്നത്തെ ജിം നിർത്തി ഞങ്ങൾ തിരിച്ചു പോന്നു.

പിറ്റേന്ന് പുലർച്ചെ അഞ്ചു മണിക്ക് വീടിനു മുന്നിൽ സത്യേട്ടന്റെ ഓട്ടോ വന്നു ഹോൺ അടിച്ചിട്ടും വാതിൽ തുറക്കാത്തത് കണ്ട് ആള് ഗേറ്റ് തുറന്ന് അകത്തു വന്നു ബെല്ലടിച്ചു.

അമ്മച്ചി കതകിൽ തട്ടണ കേട്ട് ഞെട്ടിയുണർന്ന ഞാൻ അമ്മേ എന്ന് നിലവിളിച്ചു.

എന്റെ കൈയും കാലും എല്ലാം നീർക്കെട്ടു വന്ന് അനക്കാൻ പറ്റാത്ത വേദന ഒരുവിധത്തിൽ എണീറ്റ് ഒടിയിൽ കഴല ഉള്ള ആൾക്കാര് നടക്കണ പോലെ വേച്ചു വേച്ചു നടന്ന് ജനാലയ്ക്കൽ ചെന്ന് സത്യേട്ടനോട് പറഞ്ഞു, "നിങ്ങൾ പൊയ്ക്കോ, ഞാൻ നാളെ വരാം." ഞാൻ ഓട്ടോയിലേക്കു നോക്കി. ആരും ഇല്ല. "അവരൊക്കെ എവിടെ?" ഞാൻ ചോദിച്ചു.

"നിങ്ങളെ ജിമ്മിന് ചേർത്ത എന്നെ വേണം പറയാൻ." തല ചൊറിഞ്ഞ് സത്യേട്ടൻ പോയി.

പിറ്റേന്ന് മുതൽ എല്ലാ പുലർച്ചെയും സുരേഷേട്ടൻ പാല് കൊണ്ട് കൊടുക്കാനും ഞാനും പ്രാഞ്ചിയേട്ടനും ജോഷിയും സുഖായി മൂടിപ്പുതച്ചു കിടന്നുറങ്ങാനും തുടങ്ങി. സത്യേട്ടന്റെ ഓട്ടോ അപ്പോഴും ആമ്പല്ലൂർ ലക്ഷ്യമാക്കി യാത്ര ചെയ്തുകൊണ്ടിരുന്നു.

പുറന്ന പിടക്കോഴിക്ക് താനിട്ട മുട്ടകൾ അടയിരുന്നു വിരിഞ്ഞു കുഞ്ഞുങ്ങളെ കാണാനുള്ള ഭാഗ്യം കിട്ടി.

കഴിഞ്ഞ വർഷം നാട്ടിൽ ചെന്ന് വീടിനു മുന്നിൽ നിൽക്കണ എന്നെ കണ്ട് തന്റെ ആപ്പേ വണ്ടിയിൽ സ്കൂൾകുട്ടികളുമായി പോയിരുന്ന സത്യേട്ടൻ വണ്ടി ചവിട്ടി നിർത്തി.

"നീയെന്നാടാ വന്നേ? എത്ര മാസം ലീവ് ഉണ്ട്? സാധനം കൊണ്ട് വന്നിട്ടില്ലേ?" നരച്ച രോമങ്ങൾ നിറഞ്ഞ തന്റെ തഴമ്പിച്ച നെഞ്ച് തടവി സത്യേട്ടൻ ചോദിച്ചു.

"ഞാൻ ഇന്നലെ വന്നു സത്യേട്ടാ. ഒരു മാസം ലീവ് ഉണ്ട്. സാധനം ഉണ്ട്. നമുക്ക് വഴിയുണ്ടാക്കാം" എന്ന് പറയുമ്പോൾ ഗോൾഡൻ ജിംനേഷ്യത്തിലെ ഇരുമ്പിന്റെ കനം കുറെ നാൾ വഹിച്ച സത്യേട്ടന്റെ നെഞ്ചിൽ രണ്ട് കട്ടകൾ ഉയർന്നു നിന്നിരുന്നു.

■

ബ്രൂസിലി

ആമ്പൽപ്പൂക്കളും താമരപ്പൂക്കളും നിറഞ്ഞ കോൾപ്പാടത്തെ രണ്ടായി പകുത്ത് ഒരു തടയിണ ബണ്ട് കായലുപോലെ പരന്നു കിടന്നിരുന്ന ആ പാടത്ത് പറന്നിറങ്ങിയിരുന്ന കൊറ്റികളും പൊന്മാനും അമ്പലപ്രാവുകളും.

പാടത്തിന്റെ ഇക്കരെ നിന്നു നോക്കിയാൽ, അകലെ കടലിൽ നങ്കൂരമിട്ട് കിടക്കുന്ന ഒരു കപ്പൽ പോലെ, പച്ചപ്പുനിറഞ്ഞ കുന്നിന് മുകളിൽ ഒരു പള്ളിയും പള്ളിയോടു ചേർന്നു കിടക്കുന്ന സ്കൂളും കാണാം. കപ്പലിന്റെ പുകക്കുഴലുപോലെ ഓട്ടുകമ്പനികളുടെ ചിമ്മി നികൾ മാനത്തേക്ക് ഉയർന്നു നിന്നിരുന്നു.

മരത്താക്കരയിൽനിന്നും അഞ്ച് കിലോമീറ്റർ മാറി തലോർ പള്ളി യോട് ചേർന്ന് മൂന്ന് തട്ടിലായി കിടന്നിരുന്ന, അകലെ കപ്പൽ പോലെ കണ്ട ആ സ്കൂളിലാണ് അഞ്ച് മുതൽ പത്തു വരെ മരത്താക്കരയിലെ ഭൂരിഭാഗം പിള്ളേരും നടന്നു പോയി പഠിച്ചിരുന്നത്. കൂട്ടത്തിൽ ഈ ഞാനും.

മരത്താക്കരയിൽ അന്നും ഇന്നും നാലുവരെ ഉള്ള ഒരു പള്ളി ക്കൂടം മാത്രമേ ഉള്ളൂ.

ഓട്ടുകമ്പനിയിൽ പണിയെടുക്കാൻ അത്രയും വിദ്യാഭ്യാസം മതി യെന്ന കാർന്നോന്മാരുടെ തീരുമാനം മരത്താക്കരക്കാർ ഇന്നും മാറ്റ മില്ലാതെ കൊണ്ടുനടക്കുന്നു.

NH 47ൽ പാലിയേക്കരയ്ക്കും മരത്താക്കരയ്ക്കും ഇടയിലായി പരന്നുകിടന്നിരുന്ന കോൾപാടം.

വർഷക്കാലത്തെ ഞങ്ങളുടെ തലോർ സ്കൂളിലേക്കുള്ള യാത്ര വെള്ളം നിറഞ്ഞുകിടക്കുന്ന ആ പാടത്തിലൂടെയായിരുന്നു. അരക്കെട്ട് വരെ വെള്ളമുണ്ടായിരുന്ന ബണ്ടിന്റെ അടുത്തുവരെ പാടവരമ്പി ലൂടെ കുട്ടികളെല്ലാം നിരനിരയായി നടക്കും. അവിടെനിന്നും പെട്ടി തലയിൽ വച്ച് അരവരെ വെള്ളത്തിലൂടെ ബണ്ടിന്റെ മുകളിലേക്ക്.

വെള്ളം കൂടിയിരുന്ന അപൂർവം സമയങ്ങളിൽ വാഴപ്പിണ്ടികൾ മുളവടി വച്ച് കൂട്ടിക്കെട്ടി ചേട്ടന്മാരുണ്ടാക്കിയിരുന്ന ചങ്ങാടത്തിലിരുന്ന്, ആമ്പൽപ്പൂക്കളും താമരപ്പൂക്കളും തണ്ടോടെ പൊട്ടിച്ച് മാലയുണ്ടാക്കി കഴുത്തിലിട്ട്, പെട്ടിയും തലയിൽ വച്ച്, ഞങ്ങൾ ആ കായലിലൂടെ വെള്ളത്തിൽ കയ്യിട്ടടിച്ച് അങ്ങനെ യാത്ര ചെയ്യും.

കൂട്ടത്തിൽ മൂത്ത ചേട്ടന്മാർ ബുക്ക് അരയിൽ തിരുകി ബുക്കിലിടുന്ന ഇലാസ്റ്റിക് തലയിൽ ഇട്ട് മുളവടി കുത്തി ചങ്ങാടം തുഴയും. ബണ്ടെത്തിയാൽ കുട്ടികളെല്ലാം ആമ്പൽമാലയും കഴുത്തിലിട്ട്, കൈകൾ കോർത്ത്, ബണ്ടിന് മുകളിലൂടെ കൂട്ടമായി ഓടും. നനഞ്ഞ യൂണിഫോം ഉണങ്ങാനുള്ള സൂത്രം.

വർഷകാലത്ത് വെള്ളമായിരുന്നു പ്രശ്നമെങ്കിൽ, വേനൽക്കാലത്ത് സ്ഥിതി അതിലും കഷ്ടമായിരുന്നു. വൈലത്തൂര് എന്ന ഒരിനം നെല്ല് ആ കോൾപ്പാടത്ത് ഒരു പൂകൃഷി ചെയ്തിരുന്നു. ഒരാൾ പൊക്കം ഉയരം വരുന്ന നെല്ലിന്റെ വെള്ളത്തിന് മുകളിലെ കതിര് കൊയ്തെടുത്ത് ബാക്കിവരുന്ന കാല, വേനൽക്കാലത്ത് കൃഷിക്കാര് കത്തിക്കും. പച്ചപ്പു നിറഞ്ഞ് ആമ്പൽപ്പൂക്കൾ നിറഞ്ഞു കിടന്നിരുന്ന ആ പാടം കത്തിക്കരിഞ്ഞ് കറുത്തു വിണ്ട് ചാരം മൂടി കിടക്കും. ആ ചാരത്തിലൂടെ സ്കൂൾ ലക്ഷ്യമാക്കി ഞങ്ങൾ നടക്കും. ചേട്ടന്മാരിൽ ചിലർ പാടവരമ്പത്തെ പൊത്തുകളിൽനിന്നും കുളക്കോഴിയും പൊന്മാനും ഇട്ട മുട്ടകൾ എടുത്ത് തോടു പൊളിച്ച് തിന്നും. കാല കത്തിക്കുമ്പോൾ പൊത്തിലുള്ള മുട്ടകളെല്ലാം വെന്തു പാകമായിരുന്നു.

വീണ്ടു കീറിയ പാടത്ത് ചാരത്തിലൂടെ നടന്ന് പാടത്തിന്റെ അപ്പുറം എത്തുമ്പോഴേക്കും കാലെല്ലാം വരഞ്ഞു പൊട്ടിയിട്ടുണ്ടാകും. വായനശാലയ്ക്ക് മുന്നിലുള്ള പൈപ്പിൻചോട്ടിൽ കാൽ കഴുകി ദേഹത്തെ ചാരമെല്ലാം തട്ടിക്കളഞ്ഞു നീറുന്ന പാദങ്ങളുമായി ഞങ്ങളെല്ലാവരും സ്കൂളിലേക്കോടും.

തലോർ സെന്റ് തെരെസിറ്റാസ് യു.പി. സ്കൂൾ. പള്ളിക്കരുകിൽ താഴത്തെ രണ്ടു തട്ടിലായി കിടന്നിരുന്ന ആ സ്കൂളിൽ ഇട്ടൂപ്പ് മാഷിന്റെ ക്ലാസ്സിലാണ് ഞാൻ അഞ്ചാം ക്ലാസ്സിൽ പഠിച്ചത്. സരസമായി ക്ലാസെടുത്തിരുന്ന മാഷെ എല്ലാ കുട്ടികൾക്കും വലിയ ഇഷ്ടമായിരുന്നു.

ക്ലാസിലെ ആദ്യ ദിനങ്ങളിൽതന്നെ എനിക്കു ഒരു ഉറ്റ ചങ്ങാതിയെ കിട്ടി. ആ ക്ലാസ്സിലെ ഏറ്റവും വലിയ കുട്ടി ഉണ്ടജോസ് എന്ന് എല്ലാരും വിളിച്ചിരുന്ന പുതുക്കാട് നിന്നും വന്നിരുന്ന ജോസ്.

കഴുത്തിൽ സ്വർണ്ണചെയിനും കൈയിൽ കാസിയോ ഡിജിറ്റൽ വാച്ചും ഇൻസ്ട്രുമെന്റ് ബോക്സിൽ മണമുള്ള മിക്കി മൗസ് റബ്ബറും ഹീറോ പേനയും ഉണ്ടായിരുന്ന ജോസ് ക്ലാസ്സിലെ വിഐപി ആയി രുന്നു.

നീലനിറത്തിലുള്ള ഒരു വർണ്ണപ്പെട്ടിയും പിടിച്ച് സ്റ്റെപ്പ് കട്ട് മുടി യുമായി സെന്റടിച്ച ഷർട്ടുമിട്ട് വന്നിരുന്ന വെളുവെളുത്ത ജോസിനെ ഞങ്ങൾ കുട്ടികളെല്ലാം അത്ഭുതത്തോടെ, ആരാധനയോടെ നോക്കി നിന്നു.

വീട്ടിൽ, മണ്ണുത്തിയിൽനിന്നും കൊണ്ടുവന്ന ഗിരിരാജൻകോഴി ചാത്തനെ വീട്ടിലുണ്ടായിരുന്ന നാടൻചില്ല ചാത്തന്മാർ നോക്കി നിന്ന പോലെ.

മറ്റുള്ള കുട്ടികളോടുള്ളതിനേക്കാൾ അടുപ്പം ജോസ് എന്നോടു കാണിച്ചിരുന്നു. മണമുള്ള റബ്ബറും ഹീറോ പേനയും മറ്റുള്ള കുട്ടി കൾ കാണാതെ അവൻ എനിക്കു ഇടയ്ക്കിടെ തന്നിരുന്നു. ചേർപ്പ് ഉപജില്ലാ കലോത്സവത്തിൽ നിമിഷപ്രസംഗത്തിന് ഒന്നാം സ്ഥാനം കിട്ടിയ എന്നെ തോളത്തിരുത്തി ജോസ് സ്കൂൾ വരാന്തയിലൂടെ നടന്നു. കൂട്ടുകാർ ജയ് വിളിച്ചോണ്ട് പിന്നാലെയും. അതായിരുന്നു ജോസ്. എന്റെ ചങ്ക് ജോസ്.

ക്ലാസ്റൂമിന് തൊട്ടടുത്ത് അടഞ്ഞുകിടക്കുന്ന ഒരു റൂം ഉണ്ടായി രുന്നു. അതിൽ നിറയേ വവ്വാലുകൾ ആയിരുന്നു. ഗ്രൗണ്ടിൽ നിന്നും

പെറുക്കി പോക്കറ്റിലിട്ട കല്ലുകൊണ്ട് വവ്വാലുകളെ എറിഞ്ഞോടി പ്പിക്കാൻ പോകുമ്പോൾ ജോസ് എന്നെ മാത്രമാണ് കൂടെ കൂട്ടിയത്.

ഒരു ദിവസം കല്ലെറിഞ്ഞു വവ്വാലിനെ ഓടിപ്പിക്കുന്ന കലാപരി പാടി കഴിഞ്ഞു നിൽക്കണ സമയത്ത് മെറൂൺ കളർ ട്രൗസറിന്റെ പോക്കറ്റിൽനിന്നും ഒരു സ്റ്റിക്കർ എടുത്ത് അവൻ എന്നെ കാണിച്ചു. നെഞ്ചത്ത് വലതുവശത്തായി പെക്ടോറൽ മേജർ മസിലിൽ പൂച്ച മാന്തിയപോലെ നാലു മുറിപ്പാടുകളുമായി കൈകൾ ഭരതനാട്യം സ്റ്റെപ്പിട്ട് നിർവികാരമായി നിൽക്കണ ഒരു പട്ടിണി കോലം.

ഒറ്റനോട്ടത്തിൽ, അപ്പച്ചൻ ക്ലാർക്കായി ജോലി ചെയ്തിരുന്ന പ്രീമിയർ ടൈൽസ് എന്ന ഓട്ടുകമ്പനിയിലേ വിറകുപൊളിക്കാരന്റെ ഛായ.

“ഇതാണ് ബ്രൂസിലി.” ജോസ് പറഞ്ഞു.

“വലിയ ഇംഗ്ലീഷ് നടനാ. കരാട്ടേ ബ്ലാക്ബെൽറ്റ്. ഇങ്ങേരുടെ ‘എന്റർ ദ ഡ്രാഗൺ’ എന്ന സിനിമ ഞാൻ പത്ത് പ്രാവശ്യം വീഡിയോ കാസറ്റ് ഇട്ട് കണ്ടു. ഭയങ്കര ഇടിയാ.” ജോസ് തുടർന്നു.

അസ്സല് നാടൻ മസിലുള്ള ഇടിക്കാരൻ ജയനെ ആരാധിച്ചിരുന്ന എനിക്കു വേറൊരു ഇംഗ്ലീഷ് ഇടിക്കാരനെ സങ്കല്പിക്കാൻ പറ്റിയില്ല. എന്നാലും ജോസ് പറഞ്ഞോണ്ട് ഞാൻ ബ്രൂസിലിയെ വിശ്വസിച്ചു.

സ്റ്റിക്കർ തിരിച്ചും മറിച്ചും കാണിച്ചു ജോസ് പറഞ്ഞു, “ഇതു പോലത്തെ കൊറേ സ്റ്റിക്കർ എന്റെ ബാഗിലുണ്ട്. നിനക്കു മാത്രം ഒരെണ്ണം നാളെ തരാം. സ്റ്റിക്കർ കൊണ്ട് വേറൊരു സൂത്രം കൂടി യുണ്ട്. അതും നാളെ പറഞ്ഞു തരാം.”

അന്ന് രാത്രി തിരിഞ്ഞും മറിഞ്ഞും കിടന്നാലോചിച്ചു അവൻ എന്തു സൂത്രമാണ് സ്റ്റിക്കർ കൊണ്ട് കാണിക്കാൻ പോണത്? ഉള്ളിൽ വിറകുപൊളിക്കാരന്റെ മുഖവുമായി ഉറങ്ങാൻ കിടന്നു.

പിറ്റേന്ന് ഷർട്ടിന്റെ പിന്നിൽ ബ്രൂസിലിയുടെ പടവും പതിച്ചു ക്ലാസ്സിലെത്തിയ ജോസിന്റെ ചുറ്റും കുട്ടികൾ വട്ടംകൂടി. എല്ലാവർക്കും സ്റ്റിക്കറിലെ പടം എങ്ങനെ ഷർട്ടിൽ പതിഞ്ഞു എന്നറിയണം. ജോസ് ആർക്കും സൂത്രം പറഞ്ഞു കൊടുത്തില്ല. ഗമയിൽ ഇരുന്നു.

സ്കൂൾ വിട്ടു പോകാൻ നേരം ബ്രൂസിലിയുടേ ഒരു സ്റ്റിക്കർ എടുത്തു തന്ന് ജോസ് എന്റെ ചെവിയിൽ പറഞ്ഞു, “സ്റ്റിക്കർ ഷർട്ടിനു മുകളിൽ വച്ച് തേപ്പുപെട്ടികൊണ്ടു തേക്കണം. അപ്പോ ചിത്രം ഷർട്ടിൽ പതിയും.”

സ്റ്റിക്കറുമായി സന്തോഷത്തോടെ തുള്ളിച്ചാടി ഞാൻ വീട്ടി ലെത്തി. അന്ന് വൈകീട്ട്, അപ്പച്ചന്റെ ഷർട്ട് ഇസ്തിരിയിട്ട് ചിരട്ടക്കരി യിട്ട ചെമ്പു തേപ്പുപ്പെട്ടി വളയത്തിൽ വച്ച്, അമ്മച്ചി അടുക്കളയിൽ

പോയ നേരം നോക്കി, യൂണിഫോം ഷർട്ട് എടുത്തുകൊണ്ട് വന്ന് സ്റ്റിക്കർ പിന്നിൽ വച്ച്, തേപ്പുപെട്ടി എടുത്ത് സ്റ്റിക്കറിന്റെ മുകളിൽ വച്ച് ഞാൻ തേച്ചു. ഒരു പ്രത്യേക മണത്തോടെ ബ്രൂസിലി അതാ ഷർട്ടിന്റെ പിന്നിൽ.

വീട്ടുകാരുടെ കണ്ണു വെട്ടിച്ചു പിറ്റേന്ന് ആ ഷർട്ടുമിട്ട് സ്കൂളിൽ പോയി. സ്കൂൾ വരാന്തയിൽ കുട്ടികൾ എന്നെ പൊതിഞ്ഞു. എല്ലാർക്കും ബ്രൂസിലിയെ കാണണം. ബഹളമായി.

വരാന്തയിലൂടെ ചൂരലും പിടിച്ച് വന്ന ഹെഡ്മാസ്റ്റർ ജോസ് മാഷെ കണ്ട് പിള്ളേരെല്ലാം ചിതറിയോടി. പുറം തിരിഞ്ഞു നിന്നു ബ്രൂസിലി ഷോ നടത്തിയിരുന്ന ഞാൻ മാഷിനെ കണ്ടില്ല. എന്റെ ചെവിക്കു പിടിച്ച് മാഷ് പൊക്കി. "ആരാടാ നിനക്കീ പണി പറഞ്ഞു തന്നത്?" ഷർട്ടിന് പിന്നിൽ നോക്കി മാഷ് പല്ല് ഞെരിച്ചു.

"ജോസ്." ഞാൻ വളരെ ദയനീയമായി പറഞ്ഞു.

"രണ്ടാളും പെട്ടിയെടുത്തോ. എന്നിട്ട് എന്റെ കൂടെ വാ."

എപ്പോഴും ഖദർ ധരിച്ച് കറുത്ത കട്ടി കണ്ണട വച്ച്, മന്ത്രി കടന്നപ്പിള്ളി രാമചന്ദ്രന്റെ പോലെ ഛായ ഉണ്ടായിരുന്ന മാഷിന്റെ പിന്നാലെ അപ്പച്ചൻ 25 രൂപയ്ക്ക് ചെമ്പുട്ടിയുടെ കടയിൽ നിന്നും മേടിച്ച അലുമിനിയം പെട്ടിയും ചുമന്ന് തല കുമ്പിട്ടു ഞാനും നീലക്കളർ വർണ്ണപ്പെട്ടിയുമായി തലയുയർത്തി ജോസും നടന്നു.

ഓഫീസ് റൂമിൽ ചെന്ന് മാഷുടെ മേശപ്പുറത്ത് രണ്ടു പെട്ടികളും വെച്ചു.

"തുറക്കൂ." എന്നെ നോക്കി മാഷ് ഒരു അലർച്ച ആയിരുന്നു.

കൈകൾ വിറച്ച് പെട്ടി തുറന്നു. തുറന്ന പെട്ടിയിൽ ബ്രൗൺ പേപ്പർ കൊണ്ട് പൊതിഞ്ഞ് ലേബൽ ഒട്ടിച്ച അടുക്കും ചിട്ടയുമായി ഇരിക്കണ ബുക്കുകളും പെട്ടിയുടെ ഉള്ളിൽ ഒട്ടിച്ചിരുന്ന ഇന്ദിരാ ഗാന്ധിയുടെ പടവും കണ്ടപ്പോൾ, കോൺഗ്രസുകാരനായ മാഷിന്റെ കണ്ണു വിടർന്നു. എന്നോടു മാറി നിൽക്കാൻ പറഞ്ഞു.

പിന്നെ ജോസിന്റെ ഊഴമായിരുന്നു. അവൻ വർണ്ണപ്പെട്ടി തുറന്നു. തുറന്ന പെട്ടിയിൽ മുഴുവൻ സ്റ്റിക്കറുകൾ. അർണോൾഡും ജാക്കീ ചാനും ബ്രൂസിലിയും! തലയുയർത്തി ജോസ് കൂസലില്ലാതെ നിന്നു. തെല്ലും കുറ്റബോധമില്ലാതെ.

മാഷിന് കലി കയറി. സ്റ്റിക്കറെല്ലാം പെട്ടിയിൽനിന്നും എടുത്ത്, കൈയിൽ പിടിച്ച് തുട മുതല് ഉപ്പൂറ്റിവരെ കലി തീരണ വരെ മാഷ് ജോസിനെ തല്ലി. കണ്ടുനിന്ന ഞാൻ വിങ്ങിപ്പൊട്ടി. ജോസിന് ഒരു കൂസലുമില്ലാരുന്നു. വേണേല് ഇനീം തല്ലീക്കോ എന്ന ഭാവം.

കരഞ്ഞുകൊണ്ട് ക്ലാസ്സിലേക്ക് തിരിച്ചു നടക്കുമ്പോൾ ഞാൻ ജോസിന്റെ കാലുകളിലേക്ക് നോക്കി. ചുമന്നു ചോര പൊടിഞ്ഞ ചൂരൽപ്പാടുകൾ. അതു കണ്ട് ഏങ്ങിയേങ്ങി കരഞ്ഞുകൊണ്ട് നട ന്നിരുന്ന എന്റെ തോളത്തു കൈയിട്ട് കൺകോണിൽ അടർന്നു വീഴാറായ ചെറിയ ഒരു കണ്ണുനീർതുള്ളിയും ചുണ്ടിൽ ഒരു ചെറിയ മന്ദഹാസവുമായി ജോസ് എന്നെ കണ്ണിറുക്കി കാണിച്ചു. എന്നിട്ട് പതുക്കെ ട്രൗസറിന്റെ പോക്കറ്റിൽനിന്നും ഒരു സ്റ്റിക്കർ എടുത്ത് എനിക്കു നേരെ നീട്ടി.

നെഞ്ചിൽ ചോര പൊടിയുന്ന ചൂരൽപ്പാടുകളുമായി ആരെയും പേടിക്കാതെ തലയുയർത്തി നിൽക്കുന്ന ബ്രൂസിലി.

* * *

സൗഹൃദം ഒന്നു പുതുക്കാൻ ഇടനൽകാതെ നാലു വർഷം മുമ്പ് ജോസ് എന്നെയും ഈ ലോകവും വിട്ടു പോയി. ഒരു നൊമ്പര ത്തോടെ അവന്റെ ഓർമ്മകൾക്ക് മുന്നിൽ കണ്ണീർപ്രണാമം. ■

ബെൻസ് വാസു

ഇന്ന് ജൂൺ മൂന്ന്, വർഷം 2020. ഷാർജയിൽനിന്നും ദുബായിലെ പ്രൊജക്റ്റ് സൈറ്റിലേക്ക് കാലത്തു സ്വന്തം വാഹനത്തിൽ റേഡിയോ ഏഷ്യ കേട്ടുകൊണ്ട് പോകുമ്പോഴാണ്, ന്യൂസ് റീഡർ മഹേഷ് പറഞ്ഞ് അറിഞ്ഞത് ഇന്ന് ലോക സൈക്കിൾ ദിനമാണെന്ന്! ഓർമ്മകൾ പുറകോട്ടു പോയി.

കുട്ടിക്കാലത്തെ ഓരോ യാത്രകളും ഓരോ അനുഭവങ്ങൾ ആയിരുന്നു. ഇന്നത്തെപോലെ എല്ലാ വീട്ടിലും വാഹനങ്ങൾ ഉണ്ടാകാതിരുന്ന അക്കാലത്ത്, വല്ലപ്പോഴും ഉണ്ടായിരുന്ന ബസ് യാത്രകളും കല്യാണക്കുടിക്കു അംബാസിഡർ കാറിൽ കുത്തിനിറഞ്ഞു ഇരുന്നു പോകുന്നതും സ്കൂളിൽനിന്നും ടൂറിസ്റ്റുബസ്സിൽ ടൂർ പോകുന്നതും മനോഹരങ്ങളായ അനുഭവങ്ങളായിരുന്നു.

ഓരോ ബസ് യാത്ര കഴിഞ്ഞു വരുമ്പോഴും വെള്ളം കോരുന്ന ബക്കറ്റു എടുത്തു കയർ ബക്കറ്റിനുള്ളിൽ കുത്തിത്തിരുകി വച്ച് അതിൽ കൊന്നവടി കുത്തി ഗിയർ ആയി സങ്കല്പിച്ചു തിണ്ണയിലിരുന്നു ഞാൻ ബസ് ഓടിക്കും. തോട്ടത്തിലെ ചുവന്ന കുളവാഴച്ചെടിയുടെ വിടരാറായ മൊട്ടിന്റെ ഇതൾ എടുത്ത് ചെറുവിരലിൽ ഒട്ടിച്ചു വെച്ച് ഡേവിസ് ബസ്സിലെ ചെറുവിരലിൽ നഖം വളർത്തി ചുവന്ന ചായം അടിച്ച ഡ്രൈവറായി ബസ് ഓടിക്കും. വാഴവള്ളികൾ കൂട്ടിക്കെട്ടി ചേട്ടനെയും അനിയത്തിമാരെയും ഉള്ളിൽ നിർത്തി പറമ്പു മുഴുവൻ ബസ് ആയി ഓടുമ്പോഴും ഡ്രൈവർ ഞാൻ തന്നെ ആയിരുന്നു.

അപ്പച്ചന്റെ മിലിട്ടറി പച്ചക്കളർ ഹീറോ സൈക്കിൾ ഇടംകാലിട്ട് ഓടിക്കാൻ പഠിച്ചതിൽ പിന്നെ സീറ്റിലിരുന്ന് സൈക്കിൾ ഓടിക്കാനായി ആഗ്രഹം. കാലു എത്താതിരുന്നതുകൊണ്ട് നിന്ന് ചവിട്ടിയപ്പോൾ പെഡൽ സ്ലിപ്പ് ആയി തണ്ടിൽ വീണു കണ്ണിനു മുന്നിൽ ഗോൾഡ് ഈച്ചകളെ കണ്ടതോടു കൂടി ആ ആഗ്രഹം ഉപേക്ഷിച്ചു.

50 പൈസ മണിക്കൂറിനു വാടക കൊടുത്ത് അന്തോണിച്ചേട്ടന്റെ കടയിൽ നിന്നും കുട്ടിസൈക്കിൾ എടുത്തു ചവിട്ടിയാണ് ആ ആഗ്രഹം നിറവേറ്റിയത്.

ഒരു സൈക്കിൾ ഉണ്ട് എന്നത് തന്നെ അഭിമാനമായിരുന്ന അക്കാലത്ത് ഞങ്ങടെ വീട്ടിൽ ആക്രി സാധനങ്ങൾ വച്ചിരുന്ന മുറിയിൽ ഒരു മോപ്പഡ് വെറുതെ പൊടി പിടിച്ചു ഇരിപ്പുണ്ടായിരുന്നു. സുവേഖ മോപ്പഡ് സ്കൂട്ടറാണോ അല്ല, എന്നാൽ സൈക്കിൾ ആണോ അതുമല്ല. അങ്ങനൊരു മൊതല്! ടിവിസ് മോപ്പഡിന്റെ അളിയനായി വരും.

ഒരു ഭ്രാന്തനെ ഇരുട്ടുമുറിയിൽ ചങ്ങലയ്ക്കിട്ടു കിടത്തിയപോലെ ഓർമ്മ വച്ച കാലം മുതൽ കാണുന്ന സുവേഖയെ എന്താണ് അപ്പച്ചൻ പുറത്തിറക്കാത്തത് എന്ന് ചോദിക്കുമ്പോഴൊക്കെ, അപ്പച്ചൻ കണ്ണുരുട്ടും. പിന്നെയും ചോദിച്ചാ പല്ലു തേക്കുമ്പോൾ ക്രിക്കറ്റ് അമ്പയർ ഔട്ട് വിളിക്കുമ്പോ നിൽക്കണപോലെ വളയാതെ നിന്നിരുന്ന ചൂണ്ടുവിരൽകൊണ്ട് തലയിൽ കിഴുക്ക് തരുമായിരുന്നു.

പിന്നീട് അമ്മച്ചി പറഞ്ഞാണ് ആക്രിമുറിയിൽ ഇരിക്കണ സുവേഖയ്ക്കും അപ്പച്ചന്റെ മടങ്ങാത്ത ചൂണ്ടുവിരലിനും തമ്മിലുള്ള ബന്ധം ഞാനറിയുന്നത്.

അക്കാലത്ത് ഓട്ടുകമ്പനിയിലെ ക്ലർക്ക് എന്നത് നല്ലൊരു ജോലി ആയിരുന്നു. ബാങ്ക് ജോലിക്കാരനേക്കാൾ ശമ്പളം ഉണ്ടായിരുന്ന ആ ജോലി, അപ്പച്ചൻ സ്വീകരിച്ചത് ശമ്പളം നോക്കിയായിരുന്നില്ല സമൂഹത്തിലെ ബഹുമാനം നോക്കിയായിരുന്നു.

ജോലി കഴിഞ്ഞു സുവേഖയിൽ തിരിച്ചുവന്നിരുന്ന അപ്പച്ചൻ, വഴിയിൽ വച്ച് എതിരെ ശ്രീരാമചന്ദ്രബസ് വരുന്നതുകണ്ട്, ഒരു ഓട്ടുകമ്പനി ക്ലർക്ക് ആയ തനിക്ക് ബസ്ഡ്രൈവർ ചന്ദ്രൻ സൈഡ് തരും എന്നുള്ള പൂർണ്ണബോധ്യത്തിൽ, റോഡിന്റെ നടുവിലൂടെ സുവേഖയിൽ തലയും പൊക്കി പിടിച്ചു വന്നിരുന്ന അപ്പച്ചന്, ബസ് 50 മീറ്റർ അടുത്തെത്തിയപ്പോഴാണ് ചന്ദ്രന്റെ ബഹുമാനത്തിൽ ഒരു ചെറിയ ഡൗട്ട് അടിച്ചത്. ഒന്നും നോക്കിയില്ല, അടുത്ത് കണ്ട സെന്റ് മേരീസ് ഓട്ടുകമ്പനിയുടെ മതിലിലേക്കു അപ്പച്ചൻ ഒരു മോപ്പഡ് ജമ്പിങ് നടത്തി വിരൽ ഒന്ന് ഔട്ട് ആയെങ്കിലും മോപ്പഡിന് ഒന്നും പറ്റാത്തതിൽ ആള് സമാധാനിച്ചു.

കൈയിന് സുഖമായതിനുശേഷം സുവേഖ മേടിച്ചപ്പോ വീടിന്റെ പിന്നിലെ വിറകുപുരയിൽ കൊണ്ട് വച്ച ഹീറോ സൈക്കിൾ പൊടി തട്ടിയെടുത്ത് പിന്നീടുള്ള സവാരി അപ്പച്ചൻ അതിലാക്കി. സുവേഖയേ ഇരുട്ട് മുറിയിലുമാക്കി. പൊടിയും മാറാലയും പിടിച്ചു കിടന്ന

പെട്രോളിന്റെ മണമുണ്ടായിരുന്ന ആ റൂമിൽ കയറി സുവേഖയിൽ ഇരുന്നു ഞാനങ്ങനെ ഇടയ്ക്ക് യാത്ര ചെയ്യും. മരത്താക്കര മുതൽ ഒല്ലൂർ വരെ. പിന്നെ റിട്ടേൺ.

ഞങ്ങളുടെ തൊട്ടടുത്ത വീട്, കാളവണ്ടി സ്വന്തമായി ഉണ്ടായിരുന്ന കുമാരേട്ടന്റെ ആയിരുന്നു. ആളുടെ മക്കൾക്ക് ലോറി ഉണ്ടായിരുന്നു. പുതിയതായി പെയിന്റ് അടിച്ചു കൊണ്ടുവരുന്ന ലോറി കാണാൻ ഞങ്ങൾ പോകും. ഇനാമൽ പെയിന്റിന്റെ മണമുള്ള ലോറിക്ക് ചുറ്റും നടന്ന് അത്ഭുതത്തോടെ നോക്കും. അവരുടെ ലോറിയുടെ പിന്നിൽ വരച്ചിരിക്കണെ ശിവന്റെ പടം കണ്ടാൽ ജീവനുണ്ടെന്നു തോന്നും.അത്രയ്ക്കും പെർഫെക്ഷൻ ആയിരുന്നു. ബാക്കിയുള്ള ലോറികളിൽ കാണുന്ന ശിവന് വേറെ ഛായ ആയിരുന്നു.

മരത്താക്കാര ജംങ്ഷനിൽ ആർട്ടിസ്റ്റ് രവിചിത്ര വരച്ച മോഹൻലാലിനും തൊട്ടപ്പുറത്തു വേറൊരു ആർട്ടിസ്റ്റ് വരച്ച മോഹൻലാലിനും ഉണ്ടായ പോലെ ഒരു ഛായവ്യത്യാസം.

വേറെ ആർട്ടിസ്റ്റ് വരച്ച ശ്രീകൃഷ്ണപ്പരുന്ത് സിനിമയിലെ മോഹൻലാലിനെ നോക്കി ഞായറാഴ്ച കുർബാനയ്ക്ക് മരത്താക്കര പള്ളിയിൽ പോയിരുന്ന അമ്മാമമാർ കുരിശു വരയ്ക്കുമായിരുന്നു. ആ മോഹൻലാലിന് യേശുവിന്റെ ഛായ ആയിരുന്നു.

ആരാധനയോടെ കുമാരേട്ടന്റെ വീട്ടിലെ ലോറി നോക്കി നിൽക്കുമ്പോൾ ആഗ്രഹിച്ചു ഇതിലൊന്ന് കയറി യാത്ര ചെയ്യാൻ പറ്റിയെങ്കിൽ.

അങ്ങനെയിരിക്കെ, ഒരു ദിവസം വൈകീട്ട് അപ്പച്ചൻ പന്നിയുടെ തലയുടെ ഷേപ്പ് ഉള്ള ഒരു ബെൻസ് ലോറിയിൽ വന്നിറങ്ങി. വീടിനു മുന്നിലായി റോഡു സൈഡിൽ പാർക്ക് ചെയ്ത ലോറി നോക്കി അഭിമാനത്തോടെ ഞങ്ങളോട് പറഞ്ഞു. “ഇത് നമ്മൾ മേടിച്ച ലോറിയാ. നമ്മുടെ ലോറി.”

സന്തോഷം കൊണ്ട് ഞങ്ങൾ തുള്ളിച്ചാടി. സംഭവം മുൻഭാഗം പന്നിത്തലപോലെ ആണെങ്കിലും ഒരു ലോറി വീട്ടിൽ വന്നതിൽ ഞങ്ങളെല്ലാം അതിയായി സന്തോഷിച്ചു.

ലോറിയുടെ പിന്നിൽ രവിചിത്രയെ കൊണ്ട് ജയനെ വരപ്പിക്കണം എന്ന് ആഗ്രഹം ഉണ്ടായിരുന്നെങ്കിലും ഒരു മാതാവിന്റെ പടം വരച്ചു പെയിന്റ് അടിച്ചു കുട്ടപ്പനാക്കി ലോറി അപ്പച്ചൻ വെഞ്ചിരിച്ചു കൊണ്ടുവന്നു. ഡ്രൈവറായി അപ്പച്ചന് പരിചയം ഉണ്ടായിരുന്ന വാസുവേട്ടനെ പോസ്റ്റ് ചെയ്തു.

റോഡ് സൈഡിൽ കിടന്നിരുന്ന ലോറിയിൽ ഡ്രൈവർ സീറ്റിലിരിക്കാൻ ഞാനും ചേട്ടനും കൂടി ഇടിയായി. ചേട്ടന്റെ ഒരു സിസർ

കട്ടിൽ, ഞാൻ തെറിച്ചു ലോറിയിൽനിന്നും നിലത്തു വീണു. റോഡ് സൈഡിൽ വച്ചിരുന്ന ലോറിയുടെ പിന്നിലെ ബോഡിയുടെ കുറ്റി, തലയിൽ കയറി. ഇല്ലനക്കരിയും തെങ്ങിന്റെ കൂമ്പു ചുരണ്ടിയ പൊടിയുമിട്ടു തലയിലെ ഓട്ട അമ്മച്ചി അടച്ചു. ഈഷി ഡോക്ടറുടെ അടുത്തേക്ക് സ്റ്റിച്ചിടാൻ കൊണ്ടോണ എന്നെ നോക്കി തലയിൽ കൈയുംവച്ച് ഞങ്ങടെ ബെൻസിന്റെ ഭാവിയിൽ ആകുലപ്പെട്ടു അമ്മച്ചി പറഞ്ഞു. "തുടക്കം തന്നെ ചോര കണ്ടാണല്ലോ കർത്താവേ."

നിർത്തി ഇട്ടിരിക്കണ ലോറിയിൽ അല്ലാതെ, ഓടുന്ന ലോറിയിൽ കയറാൻ ഞാൻ തീവ്രമായി ആഗ്രഹിച്ചു. അപ്പച്ചനോട് എന്നും ചോദിച്ചോണ്ടിരുന്നു. നടന്നില്ല. പുലർച്ചെ വാസുവേട്ടൻ വന്നു കൊണ്ടുപോകുന്ന ലോറി ഞങ്ങൾ ഉറങ്ങിക്കഴിഞ്ഞാണ് തിരിച്ചു വന്നിരുന്നത്.

ഒന്നാം തിയതി ശമ്പളം മേടിക്കാനായി വെള്ളമുണ്ടും ഷർട്ടും ഇട്ട് ചന്ദനക്കുറിയും തേച്ചു വന്ന വാസുവേട്ടനോട് അപ്പച്ചൻ പറഞ്ഞു. "നീയാ പിള്ളേരെ ഒന്ന് ലോറിയിൽ കയറ്റി കറക്കി കൊണ്ട് വാടാ."

കേട്ടപാടെ ഞാനും ചേട്ടനും സന്തോഷത്തോടെ ഓടിച്ചെന്ന് ലോറിയിൽ കയറി ഇരുന്നു. നായാട്ടുസിനിമയിൽ ജയന്റെ ജീപ്പ് ചേസ് ചെയ്യുമ്പോൾ മുന്നിലായി ചീറിപ്പാഞ്ഞു പോണ വാറ്റു ചാരായം കയറ്റിയ ലോറിയും അതിന്റെ സ്പീഡും ആയിരുന്നു മനസ്സിൽ .

"പിടിച്ചിരുന്നോട്ടാ." വാസുവേട്ടൻ ഞങ്ങൾക്ക് വാണിംഗ് തന്നു. ലോറിയിൽ അന്ന് സീറ്റ് ബെൽറ്റ് ഉണ്ടായിരുന്നില്ല. ഉണ്ടായിരുന്നെങ്കിൽ വാസുവേട്ടൻ അതും ഇടീച്ചേനേ. ലോറിക്ക് മുന്നിലെ കമ്പിയിൽ മുറുകെ പിടിച്ച് അടിയിൽ കിടന്ന ഊടുവക്കണ കട്ടയിൽ ചവിട്ടി ധൈര്യം സംഭരിച്ചു ഇരുന്നു.

വണ്ടിയുടെ പേപ്പേഴ്സ് എല്ലാം വെക്കുന്ന സ്റ്റീയറിങ്ങിനു മുകളിലായുള്ള ഒരു കള്ളിയിൽനിന്നും ഒരു ചീർപ്പെടുത്ത് എണ്ണയിട്ട കറുത്ത മുടി കിളിക്കൂടുപോലെ ചീകി വച്ച്, അതേ ചീർപ്പുകൊണ്ട് മീശ അടിയിലോട്ടു ഒന്ന് മാടിയൊതുക്കി, ചീർപ്പ് തിരികെ വച്ച് വണ്ടിക്കു മുന്നിൽ ഉള്ള യേശു+അയ്യപ്പസ്വാമി+വാവര് ഫോട്ടോയിൽ തൊട്ടു മുത്തി, ചുണ്ടിൽ ഒരു മന്ദഹാസവുമായി, ഞങ്ങളെ നോക്കി വാസുവേട്ടൻ കീ ഇട്ടു തിരിച്ചു. എന്നിട്ടു സ്റ്റാർട്ട് എന്ന് എഴുതിയ കറുത്ത ഒരു ബട്ടണിൽ അമർത്തി. പന്നിക്കുട്ടൻ ഒന്ന് മുരണ്ടു. പിന്നെ മുരളിച്ച നിന്നു. ഞങ്ങളെ നോക്കി ഒരു കണ്ണടച്ച് വാസുവേട്ടൻ, വീണ്ടും കറുത്ത ബട്ടണിൽ ഞെക്കി. ഇപ്രാവശ്യം മുരളിച്ചയും ഉണ്ടായില്ല. വാസുവേട്ടന്റെ പുഞ്ചിരിച്ചോണ്ടിരുന്ന മുഖം പെട്ടെന്ന് മ്ലാനമാവുന്നതു ഞാൻ നോട്ട് ചെയ്തു. പിന്നെ ബട്ടൺ ഞെക്കൽ സ്പീഡ് കൂടി. കീ ഇട്ടു തിരിക്കാ. ബട്ടൺ ഞെക്കാതിരിക്കാ ഞെക്കാ. ചന്ദന

ക്കുറി തൊട്ടു പ്രേംനസീറിന്റെ പോലെ ഉണ്ടായിരുന്ന വാസുവേട്ടന്റെ മുഖം പെട്ടെന്ന് അച്ചൻകുഞ്ഞിന്റെ മുഖംപോലെ ആയി.

പല്ലു ഞെരിച്ച് കണ്ണ് ചുവന്ന് ബെൻസിൽ നിന്നും ചാടിയിറങ്ങിയ വാസുവേട്ടൻ പന്നിത്തലയുടെ സൈഡിൽ നിന്നിരുന്ന കറുത്ത കുറ്റി അടിയിലേക്കാക്കി സൈഡ് തുറന്നു വച്ചു. പിന്നെ കുറെ തട്ടും മുട്ടും കേട്ടു. ബക്കറ്റിൽ വെള്ളം കോണ്ടോണ കണ്ടു. അര മണിക്കൂറിനു ശേഷം വിയർത്തു കുളിച്ചു മേലൊക്കെ ഗ്രീസ് ആയി ലോറിയിൽ കയറി വന്ന വാസുവേട്ടനെ കണ്ടപ്പോ റോഡ് നന്നാക്കണ ടാർ പണിക്കാരെപോലെ തോന്നി.

ലോറിക്കുള്ളിൽ അപ്പോഴും മുറുക്കിപ്പിടിച്ചിരിക്കണ രണ്ടു മാരണങ്ങളെ കണ്ട് പല്ലു ഞെരിച്ചു പോക്കറ്റിൽനിന്നും സിഗരറ്റു പെട്ടിയെടുത്തു മൂട്ടിൽ പഞ്ഞിയില്ലാത്ത ഒരു സിഗരറ്റ് കത്തിച്ചു വാസുവേട്ടൻ വീണ്ടും ബട്ടൺ ഞെക്കി.

ഇത്തവണ ആകെ ഒരു കുടുക്കത്തോടെ ബെൻസ് സ്റ്റാർട്ട് ആയി. ഞങ്ങളേക്കാൾ സന്തോഷം വാസുവേട്ടന് ഉള്ള പോലെ തോന്നി.

സ്റ്റാർട്ട് ആവും എന്ന് ആള് പ്രതീക്ഷിച്ചിരുന്നില്ല എന്ന് എനിക്ക് തോന്നി.

ബെൻസ് മന്ദം മന്ദം മുരണ്ടു നീങ്ങാൻ തുടങ്ങി. ലോറിയുടെ പല ഭാഗത്തുനിന്നും എന്തൊക്കെയോ ഊരിപ്പോകുന്ന പോലെ സൗണ്ട് വരാൻ തുടങ്ങി. കുമാരേട്ടന്റെ കാളവണ്ടിയേക്കാളും ലേശം സ്പീഡിൽ പോണ ബെൻസ് കണ്ട് എന്റെ കമ്പിയിലെ പിടി അയഞ്ഞു. സീറ്റിൽ കയറി ഇരുന്ന് വാസുവേട്ടനോട് ചോദിച്ചു.

"ഇതെന്താ സ്പീഡിൽ പോകാത്തേ?"

എന്നെ ഒന്ന് തറപ്പിച്ചു നോക്കി വാസുവേട്ടൻ പറഞ്ഞു. "അത് ഇതിൽ ലോഡ് ഇല്ലാത്തോണ്ടാ മോനേ. ബെൻസ് ലോറി സ്പീഡിൽ പോണേൽ അതിൽ ഫുൾ ലോഡ് വേണം."

അത് കേട്ടപ്പോ എനിക്കാശ്വാസം ആയി. ലോറിക്ക് സൈഡിലൂടെ സൈക്കിളിൽ ഇടക്കാലിട്ടു ഞങ്ങടെ ബെൻസിനെ വെട്ടിച്ചു പോയ ഗിരീഷിനോട് പറഞ്ഞുനിൽക്കാൻ ഒരു കാരണം കിട്ടിയതിൽ ഞാൻ ആശ്വസിച്ചു.

അന്നത്തെ സവാരിക്കുശേഷം പിന്നെ നോക്കിയിരിപ്പായി ബെൻസ് ഫുൾ ലോഡ് ആയി വരാൻ. എന്നാൽ ആ ആഗ്രഹം നടന്നില്ല. വരവും ചിലവും മുട്ടാതായ ബെൻസിനെ അപ്പച്ചൻ കൊടുത്ത് പാലക്കാട് നിന്നും വന്ന ഏതോ ഒരു ഹതഭാഗ്യൻ ഞങ്ങടെ പന്നിക്കുട്ടനെ മേടിച്ചോണ്ടു പോയി.

കാലം കുറെ കഴിഞ്ഞു. ലീവിന് ചെന്ന ഞാൻ, ഒരിക്കൽ ഒരു ദിവസം വീട്ടിൽ വന്ന വിരുന്നുകാർക്ക് കൊടുക്കാൻ ഒല്ലൂർ മറീന ബേക്കറിയിൽ നിന്നും പഫ്സും മേടിച്ചു ബസ് കാത്തു നിന്നു. ബസ് വൈകും എന്ന് കണ്ടപ്പോൾ ഓട്ടോ പിടിച്ചു.

മരത്തക്കാര പള്ളി, വേഗം പോ ചേട്ടാ എന്നും പറഞ്ഞ് ഡ്രൈവറെ നോക്കി. നല്ല മുഖപരിചയം.

"നീ റപ്പായേട്ടന്റെ മോനല്ലേ." ആള് പുഞ്ചിരിയോടെ ചോദിച്ചു. ആ ചിരി കണ്ടപ്പോൾ എനിക്കു ആളെ മനസ്സിലായി. ഞങ്ങടെ ബെൻസ് ഓടിച്ചിരുന്ന വാസുവേട്ടൻ.

"അതെ." ഞാൻ മറുപടി പറഞ്ഞു. മനസ്സിൽ തിടുക്കം ആയിരുന്നു.

"വയസ്സായി. ലോറിയൊന്നും ഓടിക്കാൻ പറ്റാതായി. അപ്പോ ഒരു ഓട്ടോ വാങ്ങി." ഓട്ടോയുടെ മുന്നിലെ ബോക്സിൽനിന്നും ഒരു ചീർപ്പെടുത്തു നരച്ച മുടി ഒന്ന് ചീകി വാസുവേട്ടൻ ഓട്ടോ സ്റ്റാർട്ട് ചെയ്തു.

"നീയിപ്പോ എവിടെയാ ജോലി ചെയ്യണേ?" ആള് വിശേഷം തുടങ്ങി. ഓട്ടോ മന്ദം മന്ദം നീങ്ങാൻ തുടങ്ങി.

ഒല്ലൂർ നിന്നും മരത്താക്കരവരെയുള്ള ഒന്നരക്കിലോമീറ്റർ യാത്രയിൽ ഒരു കാര്യം എനിക്ക് മനസ്സിലായി. കുഴപ്പം ഞങ്ങടെ ബെൻസിൽ ലോഡ് ഇല്ലാത്തതിന്റെ ആയിരുന്നില്ല, അതോടിച്ചിരുന്ന വാസു വേട്ടന്റെ ആയിരുന്നു.

ഞാൻ ചെല്ലുമ്പോഴേക്കും വിരുന്നുകാർ മടങ്ങിപ്പോയിരുന്നതിനാൽ തണുത്ത പഫ്സ് ഞങ്ങൾ ചായ കൂട്ടി കഴിച്ചു.

■

കന്യാസ്ത്രീ ബീഡി വലിക്കുന്നു

ഇക്കൊല്ലത്തെ വെക്കേഷന് ആ ഒരു ഭാഗ്യം കിട്ടി. നമ്മുടെ റപ്പായേൽ മാലാഖയുടെ തിരുന്നാൾ കൂടാനുള്ള ഭാഗ്യം. കോവിഡ് മഹാമാരി കഴിഞ്ഞു രണ്ടു കൊല്ലത്തിനുശേഷം വന്ന തിരുന്നാൾ ആയോണ്ട് നല്ല പൊടിപ്പനായുള്ള ആഘോഷം ആണ്.

മാലാഖയ്ക്ക് ഒരു ഫാൻസ് അസോസിയേഷൻ ഉണ്ടായിരുന്നേൽ എന്റെ അപ്പച്ചൻ മാലാഖയുടെ മരത്താക്കര ഫാൻസ് അസോസിയേഷൻ പ്രസിഡന്റ് ആയേനേ. അത്രയ്ക്കാണ് ആൾക്ക് മാലാഖയോടുള്ള ഭക്തി. അപ്പച്ചന്റെ അപ്പനും അമ്മയും കടുത്ത മാലാഖ ആരാധകർ ആയിരുന്നോണ്ടാണ് മക്കളിൽ എട്ടാമനായി ജനിച്ച അപ്പച്ചന് റപ്പായി എന്ന് പേരിട്ടത്. പേര് പോലെ തന്നെ അപ്പച്ചന് മാലാഖയോട് വലിയ ആരാധനയും ഭക്തിയും ആയിരുന്നു.

മരത്താക്കര ഇടവകയിലാണ് ഞങ്ങൾ താമസിക്കുന്നതെങ്കിലും തള്ളപ്പള്ളിയായ ഒല്ലൂരിലെ മാലാഖയുടെ തിരുന്നാൾ കുഞ്ഞുനാളിലേ തൊട്ടു വലിയ ആഘോഷം ആണ് വീട്ടിൽ. കൊടിയേറ്റം മുതൽ എട്ടാമിടം വരെ നീണ്ടു നിൽക്കുന്ന ആഘോഷം. എല്ലാ വർഷവും ഒക്ടോബർ മാസം 23, 24 തിയ്യതികളിൽ ആണ് തിരുന്നാള് വരിക. തലേന്നുള്ള വളയെഴുന്നള്ളിപ്പും ഒല്ലൂർ ജംങ്ഷനിൽ ഉള്ള കടലാസുപടക്കവും വെടിക്കെട്ടും പിറ്റേന്നുള്ള രൂപക്കൂട് എഴുന്നള്ളിപ്പും പ്രദക്ഷിണവും രാത്രിയുള്ള പള്ളി ഗ്രൗണ്ടിലെ വെടിക്കെട്ടും കൂടി ഗംഭീര ആഘോഷമാണ്.

വളഎഴുന്നെള്ളിപ്പ് കഴിഞ്ഞ് വഴിയരികിലെ കടയിൽ നിന്നും പൊരി, അലുവ, അടിച്ചു പരത്തിയ ഈന്തപ്പഴം, കരിമ്പ് എന്നിവ മേടിച്ച് അപ്പച്ചന്റെയും അമ്മച്ചിയുടേം കയ്യും പിടിച്ചു ഞങ്ങൾ നാലു മക്കളും നടക്കും. പോക്കറ്റിൽ കേപ്പ് ഇട്ടു പൊട്ടിക്കണ തോക്കും ഊതിയിട്ടു കാറ്റ് വിടുമ്പോൾ പോം എന്ന സൗണ്ട് ഉണ്ടാക്കണെ

ബലൂൺ വായിലും വച്ച് ഞാനും ചേട്ടനും ഇങ്ങനെ നടക്കും. അനിയത്തിമാരുടെ കൈയിൽ കുപ്പിവള, ആപ്പിൾ ബലൂൺ, പാവക്കുട്ടി എന്നിവ ആയിരിക്കും.

ഒല്ലൂർ തിരുന്നാളിന്, പണ്ട് പള്ളിയിൽ തുള്ളൽ ഉണ്ടായിരുന്നു. അങ്ങോട്ട് നോക്കണ്ട മക്കളേ എന്നും പറഞ്ഞ് അമ്മച്ചി ഞങ്ങളെ പിടിച്ചു വലിച്ചുകൊണ്ട് പോകാൻ നോക്കും. പക്ഷേ മുടിയഴിച്ചിട്ട് തെങ്ങിൻപൂക്കുലകൊണ്ട് നെറ്റിയിൽ അടിച്ചടിച്ചു രൂപക്കൂടിനു മുൻപിൽ തുള്ളുന്ന പെണ്ണുങ്ങളെ നോക്കാൻ ഞാൻ അമ്മച്ചിയുടെ കയ്യ് വിടീച്ച് ഓടും. അവിടെ ചെന്ന് അത്ഭുതത്തോടെ നിൽക്കും. പണ്ട് വസൂരി പോലുള്ള മാറാരോഗങ്ങൾ പടർന്നു പിടിച്ച കാലത്തു ജാതി മതമില്ലാതെ എല്ലാരും മാലാഖയുടെ അടുത്ത് പ്രാർത്ഥിക്കാൻ വന്നിരുന്നു. അന്ന് തുടങ്ങിയതാണത്രെ ഈ തുള്ളൽ. പിൽക്കാലത്ത് അത് പള്ളിയിൽ കണ്ടിട്ടില്ല. വസൂരി ഇല്ലാത്തോണ്ടാവും.

അപ്പൊ പറഞ്ഞു വന്നത് ഇക്കൊല്ലവും പള്ളിപ്പറമ്പിൽ കുടുംബസമേതം തിരുന്നാളു കൂടാൻ പോയി എന്നതാണ്. മരണക്കിണറും കണ്ടു യന്ത്രഊഞ്ഞാലിൽ ഒന്ന് കറങ്ങി, റോളർ കോസ്റ്ററിൽ ഇരുന്ന് ഒന്ന് നിരങ്ങി പിള്ളേരുടെ കൂടെ പള്ളിപ്പറമ്പിൽ ചുറ്റി നടന്നു. പെരുന്നാളും കഴിച്ചു നേർച്ചയിട്ടു വീട്ടിലേക്കു തിരിച്ചു. വഴിയോരത്തു കണ്ട കടയിൽനിന്നും അലുവ, പൊരി മേടിച്ചു. ഈത്തപ്പഴം മേടിച്ചില്ല. മോൾക്ക് ഒരു ആപ്പിൾ ബലൂൺ നോക്കിയിട്ടു കിട്ടിയില്ല.

എൽ.ഇ.ഡി. ബൾബ് ഇട്ട് ഒരു സാധനമാണ് ഇപ്പോൾ കിട്ടുന്നത്. കണ്ടപ്പോളേ മോള് കരയാൻ തുടങ്ങി. അങ്ങനെ തിരിച്ചു വീട്ടിൽ ചെന്ന് വരാന്തയിൽ ഇരുന്നിരുന്ന അപ്പച്ചന് മേടിച്ച അലുവ മുറിച്ച് ഒരു പീസ് കൊടുത്തു. അലുവ കഴിച്ചോണ്ടിരുന്നപ്പോൾ ആളുടെ മുഖത്ത് ഒരു പുഞ്ചിരി വന്നു. പിന്നാലെ വരുന്ന കഥയ്ക്കായി ഞാൻ കാതോർത്തു.

അപ്പച്ചൻ പറയാൻ തുടങ്ങി. ആളുടെ കുട്ടിക്കാലം. 1955 കാലഘട്ടം. അപ്പാപ്പന്റെ മരണത്തെ തുടർന്ന് അമ്മാമ ഒൻപതു മക്കളേം കൊണ്ട് രണ്ടറ്റം മുട്ടിക്കാനായി പാടുപെടുന്ന കാലം. അപ്പച്ചന്റെ മൂത്ത ചേട്ടന്മാർ അന്ന് ചില്ലറ പണികൾക്കൊക്കെ പോയിത്തുടങ്ങിയിരുന്നു. കനത്ത തുലാവർഷത്തെ തുടർന്ന് അക്കൊല്ലം പണിയൊന്നും കാര്യമായി ഉണ്ടാവാതിരുന്ന സമയത്താണ് മാലാഖയുടെ പെരുന്നാൾ വരവ്. ചേട്ടന്മാരുടെ കൈയിൽ അഞ്ചു പൈസയില്ല. പള്ളിപ്പറമ്പിൽ ചേട്ടന്മാരുടെ കൂടെ കറങ്ങി നടന്ന അപ്പച്ചൻ അടുത്ത് കണ്ട അലുവ കടയിൽ ചെന്ന് വിവിധ കളറിലുള്ള അലുവകൾ നോക്കി കൊതിയോടെ നിന്നു.

“നിനക്ക് അലുവ വേണോ?” തോളിൽ തട്ടി അപ്പച്ചന്റെ രണ്ടാമത്തെ ചേട്ടൻ ചോദിച്ചു.

“വേണം, വേണം.”

എന്നാ നീ ഇങ്ങോട്ടു വാ. ഒരു പണിയുണ്ട് എന്നും പറഞ്ഞു ചേട്ടൻ അപ്പച്ചനേം കൂട്ടി പള്ളി ഗ്രൗണ്ടിൽ ചെന്നു. അവിടെ നിന്നിരുന്ന മൂത്ത ചേട്ടന്മാരോട് എന്തോ രഹസ്യം പറഞ്ഞു. അപ്പച്ചനോട് അവിടെ ഇരിക്കാൻ പറഞ്ഞ് അവർ നടന്നു നീങ്ങി.

അക്കാലത്ത് പള്ളിപ്പറമ്പിൽ അവരവരുടെ വീടുകളിൽ ഉണ്ടാകുന്ന കാർഷികോല്പന്നങ്ങൾ, പക്ഷിമൃഗാദികൾ ആൾക്കാർ കൊണ്ടുവന്നു തിരുന്നാളിന് കച്ചവടം ചെയ്യുമായിരുന്നു. പോരാത്തതിന് ചെറുകിട മാജിക്കുകാർ, കുലുക്കിക്കുത്തുകാർ, തെരുവ് സർക്കസ്സുകാർ, കൈ നോക്കുന്നവർ, പന്നിക്കച്ചവടക്കാർ എന്ന് വേണ്ട എല്ലാവിധ കച്ചവടങ്ങളും പള്ളിപ്പറമ്പിലും തെരുവുകളിലും നിറഞ്ഞിരുന്നു. തലേകൊല്ലം പറമ്പിൽ ഉണ്ടായ രണ്ടു ചാക്ക് കശുവണ്ടി തിരുന്നാളിന് അപ്പച്ചന്റെ ചേട്ടൻ കച്ചവടം ചെയ്ത് നല്ല ലാഭം കിട്ടിയിരുന്നു.

എന്താണാവോ ഇക്കൊല്ലം കൊണ്ടുവരുന്നത് എന്നും ആലോചിച്ച് അപ്പച്ചൻ പള്ളിപ്പറമ്പിൽ ഒരു മൂലയ്ക്കെ ഇരുന്നു. കുറച്ചു കഴിഞ്ഞപ്പോൾ ചേട്ടന്മാർ എത്തി. എവിടെ നിന്നോ സംഘടിപ്പിച്ച

ഒരു കന്യാസ്ത്രീക്കുപ്പായം കൊണ്ടുവന്ന് അവർ അപ്പച്ചനെ അണിയിച്ചു. എന്നിട്ട് രണ്ടു മുണ്ടു വളച്ചു കെട്ടി അതിനുള്ളിൽ ഇരുത്തി. കൈയിൽ ഒരു നൂലും നൂലിന്റെ അറ്റത്തു കെട്ടിയ ഒരു ബീഡിയും കൊടുത്തു. എന്നിട്ടു രണ്ടാമത്തെ ചേട്ടൻ ചെവിയിൽ പറഞ്ഞു, "ഞാൻ പറയുമ്പോൾ നീ ഈ നൂല് പിടിച്ചു വലിക്കണം ട്ടാ."

അപ്പച്ചൻ തലയാട്ടി. പുറത്ത് അനൗൺസ്മെന്റ് തുടങ്ങി. "കന്യാസ്ത്രീ ബീഡി വലിക്കുന്നു. കാണണം എന്നുണ്ടേൽ രണ്ടണ. രണ്ടണ..."

പെട്ടെന്ന് തിരക്കായി. അതുവരെ ആരും കാണാത്ത കാഴ്ച ആണ്. ഒരു കന്യാസ്ത്രീ ബീഡി വലിക്കുന്നത് പോയിട്ട് ഒരു സോഡാ കുടിക്കുന്നതുവരെ സങ്കൽപ്പിക്കാൻ പറ്റാത്ത കാലം. കാലം പോയ പോക്കേ.

അനൗൺസ്മെന്റ് കേട്ട ആളുകളെല്ലാം ഒരുപോലെ മൂക്കത്തു വിരൽ വെച്ചു. രണ്ടണയ്ക്ക് രണ്ടു കിലോ അരി കിട്ടണ കാലം ആണ്. എന്നിട്ടും ആകാംക്ഷ മൂത്തു ജനം തിക്കിത്തിരക്കി. പൈസ എല്ലാം കളക്ട് ചെയ്തു കഴിഞ്ഞു കർട്ടൻ (മുണ്ട്) ഉയർന്നു. ചേട്ടൻ പറഞ്ഞതനുസരിച്ച് അപ്പച്ചൻ ബീഡി കെട്ടിയ നൂലിൽ പിടിച്ചു വലിച്ചു. ചരിത്രത്തിൽ ആദ്യമായി ഒരു കന്യാസ്ത്രീ അങ്ങനെ ബീഡി വലിച്ചു.

പിന്നീട് അവിടെ നടന്നത് ഒന്നും ആർക്കും ഓർമയില്ല.

രണ്ടാമത്തെ ചേട്ടന്റെ തോളത്തിരുന്നു കൊതിയോടെ അലുവ തിന്നു പോയിരുന്ന തന്റെ പേരുള്ള ആ കന്യാസ്ത്രീക്കുട്ടിയെ നോക്കി രൂപക്കൂട്ടിലിരുന്നു മാലാഖ പുഞ്ചിരിച്ചു.

■

അമ്പലപ്രാവുകൾ

"**മോ**നേ, വേഗം എണീക്കെടാ. മഴ വരുന്നതിനു മുൻപ് ഒരു രണ്ടു തടം കൂടി നടണം. തിരുവാതിര ഞാറ്റുവേല കഴിഞ്ഞാ പിന്നേ നട്ടാ നന്നാവില്ലെടാ. എണീക്ക് മോനേ. ദേ, ചേട്ടൻ പറമ്പിൽ പണി തുടങ്ങി."

സ്കൂളില്ലാത്ത ദിവസം ശനിയാഴ്ച അതിരാവിലെ മൂടിപ്പുതച്ചുറങ്ങിയിരുന്ന എന്നെ തട്ടി വിളിച്ച് അടുത്തുതന്നെ നിൽപ്പാണ് അമ്മച്ചി. കൈയിൽ എനിക്കുള്ള കെ.പി. നമ്പൂതിരീസ് ചൂർണവും ഈർക്കിലി പിളർത്തി ഉണ്ടാക്കിയ ടങ് ക്ലീനറും പിടിച്ചാണ് നിൽപ്പ്. ഇനി ഞാൻ അതും അന്വേഷിച്ചു നടന്നു നേരം കളയണ്ടല്ലോ. അമ്മച്ചി ആരാ മോള്. എന്റെ എല്ലാ അടവും പാലുംവെള്ളം പോലെ അറിയാം.

പുതപ്പ് തലയിൽനിന്നും മാറ്റി, ജനലിലൂടെ പുറത്തോട്ടു നോക്കി. ഇരുണ്ടു മൂടി നിൽക്കാണ് അന്തരീക്ഷം. ദിപ്പോ പെയ്യും ദിപ്പോ പെയ്യും എന്ന മട്ടിൽ നല്ല മഴക്കാറും ഉണ്ട്. പുതപ്പ് വീണ്ടും തലയിലൂടെ വലിച്ചിട്ട് തിരിഞ്ഞു കിടന്നു. തൊട്ടടുത്ത് എന്റെ ചൂട് പറ്റിക്കിടന്നിരുന്ന മിനിപ്പൂച്ച കൈയും കാലും നിവർത്തി ഒരു കോട്ടുവാ ഇട്ടു വീണ്ടും എന്റെ മേൽ കൈയും വെച്ച് ഉറങ്ങാൻ തുടങ്ങി. ചേട്ടൻ പറമ്പിൽ കിളയ്ക്കുന്ന സൗണ്ട് ചെറിയ ഒരു അലോസരം ഉണ്ടാക്കിയെങ്കിലും ഞാൻ ക്ഷമിച്ചു. മിനിയുടെ കൂർക്കംവലി കുമ്മായം പൂശിയ ആ മുറിക്കകത്ത് ഉയർന്നു കേട്ടു.

അല്പം കഴിഞ്ഞു വീണ്ടും അമ്മച്ചി വന്നു തട്ടി വിളിച്ചു. ഇത്തവണ അമ്മച്ചിയുടെ വിളിയുടെ ടോൺ മാറിയിരുന്നു. ഇനിയങ്ങോട്ട് ഡേഞ്ചർ സോൺ ആണ്. നിന്നോടല്ലേടാ എണീക്കാൻ പറഞ്ഞത് എന്ന് അമ്മച്ചി മൈക്ക് ഓൺ ആക്കി പറയലും ഞാൻ എണീക്കുന്നതിനു മുൻപേ മിനിപ്പൂച്ച ചാടിയെണീറ്റ് ഒറ്റച്ചാട്ടം ആയിരുന്നു ജനലിലൂടെ പുറത്തേക്ക്. അമ്മച്ചിയുടെ കൈയിലുള്ള വടി

എങ്ങാനും സ്ഥാനം തെറ്റി നിറന്തലയ്ക്കുകൊണ്ട് താൻ തളർന്നു കിടന്നാൽ തന്നെയും സ്വപ്നം കണ്ടു നടക്കണ മഠത്തിലെ കറുത്ത കണ്ടൻപൂച്ചയെ ഒരു ദേവദാസ് ആയിക്കാണാൻ കെല്പില്ലാത്തോണ്ട് മിനിയുടെ ഒരു മുൻകരുതൽ. അത്രേ ഉള്ളൂ.

ഞാൻ അന്തസ്സായി അടി കൊണ്ടു. നമുക്ക് നഷ്ടപ്പെടാൻ അന്ന് ഒന്നും ഇല്ലല്ലോ. തല ചൊറിഞ്ഞു തുടയുഴിഞ്ഞു ചൂർണ്ണവും മേടിച്ചു നേരെ അലക്കുകല്ലിന്റെ സൈഡിലേക്ക്. കോപ്പ്, ഈ ചൂർണം ആരാ കണ്ടു പിടിച്ചേ ആവോ? ഞാൻ പിറുപിറുത്തു. മര്യാദയ്ക്ക് നല്ല ടേസ്റ്റിൽ കോൾഗേറ്റ് ടൂത്പൗഡർ പകുതികൊണ്ട് പല്ലു തേച്ചു ബാക്കി പകുതി തിന്നു സന്തോഷമായി കഴിഞ്ഞു പോരുമ്പോഴാണ് ഈ മൊട്ടത്തലയൻ അപ്പാപ്പൻ ദന്തധാവനചൂർണം ആയി രംഗ പ്രവേശം ചെയ്തത്. ഒരു ചവറു മണ്ണ് ടേസ്റ്റും വിത്ത് ഔട്ട് പതയും ഉള്ള ഒരു നിർവികാരസാധനം.

'കഞ്ഞി കുടിച്ചിട്ട് ഇറങ്ങെടാ' എന്ന അമ്മച്ചിയുടെ ഡയലോഗ് കേൾക്കാത്തപോലെ വാശിയോടെ തൂമ്പയും എടുത്തു പറമ്പിലേക്ക് നടന്നു. പിന്നാലെ ഒരു നാഴിയിൽ പയറുവിത്തും ഇരുമ്പുചട്ടിയിൽ അടുപ്പിൽനിന്നും എടുത്ത കുറച്ചു ചാരവുമായി അമ്മച്ചിയും.

ആദ്യം അമ്മച്ചിയോടുള്ള വാശി ആയാണ് തുടങ്ങുക എങ്കിലും പിന്നെ പിന്നെ ഒരു സുഖം. ഒരു സന്തോഷം, ഒരു ആത്മനിർവൃതി യൊക്കെയാണ് ഈ 'പയറുകുത്ത്' എന്ന സംഭവം.

പറമ്പിൽ ആടിന്റേയും പശുവിന്റെയും കടി കൊള്ളാതെ നെഞ്ച് വിരിച്ചു നിന്ന കീഴാർ നെല്ലിയും കറുകയും തുമ്പയും സൂത്രത്തിൽ പമ്മി നിന്ന തൊട്ടാവാടിയും എല്ലാം ചേട്ടന്റെ കൈക്കോട്ടിന് ഇര യായി. ഒരു ദീർഘചതുരത്തിൽ ചേട്ടൻ ചെത്തി വെക്കുന്ന പുല്ലിന്റെ മുകളിലേക്ക് തൂമ്പാകൊണ്ട് മണ്ണ് കിളച്ചിടുക ഇതായിരുന്നു എന്റെ പണി. പിന്നാലെ അമ്മച്ചി ഒരു ചെറിയ വടി കൊണ്ട് കൃത്യം അകല ത്തിൽ ചെറിയ കുഴികൾ മണ്ണിൽ ഉണ്ടാക്കി അതിലേക്ക് ഒരു പയറു വിത്തും ഇച്ചിരെ ചാരവും കൂടി ഇട്ടു തട്ടിമൂടും. അവസാനം തടം മൊത്തത്തിൽ ഒന്ന് നോക്കി മൂലയൊക്കെ ഒന്ന് തട്ടി റൗണ്ട് ആക്കി നെറ്റിയിലെ വിയർപ്പും തുടച്ചു ഒരു ആത്മനിർവൃതിയിൽ തൂമ്പാ പിടിച്ചു ഞാൻ അങ്ങനെ നിൽക്കും.

മരത്താക്കര ജംഗ്ഷനിലെ സലൂൺ സോണയിൽ ചെന്ന് ഒരു ഷാരൂഖ് മോഡൽ കട്ട് പറഞ്ഞു ഇരുന്ന് വെട്ടിക്കഴിയുമ്പോൾ നിറ ക്കൂട്ട് ഷേപ്പിൽ സില്പി മോഡൽ ആയ എന്റെ തല ചാഞ്ഞും ചെരിഞ്ഞും നോക്കി ആത്മനിർവൃതിയിൽ നിൽക്കുന്ന ബാർബറേ ട്ടനെ പോലെ.

പറമ്പിലെ പണി കഴിഞ്ഞാൽ സ്റ്റീൽ കിണ്ണത്തിൽ കുത്തരിയുടെ കഞ്ഞിയും കുറ്റിപ്പയർ ഉപ്പേരിയും ചുട്ടരച്ച ചമ്മന്തിയും കൂട്ടി ഒരു പിടിയാണ്. അത്രയും സ്വാദോടെ ജീവിതത്തിൽ ഇന്നേവരെ വേറെ ഭക്ഷണം കഴിച്ചിട്ടില്ല. അമ്പലപ്രാവുകൾ കൂടുവെച്ച വീട്ടിലെ കിണറ്റിൽനിന്നും കോരിക്കുടിച്ച വെള്ളം, അമൃതായിരുന്നു അമൃത്.

ചെറുപ്പത്തിൽ ആ പ്രാവുകളെ കല്ലെറിഞ്ഞോടിക്കൽ എന്റെ ഒരു വിനോദം ആയിരുന്നു. എന്നെ കാണുമ്പോൾതന്നെ ചിറകടിച്ചുയരുന്ന പ്രാവുകൾ പിന്നെയും പിന്നെയും ആ കിണറ്റിലേക്ക് തിരിച്ചു വന്നുകൊണ്ടിരുന്നു. പിന്നീടെപ്പോഴോ അവ ആ കിണറു വിട്ടു പോയി.

ഇടതൂർന്ന മരങ്ങൾകൊണ്ട് ഇരുട്ടുമൂടിയ ഒരേക്കർ പറമ്പും അതിന്റെ നടുവിലായി ഇടിഞ്ഞു പൊളിഞ്ഞു വീഴാറായി നിന്നിരുന്ന പഴയ ഒരു വീടും അമ്പലപ്രാവുകൾ കൂടുവെച്ചു കഴിഞ്ഞിരുന്ന വലിയ ഒരു കിണറും ഉണ്ടായിരുന്ന ആ സ്ഥലം അപ്പച്ചൻ 45 വർഷം മുൻപ് തലാപ്പിള്ളി മാധവേട്ടന്റെ കയ്യീന്ന് മേടിച്ചതാണ്.

പറമ്പു മേടിച്ചു രണ്ടു കൊല്ലം കഴിഞ്ഞു പറമ്പിലുണ്ടായിരുന്ന മരങ്ങളെല്ലാം വെട്ടിമാറ്റി, കുഴികൾ എടുത്ത് അപ്പച്ചൻ അതിൽ തെങ്ങിൻതൈകൾ നട്ടു. ഓരോ തെങ്ങിന്റെ കടയ്ക്കലും ഒരു മൺകുടം വീതം ഓട്ടയിട്ട് അതിൽ തിരിയിട്ടു വെള്ളം നിറച്ചു വെക്കും. പണ്ടത്തെ ഡ്രിപ് ഇറിഗേഷൻ സിസ്റ്റം ആയിരുന്നു അത്. ചെത്താൻ കൊടുത്ത തെങ്ങിലെ കള്ളുംകുടത്തിൽനിന്നും കള്ളു മൊത്തിക്കുടിച്ചു ശീലിച്ച അണ്ണാന്മാർ, ആരടപ്പാ ഈ കുഴിയിൽ കള്ളും കൊടം വെച്ചേക്കണേ മന്ദബുദ്ധീസ് എന്നും പറഞ്ഞു പതുക്കെ

വന്നു വെള്ളം ഇറ്റുവീഴുന്ന തിരിയിൽ നക്കും. പിന്നെ മൂഞ്ചി വളിച്ച മുഖവുമായി സ്ഥലം വിടുന്നത് പതിവുകാഴ്ച ആയിരുന്നു.

പറമ്പിലെ മരങ്ങൾ വെട്ടിയ ദിവസം ഭക്ഷണം കഴിക്കാതെ കരഞ്ഞ് ഇരുന്നിരുന്ന അമ്മച്ചിയെ ഇപ്പോഴും ഓർമയുണ്ട്. ആരായാലും കരയും. വീടിനു മുറ്റത്തു നിന്നിരുന്ന പടുകൂറ്റൻ നാട്ടുമാവ്, വലത്തേ സൈഡിൽ നിന്നിരുന്ന വട്ടമാവ്, ചകിരിമാവ്, കിണറിന്റെ കരയിൽ നിന്നിരുന്ന എക്കും പിക്കും ഉള്ള ചക്കകൾ ഉണ്ടായിരുന്ന വരിക്കപ്ലാവ്. പിന്നെ കൊല്ലത്തിൽ രണ്ടോ മൂന്നോ ചക്ക മാത്രം ഉണ്ടായിരുന്ന വരിക്കപ്ലാവ്. ആ ചക്കയുടെ വലിപ്പത്തിൽ ഇന്നേ വരെ വേറൊരു ചക്ക ഞാൻ കണ്ടിട്ടില്ല. ഒരാളുടെ നീളം ഉള്ള ചക്ക. (ആള് അഞ്ചിൽ പഠിക്കാന്ന് ഊഹിച്ചോട്ടാ.) അയല്പക്കത്തെ പട്ടരുമഠം വാസുവേട്ടൻ മഴുകൊണ്ടാണ് ആ ചക്ക വെട്ടിപ്പിളർത്തിയത്. തള്ളിയതല്ലാട്ടാ സത്യം ആണ്. പിന്നെ ഇണപിരിഞ്ഞു നിൽക്കണ പ്ലാവുകൾ. മഞ്ഞതുടുപ്പനും ചോരതുടുപ്പനും ഉണ്ടാവണ കശുമാവുകൾ. ഞാവൽമരം, ഒരു ഇരുമ്പൻ പുളിമരം ഒഴികെ എല്ലാം വെട്ടിക്കൊണ്ടുപോയി. കടയോടെ. എങ്ങനെ കരയാതിരിക്കും?

ഒരു വാശിയോടെ അമ്മച്ചി വീണ്ടും എല്ലാം വെച്ച് പിടിപ്പിച്ചു. തെങ്ങിൻകുഴികൾക്കിടയിലുള്ള സ്ഥലത്തെല്ലാം പയറും കൊള്ളിയും മധുരം കിഴങ്ങും ചെറുകിഴങ്ങും ചേമ്പും ചേനയും എന്നുവേണ്ട ശ്രീലങ്ക ഷേപ്പിലുള്ള കാവത്തുവരെ മാറി മാറി സ്ഥാനം പിടിച്ചു.

കാലം കടന്നു പോയി. ഒരേക്കർ പറമ്പ് അമ്പതുസെന്റ് ആയും പിന്നെ 16 സെന്റും ആയി മാറി. ഇപ്പോഴിതാ ഈ ഞാനും അതിൽ ഒരു കൂടു കെട്ടാൻ പോകുന്നു. അമ്മച്ചി വെച്ചുണ്ടാക്കിയതും പഴയ ആ ഇരുമ്പൻപുളി മരവും എല്ലാം എന്റെ കൂടിനായി വേരറ്റു പോകുന്നു. വേദനയോടെയാണെങ്കിലും മക്കളുടെ സ്വപ്നത്തിനു ചിറകു വിരിക്കാനായി ജന്മം തന്നവർ മൗനസമ്മതം തരുന്നു.

ഉള്ള സ്ഥലത്തു വീട് പരമാവധി ഇറക്കിപ്പണിത് മുന്നിൽ കുറച്ചു സ്ഥലം വെറുതെ ഇടാനാണ് പ്ലാൻ. വീടുപണി കഴിഞ്ഞു വീട്ടുകാരെല്ലാരും ചേർന്ന് അവിടെ നടണം, രണ്ടുതടം പയർ, രണ്ടു തടം കപ്പ, ഇച്ചിരെ കൂർക്ക.

അത് കണ്ട് പറന്നുപോയ ആ അമ്പലപ്രാവുകൾ തിരിച്ചുവരട്ടെ. കല്ലെറിയാതെ, അവറ്റയെ സ്നേഹിക്കാൻ പഠിപ്പിക്കണം എനിക്കെന്റെ പറക്കമുറ്റാറാവുന്ന മക്കളെ.

■

കൊഴുക്കട്ടകൾ

ഒരു കിലോ റൈസ് പൊടി, ശർക്കര അര കിലോ, മൂന്നു നാളി കേരം, ചുക്ക്. മേടിച്ചു വന്നോളൂട്ടാ എന്ന പ്രിയതമയുടെ ഫോൺ കാൾ ആണ് ഓശാന ഞായറിന്റെ ഓർമ്മകളിലേക്ക് ശ്രീരാമചന്ദ്ര ബസ് പിടിച്ച് എന്നെ ദുബായ് സിലിക്കോൺ ഒയാസിസിസിൽ നിന്ന് മരത്താക്കരയിലേക്കു കൊണ്ടുപോയത്.

നാലോ അഞ്ചോ വയസ്സു കാണണം. ഓർമ്മയിലെ ആദ്യത്തെ ഓശാന പെരുന്നാൾ. പൊരുത്തലടയും പീച്ചാംപൊടിയും പുട്ടും തിന്നു ശീലിച്ച ഞങ്ങൾ കുട്ടികളുടെ നാവിന്റെ രസമുകുളങ്ങൾക്ക് ഒരു ചേഞ്ചിന് കൊല്ലത്തിലൊരിക്കൽ മാത്രം കിട്ടുന്ന ഒരു പല ഹാരം. കോഴിക്കൊട്ട എന്ന് കുട്ടിക്കാലത്തു ഞങ്ങൾ മരത്താക്കര കുട്ടികൾ തെറ്റി വിളിച്ചു പഠിച്ച കൊഴുക്കട്ട. കാത്തിരിപ്പായിരിക്കും ആ ദിവസം വന്നെത്താൻ. അമ്പത് നോമ്പായതുകൊണ്ട് മൊത്ത ത്തിൽ ശോകം ആയ വീട്ടിലെ ആ ഒരു സെറ്റപ്പിന് ഈ വെള്ള ഉണ്ട ഐറ്റം കൊണ്ട് വന്നിരുന്ന പോസറ്റീവ് എനർജി വളരെ വലു തായിരുന്നു.

രണ്ടു ദിവസം മുൻപ് തന്നെ അമ്മച്ചി, ഞങ്ങളുടെ മൂന്നരപ്പറ കണ്ടത്തിലെ 17-17 നെല്ല് പത്തായത്തിൽ നിന്ന് എടുത്ത് ഒരു ചാക്കി ലാക്കി ചേട്ടന്റെ കൈയിൽ കൊടുത്തു വിടും. തോട്ടപ്പടി നെല്ലു കുത്തു കമ്പനിയിൽ കുത്തിക്കൊണ്ട് വരുന്ന പച്ചരി വെള്ളത്തിൽ കുതിർത്തു വെക്കും. രണ്ടിടങ്ങഴി പൊടിക്കുള്ള അരിയാണ് കുതിർത്തു വെക്കാറ് എന്നാണ് പിൽക്കാലത്തു മനസ്സിലാക്കിയത്.

ഓശാന ഞായറിന്റെ തലേന്ന് അപ്പച്ചന്റെ പെങ്ങൾ, ഞങ്ങളുടെ അമ്മിണി അമ്മായി, പ്രിയതമൻ റപ്പായച്ചനുമായി വരാറുണ്ടായി രുന്നു. തിലകൻ+ കെ.പി.എ.സി. ലളിത മോഡൽ ദമ്പതികൾ. കണ്ടാലും അതുപോലെത്തന്നെ. അമ്മായിയും അച്ചനും വരണു ണ്ടേൽ അപ്പച്ചൻ തരുന്ന പത്തു രൂപ നോട്ടുമായി ഞാൻ ദേവസ്സി

ച്ചേട്ടന്റെ കടയിലേക്ക് ഓടും. ഒരു പൊതി മുറുക്കാനും രണ്ടു ഞെട്ടി പുകലയും അമ്മായിക്കും ആപ്പിൾബീഡി രണ്ടു പൊതി അച്ചനും വേണ്ടി മേടിച്ചു വരും.

നീട്ടി മുറുക്കി മുറിമുണ്ട് മുറുക്കി ഉടുത്ത്, അമ്മായിയും കൂടെ അമ്മച്ചിയും കൊഴുക്കട്ട പരിപാടി തുടങ്ങായി. ഒരു പായ എടുത്ത് ഇറയത്തേക്ക് ഇട്ട് അതിൽ ഉരൽ കയറ്റി വെക്കും. പിന്നെ കുതർത്തി വെച്ചിരിക്കണ അരിയെടുത്ത് ഉരലിൽ ഇട്ട് ഇടി തുടങ്ങായി. ഉരലിന്റെ അപ്പുറത്തും ഇപ്പുറത്തുമായി നിന്ന് നാത്തൂനും നാത്തൂനും കൂടി ഉലക്കകൊണ്ട് മാറി മാറി താളത്തിൽ ഇടിക്കും. അമ്മായി പുത്തൻപാനയിലെ പാട്ടു മൂളിക്കൊണ്ടിരിക്കും. അരി ഇടിക്കുന്ന താളത്തിനനനുസരിച്ച് ആടിക്കൊണ്ടിരിക്കണ അമ്മായിയുടെ മുറിമുണ്ടിന്റെ ഞെറി വാൽ നോക്കി ഞങ്ങൾ കുട്ടികൾ ചുറ്റുമിരുന്നു തലയാട്ടും.

അരി ഇടിച്ചു പൊടിച്ചു കഴിഞ്ഞാൽ ഒരു അരിപ്പയെടുത്തു അരിച്ചു തരി മാറ്റും. പിന്നെ പൊടി വറുക്കലാണ്. ഒരു ഹിൻഡാലിയം ഉരുളി അടുപ്പിൽ വെച്ച് വിറകു കത്തിച്ച് അമ്മച്ചി പൊടി വറുക്കും. ആ സമയം അമ്മായി നാളികേരം ചിരകി അത് ശർക്കര പാനിയിൽ വിളയിച്ച് അതിലേക്ക് അരി വറുത്തതും ജീരകവും ചുക്കും ഏലക്കായയും കൂടി അമ്മിയിൽ അരച്ചെടുത്ത പൊടി തൂവും. അപ്പോൾ നാവിൽ കൊതിയൂറുന്ന ഒരു മണം അവിടെയെങ്ങും പരക്കും. ഞങ്ങൾ കുട്ടികൾ, ചിരട്ടകൾ എടുത്ത് അമ്മായിയുടെ അടുത്ത് പോയി നിൽക്കും. എല്ലാ കുട്ടികൾക്കും അമ്മായി വിളയിച്ച നാളികേരം അല്പം ചിരട്ടയിൽ ഇട്ടു തരും. അധികം കഴിക്കണ്ടട്ടാ മക്കളേ, ഗ്രഹിണി വരും എന്ന അമ്മായിയുടെ നുണ വിശ്വസിച്ചു കൊതി കൊട്ടയിട്ട്

മൂടി ഞങ്ങൾ പിള്ളേർ അങ്ങനെ ചിരട്ടയും പിടിച്ചു ചുറ്റിപ്പറ്റി നിൽക്കും.

അപ്പുറത്തു ഹേവാർഡ്സ് വിസ്കി കുപ്പിയിൽ നിന്നും പൂക്കളുള്ള ചില്ലു ഗ്ലാസ്സുകളിലേക്ക് ലാർജുകൾ പകർന്നു സ്റ്റീൽ മൊന്തയിൽ കൂജയിലെ വെള്ളം എടുത്തു മിക്സ് ചെയ്ത് അച്ചനും അപ്പച്ചനുംകൂടി അടി തുടങ്ങിയിരിക്കും. അച്ചൻ ഒരു ഗ്ലാസിൽ ഒന്നര ലാർജ് എടുത്ത് അമ്മായിക്ക് കൊണ്ടുകൊടുക്കും. കുരിശു വരച്ചു മുറിമുണ്ടിന്റെ തലപ്പ് കൊണ്ട് മുഖത്തെ വിയർപ്പു തുടച്ച് അമ്മായി ഒരൊറ്റ വലിയാണ്. ഡ്രൈ... പിന്നെ വിളയിച്ച നാളികേരം എടുത്ത് അല്പം വായിലിട്ടു ചവച്ചു ചുണ്ടും തുടച്ച് ഒരിരുപ്പാണ്. ഇനിയാണ് കൊഴുക്കട്ട മേക്കിങ് രണ്ടാംഘട്ടം ആരംഭിക്കുന്നത്.

ചൂട് വെള്ളം ഒഴിച്ച് കുഴച്ചു പരുവം ആക്കിയ പൊടി ചെറിയ ഓറഞ്ചു വലിപ്പത്തിൽ ഉരുളകൾ ആക്കി വെക്കും. പിന്നെ കൈയിൽ നെയ്യ് പുരട്ടി ഉരുള എടുത്ത് ഒരു ചിരട്ടപോലെ ഷേപ്പിൽ ആക്കിയെടുത്ത് ഉള്ളിൽ തേങ്ങാ വിളയിച്ചത് ഫിൽ ചെയ്തു ഉരുട്ടിയെടുത്ത് ഉണ്ടകൾ ആക്കും. പത്തു മിനിട്ടോളം ആവിയിൽ പുഴുങ്ങിയെടുത്തു ചൂരക്കുട്ടയിലേക്കു മാറ്റും. സംഭവം റെഡി. ഷുഗർ ഉള്ളവർക്കായി കുറച്ചു തേങ്ങയും ജീരകവും കുഞ്ഞുള്ളിയും ചേർത്ത ഫില്ലിംഗ് ആയി കുറച്ചു വെറൈറ്റി ഉണ്ടകൾ. പിന്നെ തേങ്ങ വിളയിച്ചതു ഫിനിഷ് ആയാൽ ബാക്കി വരുന്ന പൊടികൊണ്ട് കുറച്ചു പീച്ചാംപൊടി. കുരിശ്. ഒക്കെക്കൂടി രണ്ടു ചൂരക്കൊട്ട ഐറ്റം ഉണ്ടാകും. കൊയ്ത്തിനു വരുന്ന പണിക്കാർ, അയല്പക്കക്കാർ, പറമ്പു പണിക്കാർ, എന്നുവേണ്ട വഴീക്കോടെ പോണ എല്ലാവർക്കും അന്ന് കൊഴുക്കട്ട കൊടുക്കുമായിരുന്നു. രണ്ടു മൂന്നു ദിവസം കൊണ്ടാണ് അതൊക്കെ തീർന്നിരുന്നത്.

എല്ലാം കഴിഞ്ഞു വൈകീട്ട് അമ്മായിയും അച്ചനും യാത്ര പറഞ്ഞ് ഇറങ്ങാൻ നേരം വിഷമം ആണ്. നാത്തൂനേ, ഞാൻ പിന്നേ വരാട്ടാ എന്നും പറഞ്ഞു അമ്മച്ചിയുടെ കയ്യും വിടുവിച്ചു കണ്ണ് തുടച്ച് ഇറങ്ങുന്ന അമ്മായിയേയും അച്ചനേം യാത്രയാക്കാൻ ഞങ്ങളെല്ലാം പടിവരെ ഇറങ്ങിച്ചെല്ലും. അച്ചന്റെ കയ്യും പിടിച്ചു നടന്നു മറയുന്ന അമ്മായിയെ നോക്കി കണ്ണും തുടച്ച് അമ്മച്ചിയും കൂടെ ഞങ്ങളും ദൂരേക്ക് നോക്കി നിൽക്കും. അവർ കാഴ്ചയിൽനിന്ന് മറയുവോളം.

ഇന്ന് നമ്മൾ എത്ര പ്രൊഫഷണൽ ആയി റെസിപ്പി നോക്കി ഉണ്ടാക്കിയാലും അന്നത്തെ കൊഴുക്കട്ടയുടെ സ്വാദ് കിട്ടില്ല. ഇടിച്ച അരിയുടെയും വിളയിച്ച നാളികേരത്തിന്റേയും മാത്രമായിരുന്നില്ല മറിച്ച്, അതിൽ അലിയിച്ചു ചേർത്ത സ്നേഹനിശ്വാസങ്ങളുടെയും

നെടുവീർപ്പുകളുടെയും ബന്ധങ്ങളുടെയും നിഷ്കളങ്കതയുടെയും രുചിക്കൂട്ടുകൾ ആയിരുന്നു ആ കൊഴുക്കട്ടകൾ.

സംഭവം പണ്ടത്തെ കാര്യങ്ങൾ ഓരോന്നു ആലോചിച്ച് ഉണ്ടാക്കിയതുകൊണ്ടാണോ അതോ അമ്മായിയേയും അമ്മച്ചിയേയും മുന്നിൽ കണ്ട് ഉണ്ടാക്കിയതുകൊണ്ടാണോ എന്നറിയില്ല, എല്ലാ കൊല്ലവും എങ്ങനെ ഉരുട്ടി ഉണ്ടാക്കിയാലും കാവത്തുംകായ ഷേപ്പിൽ വന്നിരുന്ന കൊഴുക്കട്ട ഇത്തവണ നല്ല കിടുക്കാച്ചി ഫാഷൻ ഫ്രൂട്ട് ഷേപ്പും പൊളി ടേസ്റ്റും.

എല്ലാവർക്കും ഓശാന തിരുന്നാൾ മംഗളങ്ങൾ... ■

വേൾഡ് റെക്കോർഡ്

ഗിന്നസ് ബുക്ക് ഓഫ് റെക്കോർഡ്സുകാരെ വിവരം അറിയിക്കാൻ സാധിക്കാഞ്ഞതിനാൽ കൈവിട്ടു പോയ ഒരു വേൾഡ് റെക്കോർഡ് ഇന്നും ഞങ്ങളുടെ മരത്താക്കര പള്ളിപ്പറമ്പിലെ ഷാജു, ഹോൾഡ് ചെയ്യുന്നുണ്ട്.

സംഭവം നടക്കുന്നത് ഞാൻ എട്ടാം ക്ലാസ്സിൽ പഠിക്കുന്ന സമയത്താണ്. അന്ന് പള്ളിപ്പറമ്പിലെ ഹീറോ ആയിരുന്നു ഷാജു. മുക്കി എയർ പിടിച്ചാൽ വയറ്റിൽ എട്ടു കട്ടകൾ തെളിയുമായിരുന്ന അപാര സ്റ്റാമിന ഉണ്ടായിരുന്ന ഷാജു അന്നു കാലത്ത് പള്ളിപ്പറമ്പിൽ നടന്ന പുത്തൂർ പഞ്ചായത്തു മേളയിലെ കായികമത്സരങ്ങളിൽ ചാമ്പ്യൻ ആയിരുന്നു.

യൂണിയൻകാരും മരംതട്ടുകാരും മാറ്റുരച്ച മത്സരങ്ങളിൽ ഷോട്ട് പുട്ടിന്റെ ഇരുമ്പു ഉണ്ട അവലോസുണ്ട എറിയണ ലാഘവത്തോടെ എടുത്തു വീക്കിയും ഹൈജമ്പിനു ഏറ്റവും മുകളിൽ വച്ച വടിക്കു മീതെ 1M ഉയരത്തിൽ ചാടിയും 10000 മീറ്റർ ഓട്ടത്തിൽ ബാക്കിയുള്ളവർ മൂന്ന് റൗണ്ട് ഓടാൻ ബാക്കി കിടക്കുമ്പോൾ ഓട്ടം പൂർത്തിയാക്കിയും ഒന്നാമതെത്തിയ ഷാജു, ജാവലിൻ ത്രോയ്ക്ക് സ്കൂൾ ഗ്രൗണ്ടിൽ നിന്നും എറിഞ്ഞ കോൽ പള്ളിപ്പറമ്പും കടന്നു ചെന്നു വീണത് സെമിത്തേരിയിൽ ആയിരുന്നു.

കായികമത്സരങ്ങളിൽ ഷാജു ആകെ മത്സരം നേരിട്ടത് 100 മീറ്റർ ഓട്ടത്തിൽ മാത്രമായിരുന്നു. മേളയുടെ അവസാന ഇനമായിരുന്ന 100 മീറ്ററിൽ ഷാജുവിനോടൊപ്പം മത്സരിച്ച വാറ്റുകാരൻ ശശി സമ്മാനദാനത്തിനു വന്ന ഒല്ലൂർ സ്റ്റേഷൻ സിഐയുടെ ജീപ്പ് കണ്ടു ശരവേഗത്തിൽ ഓടി ഫിനിഷിങ് പോയിന്റ് കടന്നതിനാൽ ആ സമ്മാനം നഷ്ടപ്പെട്ടതൊഴിച്ചാൽ ബാക്കി എല്ലാം ഷാജുവിന്റെ പേരിലായി. ഒരു കുട്ടിച്ചാക്കു നിറച്ചും ട്രോഫിയും ഷീൽഡും വാങ്ങിയാണ് ഷാജു അന്ന് പള്ളിപ്പറമ്പ് വിട്ടത്.

പള്ളിയിൽ കെസിവൈഎം സംഘടിപ്പിച്ച തീറ്റ മത്സരത്തിലും ഷാജുവിനായിരുന്നു ഒന്നാം സ്ഥാനം. അഞ്ച് പാക്കറ്റ് മോഡേൺ ബ്രഡ് വെള്ളം കുടിക്കാതെ കഴിച്ചു. പിന്നാലെ അഞ്ച് ഏത്തപ്പഴവും തിന്നു. കുടിക്കാൻ കൊടുത്ത വെള്ളം കൊണ്ട് കൈയും മുഖവും കഴുകി സമ്മാനമായി കിട്ടിയ ക്യാഷ് അവാർഡ് കൊണ്ടുപോയി മോഹനേട്ടന്റെ ഹോട്ടലിൽനിന്നും പത്ത് പൊറോട്ടയും രണ്ട് ബീഫു റോസ്റ്റും കഴിച്ചവനാണ് ഷാജു.

വേനലവധിക്ക്, പള്ളിപ്പറമ്പിൽ ഒരു ദിവസം വട്ടംകൂടിയിരുന്നു നീന്തൽ പഠിക്കുന്നതിനെക്കുറിച്ച് ഞാനും കൂട്ടുകാരായ സെബിയും ഗിരീഷും ആന്റുവും കൂടി ചർച്ച ചെയ്യുകയായിരുന്നു.

ഞങ്ങളുടെ പാടത്തിനോടു ചേർന്ന് കിടന്നിരുന്ന തെങ്ങുംപറമ്പി ലേക്കു വെള്ളം എടുത്തിരുന്ന ഔസേപ്പ് മാഷിന്റെ വീട്ടിലെ കുള ത്തിൽ ചേട്ടന്മാർ മലർന്നു കിടന്നു നീന്തി വായിൽനിന്നും മേശപ്പൂ പോലെ വെള്ളം വിരിയിക്കണ കണ്ട അന്ന് മുതലുള്ള ആഗ്രഹം ആയിരുന്നു നീന്തൽ പഠിക്കണം, മേശപ്പൂ വിരിയിക്കണം എന്നത്.

ഞങ്ങളുടെ ഡിസ്കഷൻ കേട്ട് അടുത്തു വന്ന ഷാജു നീന്ത ലിന്റെ ബാലപാഠങ്ങൾ ഞങ്ങൾക്ക് പറഞ്ഞു തന്നു. "താൻ എടക്കുന്നി അമ്പലത്തിലെ കുളത്തിൽ നിർത്താതെ ഒരു ദിവസം മുഴുവൻ നീന്തി യതും അവസാനം അമ്പലക്കമ്മിറ്റിക്കാർ വന്നു പിടിച്ചു പുറത്താ ക്കിയ കാരണം മാത്രം നീന്തൽ നിർത്തി''യതുമൊക്കെ പറഞ്ഞു അവൻ ഞങ്ങളെ ത്രില്ലടിപ്പിച്ചു. "അതേ അമ്പലക്കുളത്തിൽ പത്ത് മിനിട്ടു വെള്ളത്തിനടിയിൽ മുങ്ങാൻകുഴി ഇട്ടു കിടന്ന താൻ കടു വിന്റെ കുത്തു കിട്ടിയതോണ്ട് മാത്രം പൊങ്ങി വന്നതായിരുന്നു" എന്നും ഷാജു പറഞ്ഞു.

"എന്നേലും ഞാൻ ആ പത്തു മിനിട്ടു ബ്രേക്ക് ചെയ്യും. നിങ്ങൾ വരണുണ്ടേൽ എന്റെ കൂടെ അമ്പലക്കുളത്തിലേക്കു വന്നോ" എന്നു കടു കുത്തിയ ഭാഗത്തു തടവിക്കൊണ്ട് ഷാജു പറഞ്ഞു.

പക്ഷേ, അമ്പലക്കുളം റിസ്ക് ആയി തോന്നിയതിനാൽ വേറെ പറ്റിയ ഒരു സ്ഥലം കണ്ടെത്താൻ ഞങ്ങൾ തീരുമാനിച്ചു. മണലാറ്റി ലുള്ള അറങ്ങാശ്ശേരി അപ്പാപ്പന്റെ പറമ്പിലെ കുളത്തിൽ നീന്തൽ പഠിക്കാം എന്ന ഐഡിയ തന്നത് ഗിരീഷ് ആയിരുന്നു.

"അപ്പാപ്പൻ ആളൊരു ചൂടനാണ്. കണ്ടാൽ കുഴപ്പമാണ്." ഗിരീഷ് പറഞ്ഞു.

"നാട്ടിലെ കുളങ്ങളും തോടുകളുമെല്ലാം എല്ലാ പിള്ളേർക്കും നീന്തൽ പഠിക്കാൻ അവകാശപ്പെട്ടതാണെന്നും അപ്പാപ്പനോട് പോയി പണി നോക്കാൻ പറ പിള്ളേരേ" എന്ന ഞങ്ങളുടെ അഭ്യുദയ

കാംക്ഷി ഗൾഫ് റിട്ടേൺ ജോസേട്ടൻ തന്ന ധൈര്യത്തിൽ ഞങ്ങൾ രണ്ട് പിണ്ടിയും വെട്ടി കുറച്ചു കയറും എടുത്തു പിറ്റേന്ന് കുളത്തിനടുത്തെത്തി. തൊട്ടപ്പുറത്തെ പാടത്തു കൂളിംഗ് ഗ്ലാസ് വെച്ച് ബ്രൂട്ട് സ്പ്രേ അടിച്ചു ടി ഷർട്ടും ഇട്ട് ജോസേട്ടൻ ഒരു എരുമയേ പിടിച്ചു നിന്നിരുന്നു.

പണ്ട് എരുമയെ തീറ്റാൻ കൊണ്ടുപോടാ എന്ന് പറഞ്ഞു മെക്കിട്ടു കേറിയ അപ്പനോട് വഴക്കടിച്ചു നാടുവിട്ടു പോയ ജോസേട്ടൻ ഗൾഫിലെത്തിപ്പെട്ടു പണക്കാരനായി തിരിച്ചു നാട്ടിലെത്തിയപ്പോഴേക്കും അപ്പൻ ചുമരിൽ കയറിയിരുന്നു. അപ്പനോടുള്ള കടപ്പാട് തീർക്കാൻ ഒരു എരുമയെ മേടിച്ചു തീറ്റി നടക്കാണ് താനെന്നും അല്ലാതെ നാട്ടുകാർ പറയണ പോലെ കെട്ട്യോളെ പേടിച്ചിട്ടൊന്നും അല്ലാട്ടാ മക്കളേ എന്ന് ജോസേട്ടൻ ഞങ്ങളോട് ഇടയ്ക്കിടെ പറയുമായിരുന്നു.

അരയിൽ കയറുകൊണ്ട് കുടുത്താം ഇട്ട് കുളക്കരയിലുള്ള തെങ്ങിൽ അങ്ങേത്തല കെട്ടി പിണ്ടിയിൽ പിടിച്ചു കുളത്തിൽ കിടക്കാ. ഇതായിരുന്നു നീന്തൽ പഠിത്തത്തിന്റെ തുടക്കം. ഷാജു പറഞ്ഞു തന്ന ബാലപാഠങ്ങൾ ഓരോന്നായി ഞങ്ങൾ അനുവർത്തിച്ചു പോന്നു.

പിണ്ടിയിലെ പിടിവിട്ടു മുങ്ങിപ്പോയാലും ഈസി ആയി കയറിൽ പിടിച്ചു ബോഡി പൊക്കിയെടുക്കാം എന്ന ഷാജുവിന്റെ ഐഡിയ കാലത്തിനു മുൻപേ സഞ്ചരിച്ച ഒരു ഐഡിയ ആയിരുന്നു. നാല് ആൾപൊക്കം വെള്ളമുണ്ടായിരുന്ന കുളത്തിൽ അങ്ങനെ ഞങ്ങൾ നാലുപേരും നീന്തലിന്റെ ബാലപാഠങ്ങൾ പഠിക്കാൻ തുടങ്ങി.

ഞങ്ങളുടെ കുളത്തിലെ അഭ്യാസങ്ങൾ കാണാൻ അടുത്തുള്ള വീടുകളിലെ പിള്ളേഴ്സ് വന്നു കുളക്കരയിൽ നിൽക്ക ഒരു പതിവായി. ഒരു ദിവസം പിള്ളേഴ്സിന്റെ കൂട്ടത്തിൽ അടുത്ത വീട്ടിൽ വിരുന്നു വന്ന രണ്ടു കുരുപ്പ് പിള്ളേരും വന്നു. മൂത്തവൻ വെള്ളത്തിൽ കിടക്കുന്ന ഞങ്ങളോട് ചോദിച്ചു "നിങ്ങൾക്ക് നീന്താൻ അറിയോ?"

ഇല്ല എന്ന് ഞങ്ങൾ പറഞ്ഞു തീരും മുൻപേ ചെക്കൻ കുളത്തിലോട്ടു ചാടി.

"അയ്യോ രക്ഷിക്കണേ, എന്റെ ചേട്ടന് നീന്താൻ അറിയില്ലേ" എന്ന അനിയന്റെ കൂക്കിവിളി കണ്ടപ്പോൾ പണിപാളിയെന്നു ഞങ്ങൾക്ക് മനസ്സിലായി. ഞങ്ങളുടെ ഓളി കേട്ട് ഓടി വന്ന ജോസേട്ടൻ കൈയും കാലും ഇട്ടടിച്ചു മുങ്ങിത്താഴുന്ന ചെക്കനെ നോക്കി പറഞ്ഞു.

"ഇപ്പോ പിടിക്കരുത്. ഇപ്പോ പിടിച്ചാൽ പരാക്രമത്തിൽ അവൻ നിങ്ങളേം മുക്കും. മൂന്നു വട്ടം പൊങ്ങി വരും. മൂന്നാം തവണ

വരുമ്പോൾ ബോധം ഉണ്ടാവില്ല. അപ്പോ നമുക്ക് ഈസിയായി വലിച്ചെടുക്കാം."

അങ്ങനെ മൂന്നാം തവണ വായിൽ നിന്നും പത ആയി പൊങ്ങി വന്ന ചെക്കനെ ഈസിയായി കരയ്ക്കെടുത്തിട്ടു മൂക്കത്തു വിരൽ വച്ച് നോക്കി ജോസേട്ടൻ പറഞ്ഞു, "ഭാഗ്യം. ശ്വാസം ഉണ്ട്."

ചെക്കനെ ചെരിച്ചു കിടത്തി കുടിച്ച വെള്ളം മുഴുവൻ പുറത്തേക്കു പോകുന്ന ടൈമിൽ ജോസേട്ടൻ അനിയനോടായി പറഞ്ഞു, "ചേട്ടന് ഇന്നിനി വേറെ ആഹാരവും വെള്ളവും കൊടുക്കേണ്ടെന്ന് മമ്മിയോട് പറഞ്ഞോളൂ ട്ടാ മോനേ."

ഈ സംഭവവും കണ്ടാണ് അപ്പാപ്പൻ വന്നത്. വന്നപാടേ ആള് ചീത്തവിളി തുടങ്ങി. ഞങ്ങൾ ജോസേട്ടനെ നോക്കി. ആളു എരുമയുടെ അടുത്തെത്തിയിരുന്നു.

ഇനി മേലാൽ ഈ കുളത്തിൽ കുളിച്ചേക്കരുത് എന്ന വാർണിങ് തന്നു അപ്പാപ്പൻ ഞങ്ങളെയെല്ലാം ഓടിച്ചു വിട്ടു.

എന്നാലും പിന്നീടുള്ള ദിവസങ്ങളിൽ ഞങ്ങൾ നീന്തൽ തുടർന്നു. ഞങ്ങളുടെ ഈ നീന്തൽ കഥകൾ കേട്ട ഷാജു ഒരു ദിവസം ഞങ്ങളോട് പറഞ്ഞു "ഞാനും ഉണ്ട് ഇന്ന് നിങ്ങളുടെ കൂടെ. യഥാർത്ഥ നീന്തൽ എന്താണെന്ന് നിങ്ങൾക്ക് ഞാൻ ഇന്ന് കാണിച്ചു തരാം. പറ്റാണെങ്കില് മുങ്ങാൻകുഴി റെക്കോർഡും ഇന്ന് തിരുത്താം."

അങ്ങനെ പള്ളിപ്പറമ്പിലെ കളിയും കഴിഞ്ഞ് ഉച്ചതിരിഞ്ഞു ഞങ്ങൾ കുളം ലക്ഷ്യമാക്കി നീങ്ങി. നെഞ്ചും വിരിച്ചു മുന്നിലായി ഷാജുവും പിന്നിലായി വിനയാന്വിതരായി ഞങ്ങളും നടന്നു.

അകലെ നിന്നേ കുളം കണ്ട ഷാജു ഷർട്ടും മുണ്ടും വാച്ചും ഊരി ഞങ്ങളുടെ കൈയിൽ തന്ന് ഗിരീഷിനോട് പറഞ്ഞു, "നീ സമയം നോക്കിക്കോളൂട്ടാ."

കുന്നത്തു ഷെഡ്ഡിയുമിട്ടു കുളം ലക്ഷ്യമാക്കി ഓടിയ ഷാജുവിന്റെ പിന്നാലെ ഓടുന്ന ഞങ്ങളെ കണ്ടു പറമ്പിൽ നിന്നിരുന്ന അപ്പാപ്പൻ പറഞ്ഞു: "കുളത്തിൽ ചാടല്ലേ മക്കളേ, ഞാൻ അതിൽ കൈത മുള്ളു വെട്ടി ഇട്ടിട്ടുണ്ട് ട്ടാ."

അയ്യോ ഷാജു ചാടല്ലേടാ എന്ന് ഞങ്ങൾ പറഞ്ഞു തീരും മുൻപേ അന്തരീക്ഷത്തിൽ രണ്ട് മലക്കം മറിഞ്ഞു തികഞ്ഞൊരു അഭ്യാസിയെപോലെ ഷാജു കുളത്തിലേക്ക് ഡൈവ് ചെയ്തു.

ഓളി കേട്ട് ഓടിവന്ന ജോസേട്ടനും അപ്പാപ്പനും ഞങ്ങളും ഷാജു പൊന്തി വരണ നോക്കി കുളക്കരയിൽ നിൽപ്പായി. ഗിരീഷ് ടൈം നോക്കികൊണ്ടിരുന്നു.

സമയം കഴിഞ്ഞിട്ടും ബോഡി പൊങ്ങി വരാതായപ്പോ അപ്പാപ്പന് പന്തികേട് തോന്നി.

പറമ്പിൽനിന്നും മുളയേണി കൊണ്ടുവന്നു കുളത്തിലിറങ്ങി ജോസേട്ടനും അപ്പാപ്പനും കൂടി വെള്ളത്തിനടിയിൽ മുള്ളിൽ കോർത്ത് കിടന്നിരുന്ന ഷാജുവിനെ പൊക്കിയെടുത്തു.

ദേഹം മുഴുവൻ മുള്ളുകൊണ്ടു കോറി ചോര പൊടിഞ്ഞിരുന്ന ഷാജുവിനെ ഒരു വാഴയില വെട്ടിക്കൊണ്ടു വന്ന് അതിൽ കിടത്തി. വെള്ളം കുടിച്ചു വീർത്ത ഷാജുവിന്റെ വയറ് കുമ്പളങ്ങ സഞ്ചി പോലെ പൊങ്ങി നിന്നു.

ചോരപുരണ്ട് വാഴയിലയിൽ കിടക്കണ ഷാജുവിനെ നോക്കി ജോസേട്ടൻ പറഞ്ഞു "നല്ല ആവോലി മുളക് പുരട്ടി പൊള്ളിക്കാൻ വച്ച പോലുണ്ട്."

കുറച്ചു കഴിഞ്ഞ് പതുക്കെ കണ്ണ് തുറന്ന ഷാജുവിനെ നോക്കി

ഗിരീഷ് സന്തോഷത്തോടെ പറഞ്ഞു, "ഡാ നീ റെക്കോർഡ് ബ്രേക്ക് ചെയ്തെടാ. 16 മിനിറ്റ്."

"പോടാ മ○○○○○@○@○@○" എന്ന് പറഞ്ഞ് രണ്ടിന്റെ ജെറ്റ് ഓൺ ചെയ്ത പോലെ വായിൽനിന്നും വെള്ളം പമ്പു ചെയ്ത ഷാജു അന്ന് സ്ഥാപിച്ച ആ റെക്കോർഡ് ഇന്നും മരത്താക്കരയുടെ ചരിത്ര ത്താളുകളിൽ തങ്കലിപിയിൽ എഴുതി ചേർത്തിരിക്കുന്നു.

നീന്താൻ കഷ്ടി പഠിച്ചെങ്കിലും മലർന്നു കിടന്ന് മേശപ്പൂ വിരിയിക്കുക എന്ന സ്വപ്നം ബാക്കിയാക്കി, ഞങ്ങളുടെ നീന്തൽ പഠനം അന്നത്തോടെ അവസാനിച്ചു. ■

നാടൻകോഴി

നല്ല നാടൻകോഴി കുമ്പളങ്ങ ഇട്ടു വറുത്തരച്ചു വച്ച കൂട്ടാൻ കഴിച്ചിട്ടുണ്ടോ? ഒരിക്കലെങ്കിലും കഴിക്കണം.

കോഴിയിൽ നേന്ത്രക്കായ ഇട്ടു വെക്കുന്ന വടക്കൻ കേരളത്തിലെ ചില കൂട്ടുകാർ എന്നെ ഇക്കാര്യം പറഞ്ഞു കളിയാക്കിയിട്ടുണ്ട്. അവർ കുമ്പളങ്ങയുടെ ഉപയോഗം സാമ്പാറിലും ഓലനിലും പിന്നെ കൂടോത്രം ചെയ്യാനും മാത്രമേ കണ്ടിട്ടുണ്ടായിരുന്നുള്ളൂ. കളിയാക്കിയ കൂട്ടുകാർ ഞാൻ കൊണ്ടുചെന്ന അമ്മച്ചിയുണ്ടാക്കിയ നാടൻ കോഴി കുമ്പളങ്ങ മിക്സ് കഴിച്ചു വിരൽ നക്കി പറഞ്ഞു, “നിങ്ങൾ ഒല്ലൂർ നസ്രാണികൾ പുലികളാട്ടാ.”

നല്ല ഇളവൻ കുമ്പളങ്ങ ഒരിഞ്ചു വലുപ്പത്തിൽ കഷണങ്ങളാക്കി നാടൻ കോഴിയിലിട്ടു തേങ്ങ വറുത്തരച്ചു ചേർത്ത് ഓട്ടുരുളിയിൽ വിറകടുപ്പിൽ വച്ച് വേവിക്കണം. എന്നിട്ട് അതിൽ ചെറിയ ഉള്ളിയും കറിവേപ്പിലയും വെളിച്ചെണ്ണയിൽ മൊരിയിച്ചു താളിക്കണം. പിന്നെ ഒരു വാഴയിലകൊണ്ട് മൂടിയിടണം. ഒരു മണിക്കൂർ കഴിഞ്ഞു വാടിയ ഇലയിൽ കുറച്ചു ചൂട് ചോറിട്ട്, അതിനു മുകളിൽ ആ കറിയൊഴിച്ചു കൂട്ടിക്കുഴച്ച്, ഒരു പിടി പിടിച്ചാ ഇരുന്ന ഇരുപ്പിനു രണ്ടിടങ്ങഴി അരിയുടെ ചോറുണ്ണാം. അനുഭവം ആണ്.

അമ്പുപെരുന്നാളിന് സെബസ്ത്യാനോസ് പുണ്യാളന് അമ്മച്ചി നാടൻമുട്ട നേർന്നു കൊടുത്തതിൽ പിന്നെ ഞങ്ങളുടെ വീട്ടിൽ നാടൻകോഴികൾ വളരാൻ തുടങ്ങി. പറമ്പിലുണ്ടായിരുന്ന കീരിയും പാമ്പും പ്രാപ്പിടിയനും കുടുംബപ്രാർത്ഥന ഇല്ലാത്ത വീടുകൾ നോക്കി പോയി.

കോഴികളുടെ എണ്ണം കൂടിയപ്പോൾ ഉണ്ണിയാശാരിയെ വിളിച്ചു വെയിലത്തിരുത്തി നാല് തച്ചു പണിയിച്ചു ഒരു സ്ലോപ്പ്ഡ് റൂഫ് കിണ്ണൻ കാച്ചി കോഴിക്കൂട് അമ്മച്ചി വീടിനു പിന്നിൽ സെറ്റ് ആക്കി !!

പണ്ടൊരിക്കൽ പ്ലാവിന്റെ തണലത്തിരുന്നു ആട്ടിൻകൂട് പണിത ഉണ്ണിയാശാരി കൂടുപണി കഴിഞ്ഞപ്പോൾ ഉള്ളിൽപെട്ട വരിക്കപ്ലാവ്

മുറിച്ചു മാറ്റി ആട്ടിൻകൂട് കേടുകൂടാതെ എടുത്ത കഥ അറിയാവുന്നതുകൊണ്ട് ഉണ്ണിയാശാരിയെ ഞങ്ങടെ വീട്ടിൽ വെയിലത്തിരുത്തിയാണ് പണിയിപ്പിച്ചിരുന്നത്.

ഉണ്ണിയാശാരി എന്തു പണിതു വന്നാലും അവസാനം അത് ഓടിട്ട ഒരു ചെറിയ വീടിന്റെ ഷേപ്പിൽ വരും. അതിപ്പോ കോഴിക്കൂടായാലും ആട്ടിൻകൂടായാലും ലവ് ബേർഡ്സ് കൂടായാലും.

പുതിയ കൂട് ഇഷ്ടപ്പെടാതെയോ എന്തോ കൂട് ഉണ്ടാക്കിയ അന്ന് മുതൽ വീട്ടിലെ വെള്ള ചാത്തൻ കൂട്ടിൽ മുളയാതെ ഇരുമ്പൻ പുളി മരത്തിലും ആത്തച്ചക്ക മരത്തിലും കയറാൻ തുടങ്ങി. വെള്ള ചാത്തനെക്കൊണ്ട് തോറ്റ അമ്മച്ചിയുടെ പരാതി പരിഗണിച്ച് കോഴിയെ വെറുതെ കുറുക്കന് കൊടുക്കണ്ടല്ലോ എന്നും വിചാരിച്ച് ഒരു ദിവസം രണ്ട് ഇളവനും മേടിച്ച് അപ്പച്ചൻ വന്നു.

കോഴിയെ കൊല്ലാൻ അടുത്ത വീട്ടിലെ ചേടത്ത്യാരെ വിളിക്കാൻ ഞാൻ പോയി. ഞങ്ങളുടെ വീട്ടിൽ വളർത്തിയിരുന്ന കോഴികളെ കൊല്ലാൻ ചേടത്തിയാരെ ആണ് വിളിച്ചിരുന്നത്. അരിമണി ഇട്ടു കൊടുത്തു സ്നേഹത്തോടെ നമ്മൾ വളർത്തുന്ന കോഴിയെ കൊല്ലുമ്പോൾ ഒരു മനസ്സാക്ഷിക്കുത്ത് ഉണ്ടാകും. ചേടത്തി ആവുമ്പൊ ആ പ്രോബ്ലം ഇല്ല. ചേടത്തിയാർക്കാണെങ്കിൽ കോഴിയെ കൊല്ലുന്നത് ഒരു ഹരം ആയിരുന്നു.

മൂവന്തിയോളം വീട്ടിലും പാടത്തും തൊഴുത്തിലും പണിയെടുത്തു നടുവൊടിയാറായെങ്കിലും ഒരു നന്ദിയും സ്നേഹവും ഇല്ലാതെ, അന്തിയാവുമ്പോൾ മൂക്കറ്റം കള്ളും കുടിച്ചു വന്നു തന്നെയും തന്റെ വീട്ടുകാരെയും കുറിച്ച് തെറി പറയണ കെട്ട്യോനെ സങ്കൽപ്പിച്ചു കോഴിയുടെ കഴുത്തു പിടിച്ച് ഒറ്റത്തിരിയാണ്. ഒന്ന് പിടയാൻപോലും ആവാതെ കോഴി മൃതിയാവും.

കൊന്നാലുള്ള പാപം തിന്നാൽ പോകും എന്ന് അറിയണ ചേടത്തി, 'അന്നാമ്മ' എന്നെഴുതിയ ഒരു നീളൻ സ്റ്റീൽ ചോറും പാത്രം ഇറയത്തുവച്ചു പോകും. കറി റെഡി ആവുമ്പൊ അത് ചോറും പാത്രത്തിൽ ആക്കി ഞങ്ങൾ കൊണ്ടുകൊടുക്കും.

ചേടത്തിയെ അന്വേഷിച്ചു പോയ ഞാൻ ആളെ കണ്ടില്ല. ചേടത്തി മോളുടെ വീട്ടിൽ പോയിരിക്കാരുന്നു.

"എന്തായാലും ഇളവൻ മേടിച്ചു. ഇനിയിപ്പോ ഞാൻ തന്നെ ഒരു കൈ നോക്കാം." അപ്പച്ചൻ പറഞ്ഞു.

"അത് വേണോ?" ഇളവൻ ഒരിഞ്ചു കഷ്ണം ആക്കിയിരുന്ന അമ്മച്ചി സംശയം പ്രകടിപ്പിച്ചു.

സ്റ്റോർ റൂമിൽ ചെന്ന് കോഴിക്കറിക്കൊപ്പം അടിക്കാൻ മേടിച്ച ഐറ്റം രണ്ട് പെഗ് അടിച്ചു മുണ്ടു മുറുക്കിക്കുത്തി അപ്പച്ചൻ റെഡി യായി.

അരിമണിയിട്ടു കൊടുത്തു ചതിയിലൂടെ, ഞാൻ പിടിച്ച ചാത്തനെ അപ്പച്ചൻ കാലിൽ തൂക്കി സ്ഥിരം കോഴിയെ കൊല്ലുന്ന, സ്പോട്ട് ആയ അലക്കുകല്ലിന്റെ സൈഡിൽ കൊണ്ടുചെന്നു. പിന്നെ കണ്ണടച്ച് നിന്ന് ചാത്തന്റെ കഴുത്തു പിടിച്ചു ക്ലോക്ക് വൈസ് ഡയറ ക്ഷനിൽ തിരിച്ചു.

ആരോടും ഒരു വൈരാഗ്യവും ഉണ്ടാവാതിരുന്ന ഭാര്യയെ ജീവനു തുല്യം സ്നേഹിച്ചിരുന്ന അപ്പച്ചന് മനസ്സിൽ ആരെയും സങ്കൽപ്പി ക്കാൻ പറ്റിയില്ല. അതോണ്ട് ചേടത്തിയുടെ ആ പവർ അപ്പച്ചന്റെ തിരിച്ചിലിന് ഉണ്ടായില്ല.

പിടച്ചിൽ നിന്ന കോഴിയെ നിലത്തിട്ട് ആള് മനസ്സാക്ഷിക്കുത്തു മായി നെറ്റിയും തുടച്ചു സ്റ്റോർ റൂമിലേക്ക് പോയി.

കോഴിയെ നന്നാക്കാനുള്ള വാഴയില വെട്ടി ഇറയത്തു വച്ച് ഒരു ബക്കറ്റിൽ തിളപ്പിച്ച വെള്ളവുമായി, കോഴിയുടെ പപ്പു പറിക്കാൻ റെഡി ആയി അമ്മച്ചി ചെന്നു. തെലുങ്ക് സിനിമയിലെ നായകനെ പ്പോലെ പിരിഞ്ഞ കഴുത്തു റിട്ടേൺ കറക്കി ആടിയാടി എണീറ്റു നിന്ന ചാത്തൻ അമ്മച്ചിയെ കെലിപ്പോടെ നോക്കി. ബാലേട്ടന്റെ ചാരായഷാപ്പിൽനിന്നും 90 അടിച്ചു ആടിയാടി പോണ ആൾക്കാരെ പ്പോലെ പിന്നെ അവിടെ നിന്നും മുൻപോട്ടു വേച്ചു വേച്ചു നടന്നു. ഒന്ന് നിന്ന് പിന്നെ ഒറ്റപ്പറക്കലായിരുന്നു ഇരുമ്പൻപുളി മരത്തി ലേക്ക്. മരത്തിലിരുന്നു ചിറകടിച്ച് ആളൊരു കൂവലങ്ങു കൂവി.

അന്നുവരെ യേശുദാസിന്റെ ബേസിൽ 'ഹരിമുരളീരവം' പാട്ടു പോലെ നീട്ടി കൂവിയിരുന്ന ചാത്തൻ എം.ജി. ശ്രീകുമാർ പയിനായിരം രൂവ സമ്മാനം എന്നും പറഞ്ഞു കുലുങ്ങിക്കുലുങ്ങി ചിരിക്കണപോലെ കൂവണ കണ്ട് അമ്മച്ചി അന്തംവിട്ടു നിന്നു.

ഈ സംഭവത്തിനുശേഷം ഞങ്ങളുടെ വീട്ടിൽ വളർത്തുന്ന കോഴികളെ ഞങ്ങൾ കൊല്ലാതായി. നാടൻകോഴിയെ കടയിൽനിന്നും മേടിക്കാൻ തുടങ്ങി.

അന്നുകാലത്ത് ഞങ്ങളുടെ നാട്ടിൽ നാടൻകോഴികളെ കിട്ടിയിരുന്നത് പൈലി മാപ്ലയുടെ കടയിൽ നിന്നാണ്. നാട്ടിലെ അറിയപ്പെടുന്ന പിശുക്കനായിരുന്നു പൈലി മാപ്ല. ഭാര്യ മറിയാമ്മച്ചേട്ടത്തിയും മോശമല്ലാരുന്നു.

തൃശ്ശൂർ പോളി ലാബിൽ പരിശോധിക്കാൻ കൊടുത്ത ചോരയും മൂത്രവും പരിശോധന കഴിഞ്ഞു തിരിച്ചു കൊടുത്തില്ലെന്നും പറഞ്ഞ് അടിയുണ്ടാക്കിയ ആളാണ് പൈലി മാപ്ല.

ഭാര്യ അന്നമ്മച്ചേടത്തിയാവട്ടെ, കോഴിക്ക് കൊടുക്കാൻ കൊണ്ടുവരുന്ന റേഷൻകടയിലെ ഇരുമ്പനരി പൊടിച്ചുണ്ടാക്കുന്ന വട്ടേപ്പം, പുട്ട്, ഇഡ്ഡലി മുതലായ പലഹാരങ്ങൾ കൊച്ചുമക്കൾ വീടിന്റെ മുറ്റത്ത് ഉരുട്ടിക്കളിച്ചിരുന്നു. അമ്മാതിരി പിശുക്കായിരുന്നു രണ്ടാൾക്കും.

പൈലി മാപ്ലയുടെ കടയിലെ കോഴികൾ വീട്ടിൽ വളർത്തുന്ന കോഴികളെപ്പോലെ ആയിരുന്നില്ല. നല്ല അടക്കവും ഒതുക്കവും വിനയവും ഉള്ള കോഴികൾ. തൂക്കം നോക്കാനായി പിടിച്ചു തുലാസ്സിൽ വച്ചാൽ കുർബാന കൈകൊണ്ടു കുമ്പിട്ടു നിൽക്കണ ചേച്ചിമാരെപ്പോലെ തല കുമ്പിട്ടു നിൽക്കും. പിടച്ചിലും ബഹളവും ഒന്നുമില്ല. കാല് വരെ കെട്ടണ്ട.

കാണുന്നതിലും നല്ല തൂക്കമുണ്ടായിരുന്ന പൈലി മാപ്ലയുടെ കടയിലെ കോഴികളുടെ ഈ എക്സ്ട്രാ വിനയത്തിനും തൂക്കത്തിനും ഉള്ള കാരണം കണ്ടുപിടിച്ചത് നാട്ടിലെ സി.ഐ.ഡി. ഹീറോ കുട്ടപ്പനായിരുന്നു.

സ്വാമിയേ ശരണമയ്യപ്പ! എന്നെഴുതിയ തണ്ടു കവറും കാസറ്റിന്റെ വള്ളി കുതിരവാലുപോലെ കിടക്കണ ഹാൻഡിൽ കവറും ഡയനാമോയും ഉള്ള ഹീറോ സൈക്കിൾ സ്വന്തമായുണ്ടായിരുന്ന മരപ്പണിക്കാരനായിരുന്ന കുട്ടപ്പന് സൈക്കിളുമായി ഉണ്ടായിരുന്ന പൊക്കിൾകൊടി ബന്ധം ഹീറോ കുട്ടപ്പൻ എന്ന പേര് ഉണ്ടാക്കിക്കൊടുത്തു.

തലതിരിഞ്ഞു കിടക്കണ ബേബി കുട്ടപ്പൻ പുറത്തു വരാതെ പേറ്റുനോവെടുത്തു കാറിയിരുന്ന കുട്ടപ്പന്റെ അമ്മയെ ജില്ലാ ആശുപത്രിയിലേക്ക് കൊണ്ടുപോകാൻ നിൽക്കണ നേരത്തു പണി കഴിഞ്ഞു സൈക്കിളിൽ വന്ന അച്ഛൻ കിർണിം, കിർണിം എന്ന് ബെല്ലടിച്ചപ്പോ ബെല്ലടി കേട്ട ഡയറക്ഷനിലേക്ക് ബേബി കുട്ടപ്പന്റെ തല തിരിയുകയും സുഖപ്രസവം നടക്കുകയും ആയിരുന്നത്രെ.

നാല് വയസ്സിലേ വലിയ സൈക്കിൾ ഇടംകാലിട്ടു ചവിട്ടിയ കുട്ടപ്പൻ രണ്ടു കയ്യ് വിട്ടും കാലു തണ്ടിൽ വച്ചും സൈക്കിൾ ചവിട്ടി നാട്ടിൽ അഭ്യാസങ്ങൾ കാണിച്ചിരുന്നു. സൈക്കിളിൽ അല്ലാതെ ഹീറോ കുട്ടപ്പനെ കണ്ടിരുന്നില്ല. ബാക്കി മസിലിനൊന്നും വലിയ വലിപ്പം ഉണ്ടായിരുന്നില്ലെങ്കിലും സൈക്കിൾ ചവിട്ടി ചവിട്ടി കുട്ടപ്പന്റെ കാഫ് മസിലിന് ഒരു എക്സ്ട്രാ വലിപ്പം ഉണ്ടായിരുന്നു.

ചെവിയിൽ ഒരു ചെമ്പകപ്പൂ തിരുകി ചന്ദനക്കുറി വരച്ച് എണ്ണയിട്ട മുടി കിളിക്കൂടുപോലെ ചീകിവച്ച് നസീറിന്റെ സിനിമയിലെ പാട്ടും മൂളി മോനെ ഡബിള് വച്ച് എന്നും രാവിലെ കുട്ടപ്പൻ പണിക്കു പോകും. വൈകീട്ട് പണി കഴിഞ്ഞു 90 അടിക്കണ കുട്ടപ്പനെ സൈക്കിളിന്റെ കാരിയറിൽ വച്ച് മോൻ തിരിച്ചു കൊണ്ടുവരും.

ഒരിക്കൽ, ആലുവയിൽ വലിയ ഒരു പണി കിട്ടിയ കുട്ടപ്പൻ, മോനെയുംകൊണ്ട് ഒല്ലൂർ വരെ സൈക്കിളിൽ പോയി. സൈക്കിൾ കാർപേട്ടയിൽ വച്ച് ഒല്ലൂർ ബസ്സ്റ്റോപ്പിൽ ആലുവയ്ക്ക് ആനവണ്ടി കാത്തു നിന്നു. ബീഡി മേടിക്കാൻ ബസ്സ്റ്റോപ്പിനടുത്തുള്ള കടയിൽ കയറിയ നേരത്തു വന്ന ആനവണ്ടിയിൽ കയറി മോൻ പോണ കണ്ട കുട്ടപ്പൻ സൈക്കിൾ എടുത്തു ബസ്സിന്റെ പിന്നാലെ ആഞ്ഞു ചവിട്ടി. ശലോർ എത്താറായപ്പോൾ ടിക്കറ്റുമായി വന്ന കണ്ടക്ടറോട് മോൻ പിന്നിലാളുണ്ടെന്നു പറഞ്ഞു. പിന്നിലൊക്കെ നോക്കി ആരെയും കാണാതെ വന്ന കണ്ടക്ടർക്ക് ബസ്സിന്റെ പിന്നിലെ ചില്ലിലൂടെ സൈക്കിളിൽ വരുന്ന അച്ഛനെ മോൻ ചൂണ്ടിക്കാണിച്ചു കൊടുത്തു. അതായിരുന്നു ഹീറോ കുട്ടപ്പൻ.

ചെറുപ്പത്തിൽ പൊലീസിൽ ചേരാൻ ആഗ്രഹിച്ചു നടന്ന കുട്ടപ്പന് ഒരു ചെറിയ സി.ഐ.ഡി. മൈൻഡ് ഉണ്ടായിരുന്നു. നാട്ടിലെ കായ മോഷണം, കശുവണ്ടി മോഷണം, അടയ്ക്ക മോഷണം, കോഴി മോഷണം എന്നിവ കുട്ടപ്പൻ തൊണ്ടിയടക്കം പിടിച്ചിരുന്നു.

പാടത്ത് തോടിന്റെ വക്കിൽ കൈതക്കാട്ടിൽ ഡ്രം ഒളിപ്പിച്ചു വച്ച് വാറ്റുചാരായം വിറ്റിരുന്ന ഭീമൻ രഘുവിന്റെ ഛായ ഉണ്ടായിരുന്ന കട്ടശശിയെ, ഒരു ദിവസം കുട്ടപ്പൻ പൊലീസുകാർക്ക് ചൂണ്ടിക്കാണിച്ചു കൊടുത്തു. പൊലീസുകാർക്ക് കൈമണി കൊടുത്ത്

അന്ന് തന്നെ തിരിച്ചെത്തിയ ശശി കുട്ടപ്പനെ പാടത്തൂടെ ഓടിച്ചിട്ടു പിടിച്ചു സർവ്വേരിക്കല്ലിൽ ചേർത്ത് നിർത്തി കുട്ടപ്പന്റെ ഡയനാമോ നോക്കി ഒരു ചാമ്പ് അങ്ങ് ചാമ്പി. 100 വാൾട്ടിൽ കണ്ണ് മിന്നിക്കത്തിയ കുട്ടപ്പൻ അന്നത്തോടെ സി.ഐ.ഡി പണി തത്കാലം നിർത്തി.

തന്റെ ഹീറോ സൈക്കിൾ സർവ്വീസ് ചെയ്യാൻ കൊടുത്ത് സൈക്കിൾ കടയിലിരുന്നു നാന വായിച്ചിരുന്ന കുട്ടപ്പൻ, അവിടെ നിന്നും മൊത്തമായി സൈക്കിളിന്റെ പഴയ ബെയറിങ് ബോൾസ് മേടിച്ചു കൊണ്ടുപോകുന്ന പൈലി മാപ്ലയെ കണ്ടു.

ഇയാൾക്കെന്തിനാണ് ഇതിനുമാത്രം ബെയറിങ് ബോൾസ്? കുട്ടപ്പന്റെ പൊലീസ് മൈൻഡ് ഉണർന്നു. മാപ്ലയറിയാതെ ആളെ ചേസ് ചെയ്ത കുട്ടപ്പൻ പതുക്കെ കോഴിക്കടയുടെ സൈഡിൽ ഒളിച്ചു നിന്നു. കൊണ്ടുവന്ന ബെയറിങ് ബോൾസ് തേങ്ങാപ്പിണ്ണാക്കിൽ മിക്സ് ചെയ്തു കോഴികളുടെ വായിൽ തിരുകുന്ന മാപ്ലയെയും ഭാര്യയെയും കയ്യോടെ പിടിച്ച കുട്ടപ്പൻ നാടൻകോഴികളുടെ പേരുദോഷം മാറ്റുകയും നാട്ടിൽ വീണ്ടും ഹീറോ ആവുകയും ചെയ്തു.

വലത്തോട്ട് ചെരിഞ്ഞ് ഒരു കണ്ണ് മൂടിക്കിടക്കണ ചൂട്ടുമായി നാട്ടിൽ അവതരിച്ച വൈറ്റ് ലഗോൺ എന്ന കോഴിയുടെ വരവോടെ നാടൻകോഴികളുടെ യുഗം ഞങ്ങളുടെ നാട്ടിൽ അവസാനിച്ചു.

നാട്ടിൽ അവധിക്കു ചെല്ലുമ്പോൾ ഇപ്പോഴും ഞാൻ നാടൻകോഴി അന്വേഷിച്ച് ഇറങ്ങും. നാടൻകോഴി എന്ന് പറഞ്ഞു കുറേ സങ്കരയിനം കോഴികളെ കൊടുത്ത് ആളുകളെ പറ്റിക്കുന്ന ഏർപ്പാട് നാട്ടിലുണ്ട്. പ്രത്യേകിച്ചും ഗൾഫുകാരെ. എന്നാൽ നാടൻകോഴി ശാസ്ത്രം അറിയാവുന്ന എന്നെ പറ്റിക്കാൻ ഇന്നുവരെ ഒരു കടക്കാർക്കും സാധിച്ചിട്ടില്ല.

പക്ഷേ ഇന്നും നാടൻ കുമ്പളങ്ങ ഏതാണ്, വരവ് കുമ്പളങ്ങ ഏതാണ് എന്നെനിക്കറിയില്ല.

■

മുത്തപ്പൻ

എ.ഡി. 52-ാം ആണ്ടിൽ ചേരസാമ്രാജ്യത്തിലെ തുറമുഖമായ മുസ്സിരിസ് (ഇന്നത്തെ കൊടുങ്ങല്ലൂർ) വന്നെത്തിയ ക്രിസ്തുവിന്റെ പന്ത്രണ്ട് ശിഷ്യന്മാരിൽ ഒരാളായ സെന്റ് തോമസ് അവിടെനിന്നും നോർത്ത് പറവൂർ വഴി സഞ്ചരിച്ച് വാണിയത്തടം എന്ന്, പണ്ട് അറിയപ്പെട്ടിരുന്ന മലയാറ്റൂരിൽ എത്തുകയും അവിടെ മലമുകളിൽ വച്ച് മധ്യതിരുവിതാംകൂറിലെ പുളിശ്ശേരിയും എരിശ്ശേരിയും കൂട്ടി വാഴയിലയിൽ ചോറുണ്ടു നടന്നിരുന്ന, ഒരു കൂട്ടം വെജിറ്റേറിയൻസ് മല്ലൂസിനെ മാമ്മോദീസ മുക്കി സ്വാദിഷ്ഠമായ പോത്തിറച്ചി കൂർക്ക മിക്സ്, പോർക്ക് കായ മിക്സ്, ആട്ടിറച്ചി ഉരുളക്കിഴങ്ങു മിക്സ് എന്നിവയൊക്കെ കഴിക്കുന്ന മിശ്രഭോജികൾ ആക്കിയെന്നാണ് ചരിത്രം.

ഇങ്ങേരെന്തിനാണ് ഈ മലമുകളിൽ കയറി പള്ളി പണിതത് എന്ന് എത്ര ആലോചിച്ചിട്ടും എനിക്ക് പിടികിട്ടിയിരുന്നില്ല. എന്നാൽ മാമ്മോദീസ മുങ്ങി ക്രിസ്ത്യാനികൾ ആയവരൊക്കെ നാട്ടിലുള്ള പോത്തിനെയും ആടിനെയും വെട്ടിത്തിന്നു ഒടുക്കത്തെ കൊളസ്ട്രോളും പ്രഷറും ഷുഗറും ആയി വയറിന്റെ സ്ഥാനത്തു ഒരു ചെപ്പുകുടം ഫിറ്റ് ചെയ്തു വെറും ഇണ്ണെപ്പന്മാർ ആയിത്തീരും എന്ന് ദീർഘവീക്ഷണം ഉണ്ടായിരുന്ന മുത്തപ്പൻ കൊല്ലത്തിലൊരിക്കൽ മല കയറിയിട്ടെങ്കിലും ഇവന്മാർ ഒന്ന് വിയർക്കട്ടെ എന്ന് കരുതിയാവും മലമുകളിൽ പള്ളി പണിതതെന്നു പിന്നീട് എനിക്ക് മനസ്സിലായി.

കുറച്ചു മാത്രം ബൈബിളിൽ പ്രതിപാദിക്കുന്ന ക്രിസ്തുവിന്റെ ശിഷ്യരിൽ ഒരാൾ ആയിരുന്നു ദേദിമോസ് എന്ന തോമാസ് ശ്ലീഹ. ആളൊരു സ്ട്രെയ്റ്റ് ഫോർവേഡ് ആയ മനുഷ്യൻ ആയിരുന്നു എന്നാണ് മറ്റു ശിഷ്യന്മാർ അദ്ദേഹത്തെക്കുറിച്ച് ബൈബിളിൽ എഴുതിയിരുന്നത്. ആളെങ്ങനെ കേരളത്തിലെ ഈ കുറുക്കന്മാർക്കിടയിൽ പത്തിരുപതു വർഷം പിടിച്ചു നിന്നു എന്നത് ഒരു അതിശയമാണ്.

തോമസ് ശ്ലീഹായുടെ ഓർമ്മദിവസമായ ജൂലൈ 3ന് തോറാനയ്ക്കു (ദുഖറാന) ഞങ്ങളുടെ വീട്ടിൽ ആഘോഷം ഉണ്ടാകും. കാരണം എനിക്ക് പള്ളിയിലിട്ട പേര് മുത്തപ്പന്റെ പേരായിരുന്നു. എന്റെ തലതൊട്ടപ്പനായ അമ്മച്ചിയുടെ അപ്പന്റെ പേര് 'തോമസ്'. കഠിനാധ്വാനിയും അതിലുപരി കുടുംബസ്നേഹിയുമായിരുന്ന അപ്പാപ്പനെ ഞങ്ങൾക്കെല്ലാം ജീവനായിരുന്നു. അപ്പാപ്പന്റെ പേര് എനിക്ക് കിട്ടിയതിൽ എന്നും അഭിമാനം തോന്നാറുണ്ട്. മുത്തപ്പനോട് പ്രത്യേക സ്നേഹവും.

ആശാന്റെ കടയിൽനിന്നും രണ്ട് കിലോ പോത്തിറച്ചി നെയ്യിട്ടു വാങ്ങി നേന്ത്രക്കായ ഇട്ടുവച്ച് അപ്പാപ്പനോടും മുത്തപ്പനോടുമുള്ള സ്നേഹം ഞങ്ങൾ എല്ലാ കൊല്ലവും അരക്കിട്ടുറപ്പിച്ചിരുന്നു.

സംഭവം അങ്ങനൊക്കെയാണെങ്കിലും മലയാറ്റൂർ മലയിലേക്കു ഞാൻ പോയിരുന്നത് ഒറ്റത്തവണ മാത്രം ആയിരുന്നു. എട്ടാം ക്ലാസ്സിൽ പഠിക്കുമ്പോൾ അന്ന് മലയിറങ്ങുമ്പോൾ കാലുതെന്നി മലയടിവാരത്തിലേക്കു തലകുത്തിമറിഞ്ഞു വീണ ഞാൻ ഒരു മരക്കുറ്റിയിൽ തട്ടി തല അടിയിലും കാലു രണ്ടും മേല്പോട്ടും ആയി പതഞ്ജലി എംഡി ബാബ രാംദേവിനെ പോലെ ശീർഷാസനത്തിൽ നിന്നതിനുശേഷം, മലയാറ്റൂർ വഴി പിന്നെ ഞാൻ പോയിട്ടുണ്ടായിരുന്നില്ല. മുത്തപ്പന്റെ അനുഗ്രഹത്തിൽ ഒരു ചിമ്മലുക്കു ആണ് അന്ന് രക്ഷപ്പെട്ടത്.

കാലം കുറെ കഴിഞ്ഞ്, ഒരു ദിവസം പള്ളിപ്പറമ്പിൽ ഫുട്ബോൾ കളിയും കഴിഞ്ഞ് പ്ലാവിന്റെ ചോട്ടിൽ ഇരിക്കുമ്പോഴാണ് ആന്റേട്ടൻ ചോദിച്ചത്, "നീ മലയാറ്റൂർക്ക് വരണുണ്ടോടാ?"

"ഏയ്." ഞാൻ പെട്ടെന്ന് ഉത്തരം കൊടുത്തു.

ആത്മമിത്രങ്ങളായ ജോഷിയും ജോഫിയും ആന്റേട്ടന്റെ കൂടെ മലയാറ്റൂർക്കു പോകുന്നുണ്ട് എന്നറിഞ്ഞപ്പോ എനിക്കൊരാട്ടം ആയി.

"ഞാനും ഉണ്ട് ആന്റേട്ടാ." വേഗം പറഞ്ഞു.

"അമ്പതു ദിവസം നോമ്പെടുക്കണം." ആന്റേട്ടൻ കണ്ടീഷൻ വച്ചു.

അത് ഞാൻ പ്രതീക്ഷിച്ചിരുന്നില്ല. വീട്ടിൽ അമ്മച്ചിയും ചേട്ടനും പെങ്ങന്മാരും മാത്രമാണ് ശരിയായി നോമ്പെടുത്തിരുന്നത്. ഞാനും അപ്പച്ചനും റിബൽസ് ആയിരുന്നു. കാരണമുണ്ട്.

പണ്ട് ഒരു അമ്പതുനോമ്പു സമയത്ത് അപ്പച്ചൻ പഠിച്ചിരുന്ന സെന്റ് തോമസ് സ്കൂളിൽ നിന്നും അരമന കാണാൻ കുട്ടികളെ കൊണ്ടുപോയി അവിടെ ചെന്ന് ബിഷപ്പിനെ കാണാൻ വരിയായി നിൽക്കുമ്പോൾ മൂക്കിലടിച്ചു കയറിയ ആട്ടിറച്ചിയുടെ മണം കേട്ട് അപ്പച്ചൻ മാഷിനോട് ചോദിച്ചു.

"എന്താ മാഷേ നോമ്പായിട്ട് ഇവിടെ ഇറച്ചീടെ മണം?"

ഒന്ന് പരുങ്ങിയ മാഷ് ഉത്തരം പറഞ്ഞു, "അത് മോനേ, ഇവിടെ വയസ്സായി വാതം പിടിച്ചു കിടക്കണ അച്ചന്മാരുണ്ട്. അവർക്കു നോമ്പെടുക്കാൻ പറ്റില്ല. അതോണ്ട് അവർക്കു ഡെയ്ലി ആട്ടിറച്ചി കൊടുക്കണം."

മാഷിന്റെ ഉത്തരം കൺവിൻസ്ഡ് ആവാതിരുന്ന അപ്പച്ചൻ അന്നത്തോടെ നോമ്പ് നിർത്തി. അപ്പച്ചൻ പറഞ്ഞ ഈ കഥ വീട്ടിൽ ആകെ വിശ്വസിച്ചത് ഞാൻ മാത്രമായിരുന്നു. സാധാരണ അമ്പതു നോമ്പ് സമയത്തു വീട്ടിൽനിന്നും സാമ്പാറും കൂട്ടി ചോറുണ്ട് ഇറങ്ങി, വൈകീട്ട് ചാണ്ടിയുടെ തട്ടുകടയിൽ പോയി ഞാൻ നോമ്പ് വീടിയിരുന്നു. ഒരു ദിവസം ഡബിൾ ബുൾസായ് മറിച്ചിട്ടു മേടിക്കണ സമയത്ത് തൊട്ടപ്പുറത്തു നിന്ന് നോമ്പ് വീടിയിരുന്ന അപ്പച്ചന് ഞാൻ സെയിം പിഞ്ച് കൊടുത്തിരുന്നു. ആ എന്നോടാണ് നോമ്പ് എടുക്കാൻ പറയുന്നത്. പക്ഷേ, സത്യക്രിസ്ത്യാനിയായ ആന്റേട്ടൻ വിട്ടില്ല.

"മര്യാദയ്ക്ക് നോമ്പെടുത്തില്ലേൽ അപകടം ഉറപ്പാണ്. മുത്തപ്പനോട് കളിക്കരുത്." ആന്റേട്ടൻ വാണിംഗ് തന്നു.

പണ്ടത്തെ പതഞ്ജലി അനുഭവം ഉള്ളതുകൊണ്ട് മനസ്സില്ലാമനസ്സോടെ അപ്പച്ചനെ വീട്ടിൽ ഒറ്റപ്പെടുത്തി ഞാൻ നോമ്പ് തുടങ്ങി.

ആന്റേട്ടൻ, ഞാൻ, ജോഷി, ജോഫി, മലയാറ്റൂർ പോണ ടീം സെറ്റ് ആയി ഇരിക്കുമ്പോഴാണ് ഒരു ദിവസം കോട്ടു സാജു വന്നു പറയണത് അവനും ഉണ്ടെന്ന് മലയാറ്റൂർക്ക്.

"ഇവനെ കൂട്ടണോ?" സംശയത്തിൽ നെറ്റിചുളിച്ചു ആന്റേട്ടൻ ചോദിച്ചു.

പണ്ടൊരു ദിവസം ഒരു കല്യാണക്കുടി കഴിഞ്ഞു വെള്ളഷർട്ടും മുണ്ടും ഉടുത്തു കർച്ചീഫ് കോളറിന് പിന്നിൽ വച്ച് പള്ളിപ്പറമ്പിൽ വന്ന സുമുഖനും സുന്ദരനുമായ സാജുവിനെ കണ്ട് ആന്റേട്ടൻ നിഷ് കളങ്കമായി ചോദിച്ചു

"ഇതേതാടാ ഈ കോട്ടു മുക്രി?"

അന്ന് മുതൽ സാജുവിന് പള്ളിപ്പറമ്പിൽ ആ പേരായി. അതും പറഞ്ഞ് രണ്ടാളും തമ്മിൽ വലിയ വഴക്കുണ്ടായിരുന്നു. സുന്ദരനായ സാജുവിന് ആരേലും ആ പേര് വിളിക്കുന്നത് കേട്ടാൽ കലി ആയി രുന്നു. അന്ന് പള്ളിപ്പറമ്പിൽ അടി പൊട്ടും.

സാജുവിന് മാത്രമല്ല, വേറെ പലർക്കും ആന്റേട്ടൻ പള്ളിപ്പറ മ്പിൽ പേരിട്ടു കൊടുത്തിരുന്നു. കുട്ടൂസൻ, കൂനൻ, ബോൾട്ട്, മടക്ക്, കരിമൂളി, ഡിക്കമ്മായി, ഡൊമ്മി ഇങ്ങനെ നീണ്ടു നീണ്ടു പോകും ആ ഇരട്ടപ്പേരുകൾ. പള്ളിപ്പറമ്പിലെ മിക്ക ഇരട്ടപ്പേരുകൾക്കും പിന്നിൽ ആന്റേട്ടന്റെ നിഷ്കളങ്കമനസ്സായിരുന്നു.

മനസ്സില്ലാമനസ്സോടെ അങ്ങനെ സാജുവിനെയും കൂട്ടത്തിൽ കൂട്ടി.

പെസഹാവ്യാഴാഴ്ച വൈകീട്ട് പുലക്കാട്ടുകര ഷട്ടറിന്റെ അവിടെ മുങ്ങിക്കുളിച്ച് നായരുടെ ചായക്കടയിൽനിന്നും ഉഴുന്നുവടയും ചായയും കഴിച്ച്, ജോഫിയുടെ പുതിയ വെള്ള അംബാസഡർ കാറിൽ ഞങ്ങൾ മലയാറ്റൂർക്കു യാത്ര തിരിച്ചു.

ഹൈവേ പണി നടക്കുന്ന ടൈം ആയിരുന്നു. വഴിയിൽ ലൈറ്റ് ഉണ്ടായിരുന്നില്ല. കാറിന്റെ ഹെഡ് ലൈറ്റ് വെളിച്ചത്തിൽ മുന്നിൽ നീണ്ടു നിവർന്നു കിടക്കുന്ന വഴിയിലൂടെ, ചെറിയൊരു ചാറ്റൽമഴ യിൽ കാർ മുന്നോട്ടു നീങ്ങി. കുരിശിന്റെ വഴി കാസറ്റ് ഇട്ട് ഭക്തി സാന്ദ്രമായി മുന്നോട്ട് പോയിരുന്ന കാർ പെട്ടെന്ന് സഡൻ ബ്രേക്ക് ഇട്ടു നിന്നു. കാറിന്റെ മുന്നിലെ ചില്ലിൽ തൊട്ടുതൊട്ടില്ലെന്ന മട്ടിൽ ഒരു മുളവടി വിലങ്ങനെ നിൽക്കുന്നത് ഞങ്ങൾ കണ്ടു.

കോപ്പ്. ആരാണീ മുളവടി നടുറോഡിൽ കൊണ്ട് വച്ചിരി ക്കണേ? എന്നും പറഞ്ഞ് കാറിൽ നിന്നിറങ്ങിയ ജോഫി "എന്റെ പുണ്യാളാ" എന്നും പറഞ്ഞു തലയ്ക്ക് കൈയും കൊടുത്തു റോഡിൽ ഇരുന്നു.

ഞങ്ങൾ കാറിൽ നിന്നും ഇറങ്ങി നോക്കി. കാർ വന്നു നിന്നിരുന്നത് പണി പകുതിയായ ഒരു ഓവർബ്രിഡ്ജിന്റെ മുകളിലായിരുന്നു. മുളവടിയുടെ തൊട്ടപ്പുറം മുപ്പത് അടി താഴ്ച്ചയിൽ വേറെ റോഡ് ഞങ്ങൾ കണ്ടു. ഒരല്പം കൂടി മുൻപോട്ടു ചെന്നിരുന്നേൽ മുപ്പത് അടി താഴ്ച്ചയിലേക്ക് കാറും മുളവടിയും ഞങ്ങളും കൂടി സമ്മർസോൾട്ട് അടിച്ചേനേ.

മര്യാദയ്ക്ക് നോമ്പെടുത്തതിന്റെ ഗുണം ഞങ്ങൾ അനുഭവിച്ചു. ആന്റേട്ടൻ കൊന്ത മുറുക്കി പിടിച്ചു കുരിശു വരച്ചു.

കൈയും കാലും വിറച്ചു നിലത്തിരിക്കണ ജോഫിയെ സമാധാനിപ്പിച്ചു കാർ റിവേഴ്സ് എടുപ്പിച്ചു. മുത്തപ്പനു നന്ദി പറഞ്ഞു ഞങ്ങൾ അടിയിൽ കണ്ട റോഡിലൂടെ യാത്ര തുടർന്നു.

തിരക്കെല്ലാം പിന്നിട്ടു അടിവാരം എത്തി. വലിയ കുരിശും തോളത്തു വച്ച് ചില ജിമ്മന്മാർ തങ്ങളുടെ ബോഡി ഷോ നടത്തി മുന്നോട്ടു പോകുന്നു. മുട്ടിന്മേൽ ഇഴഞ്ഞു ചില കൊടുംപാപികൾ. ഇവർക്കിതെന്തിന്റെ കേടാണ് എന്റെ മുത്തപ്പാ, ഞാൻ മനസ്സിൽ ചോദിച്ചു.

“ഞാൻ മല കയറണില്ല, നിങ്ങൾ പൊയ്ക്കോ.” പാലം+മുളവടി ഷോക്കിൽ നിന്നും മുക്തനാകാതിരുന്ന ജോഫി പറഞ്ഞു. അവനെ കാറിലിരുത്തി ഞങ്ങൾ നാലുപേരും മല കയറാൻ തുടങ്ങി.

ഒന്നാം സ്ഥലം എത്തിയപ്പോൾ അടുത്തുള്ള തട്ടുകടയിൽ നിന്നും നല്ല മുട്ട മൊരിഞ്ഞ മണം വന്നെത്തി. വായിൽ കപ്പലോടി. 49 ദിവസമായി, കോപ്പ് മുരിങ്ങാക്കോലും തിന്നു ജീവിക്കണ്. ‘പഞ്ചാബി ഹൗസ്’ സിനിമയിൽ ദിലീപിനുണ്ടായ പോലെ ഒരു സൈഡ് വലിവ് അനുഭവപ്പെട്ടു. എന്റെ മല കയറണ ഡയറക്ഷൻ തട്ടുകടയുടെ സൈഡിലേക്കായി.

വീണ്ടും മുത്തപ്പൻ പ്രവർത്തിച്ചു.

ആന്റേട്ടൻ പറഞ്ഞു “ഞാൻ നോമ്പ് വീടാൻ പൂവാണൂട്ടാ.”

അത് ഞാൻ പ്രതീക്ഷിച്ചിരുന്നില്ല. ആളെ കെട്ടിപ്പിടിച്ചു ഒരുമ്മ കൊടുക്കാൻ തോന്നി.

ആർത്തിയോടെ ഓംലെറ്റും ബുൾസായിയും കഴിച്ചു നോമ്പ് വീടിയിരുന്ന ഞങ്ങളെ പുച്ഛത്തോടെ നോക്കി സാജു തൊട്ടപ്പുറത്തു നിന്നു.

“വാക്കിനു വ്യവസ്ഥയില്ലാത്തവർ. അമ്പതു ദിവസം എന്ന് പറഞ്ഞാൽ അമ്പതു ദിവസം നോമ്പെടുക്കണം. ഇതൊരുമാതിരി മറ്റെ എടവാടായി.” സാജു ദേഷ്യപ്പെട്ടു പറഞ്ഞു.

ഒരു ചെറിയ കുറ്റബോധം തോന്നിയെങ്കിലും കുരുമുളകുപൊടി വിതറിയ ഓംലെറ്റിന്റെ ടേസ്റ്റിൽ ആ കുറ്റബോധം അലിഞ്ഞില്ലാണ്ടായി.

കൈയും മുഖവും കഴുകി ഞങ്ങൾ വീണ്ടും മലകയറ്റം തുടർന്നു. ഭക്തജനത്തിരക്കിൽ ഉയർന്നു പൊന്തിയിരുന്ന പൊടിക്ക് ഒരു ശമനമായി മഴ ചാറാൻ തുടങ്ങി. ഒരു തോർത്തുമുണ്ട് തലയിലിട്ട് ഞങ്ങൾ വേഗം മുന്നിലോട്ടു നടന്നു കയറി. 'പൊന്നിൻ കുരിശു മുത്തപ്പോ പൊന്മല കേറ്റം പ്രാർത്ഥനകൾ' ഉയർന്നു കേട്ടിരുന്നു

പന്ത്രണ്ടാം സ്ഥലം എത്തിയപ്പോഴാണ് സാജു ഞങ്ങളുടെ കൂടെയില്ല എന്ന് ഞങ്ങൾ കണ്ടത്. പൊല്ലാപ്പായി. തിരക്കിൽ കൂട്ടം തെറ്റിപ്പോയ സാജുവിനെ തിരഞ്ഞു ഞങ്ങൾ രണ്ടു സ്ഥലം തിരിച്ചിറങ്ങി. എവിടെയും അവനെ കാണാനില്ല. ആകെ ടെൻഷനടിച്ചു നിൽക്കണ ഞങ്ങളോട് എല്ലാ കൊല്ലവും മല ചവിട്ടാറുള്ള ആന്റേട്ടൻ പറഞ്ഞു. "പേടിക്കണ്ട. നമുക്ക് മുകളിൽ കയറി വളണ്ടിയറാപ്പീസിൽ ചെന്ന് അനൗൺസ് ചെയ്യിക്കാം."

അപ്പോഴാണ് മലയാറ്റൂർ മലയുടെ മുക്കിലും മൂലയിലും കെട്ടിയിട്ടുള്ള കോളാമ്പി സ്പീക്കറുകളിൽ നിന്നും വന്നിരുന്ന അനൗൺസ്മെന്റ് ഞാൻ ശ്രദ്ധിക്കുന്നത്.

"ദൈവമേ സ്തോത്രം. ചാലക്കുടിയിൽ നിന്നും വന്നിട്ടുള്ള ശോശാമ്മയെ കാത്ത് ഭർത്താവ് വറുതുണ്ണി വളണ്ടിയറാപ്പീസിൽ കാത്തു നിൽക്കുന്നു."

വേഗം മുകളിലേക്ക് കയറി ഞങ്ങൾ മലമുകളിലെ പള്ളിയിൽ ചെന്നു. "നിങ്ങളിവിടെ ഇരിക്കൂ, ഞാൻ പോയി അനൗൺസ്മെന്റിനു എഴുതികൊടുക്കാം" എന്നും പറഞ്ഞു ആന്റേട്ടൻ പോയി. ക്ഷീണവും അതിലേറെ ഉത്കണ്ഠയുമായി പള്ളിയുടെ ചുമരിൽ ചാരി ഞങ്ങൾ രണ്ടുപേരും ഇരുന്നു.

കൂട്ടിൽ കണ്ട പുണ്യാളന്റെ രൂപം നോക്കി ഇനിയും ഞങ്ങളെ പരീക്ഷിക്കല്ലേ പുണ്യാളാ എന്ന് പ്രാർത്ഥിച്ചു കണ്ണടച്ച് ഞാനിരുന്നു.

അല്പസമയം കഴിഞ്ഞപ്പോൾ മലയാറ്റൂർ മലയിലെ മുക്കിലും മൂലയിലും കെട്ടിയിരുന്ന കോളാമ്പി സ്പീക്കറുകളിൽ നിന്നും ആ അനൗൺസ്മെന്റ് വന്നെത്തി.

"ദൈവമേ സ്തോത്രം. മരത്താക്കരയിൽനിന്നും വന്നിട്ടുള്ള 'കോട്ടുമുക്രി' സാജുവിനെയും കാത്ത് കൂട്ടുകാർ വളണ്ടിയറാപ്പീസിൽ കാത്തു നിൽക്കുന്നു."

മലമുകളിൽ തട്ടുകടയിൽനിന്നും നാലുപാടും നോക്കിക്കൊണ്ട് ഓംലറ്റ് കഴിച്ചു നിന്നിരുന്ന സാജു കോളാമ്പിയിൽനിന്നും വന്ന അനൗൺസ്മെന്റ് കേട്ട് പാത്രം വലിച്ചെറിഞ്ഞു പല്ലു കടിച്ച് വളണ്ടിയറാപ്പീസ് ലക്ഷ്യമാക്കി ഓടി.

പിന്നെ നടന്നതിനെല്ലാം ഞങ്ങളും മുത്തപ്പനും സാക്ഷി.

സാജുവിനെ വട്ടം പിടിച്ചു ഞാനും ആന്റേട്ടനെ വട്ടം പിടിച്ചു കുറച്ചു മാറി ജോഷിയും മലയിറങ്ങുമ്പോൾ കോളാമ്പിയിൽ നിന്നും വീണ്ടും അനൗൺസ്മെന്റ് ഉയർന്നു.

"മരത്താക്കരയിൽ നിന്നും വന്നിട്ടുള്ള 'കോട്ടുമുക്രി' സാജുവിനെ മുത്തപ്പന്റെ അനുഗ്രഹത്താൽ കൂട്ടുകാർ കണ്ടെത്തിയിരിക്കുന്നു. ദൈവമേ സ്തോത്രം." ■

ലാവിഷ് ലോനപ്പേട്ടൻ

1986ലെ മെക്സിക്കൻ ഫുട്ബോൾ വേൾഡ്കപ്പ് നടക്കുന്ന കാലം. മരത്താക്കര പള്ളി ഗ്രൗണ്ടിൽ സൈക്കോ ക്ലബ്ബിന്റെ നേതൃത്വത്തിൽ സീനിയേഴ്സും ജൂനിയേഴ്സുമായി പത്തു പതിനഞ്ചു ഫുട്ബോൾ കളിക്കാർ അരങ്ങു തകർക്കുന്നു. ഗ്രൗണ്ടിൽ നിൽക്കുന്ന 110 kv പോസ്റ്റും രണ്ടു വരിക്കപ്ലാവും ഒരു താമരപ്ലാവും സ്കൂളിന്റെ ഉപ്പുമാവുപുരയും ഒഴിച്ചാൽ ബാക്കി വരുന്ന ഇട്ടാവട്ടം സ്ഥലത്താണ് ചേട്ടന്മാരുടെ കളി. പോസ്റ്റിനു പിന്നിലേക്കടിക്കുന്ന പന്ത് പെറുക്കലായിരുന്നു അന്ന് ഞങ്ങൾ ചള്ള് പിള്ളേരുടെ പണി. മനസ്സ് മുഴുവൻ അന്ന് ആ പന്തിനു ചുറ്റും ആയിരുന്നു. കളി കഴിഞ്ഞാൽ പിന്നെ എല്ലാവരും പ്ലാവിൻചോട്ടിൽ ഇരുന്നു വേൾഡ് കപ്പിനെക്കുറിച്ച് സംസാരിക്കും. മറഡോണ ആയിരിക്കും സംസാരവിഷയം. അന്ന് എല്ലാരുടേം പോലെ ഞങ്ങളുടേം ഹീറോ ആയിരുന്നു മറഡോണ. ജർമ്മനിയുടെ മുള്ളർ വില്ലനും ചേട്ടന്മാർ പറയുന്ന ഫുട്ബോൾ കഥകൾ കേൾക്കാൻ ഞങ്ങൾ ബോൾപെറുക്കികൾ കാത് കൂർപ്പിച്ചു അടുത്ത് നിൽക്കും.

ചേട്ടന്മാരെല്ലാം അന്ന് ടൗണിൽ പോയി ടീവിയിൽ വേൾഡ് കപ്പ് കണ്ടിരുന്നു. ഞങ്ങൾ പിള്ളേർക്ക് അവർ പറയുന്ന വേൾഡ് കപ്പ് വിശേഷങ്ങൾ കേൾക്കാൻ മാത്രമേ യോഗം ഉണ്ടായിരുന്നുള്ളൂ. മറഡോണയുടെ ബൂട്ടിൽ കാന്തം ഉണ്ടെന്നും അങ്ങേരു വായുവിൽ അഞ്ചു വട്ടം കവണം കുത്തി മറഞ്ഞു ഗോളടിച്ചെന്നും സീനിയേഴ്സ് പറഞ്ഞതു ഞങ്ങൾ പിള്ളേർ തൊണ്ട തൊടാതെ വിശ്വസിച്ചു. എന്നാണാവോ ഞങ്ങൾക്കും ടീവിയിൽ മറഡോണയെ കാണാൻ പറ്റാ എന്നാലോചിച്ചു ഞങ്ങൾ പിള്ളേർസിന്റെ ഉറക്കം നഷ്ടപ്പെട്ട രാത്രികൾ ആയിരുന്നു അത്. പിള്ളേരുടെ പ്രാർത്ഥന പെട്ടെന്ന് ഫലിക്കും എന്നാണ്. മരത്താക്കരയിൽ പള്ളിക്കു ചുറ്റുമുള്ള വീടുകളിൽ നാല് എണ്ണത്തിൽ ആയിടെ ടീവി ആന്റിന പൊങ്ങി.

കുന്നത്ത് വീട്ടിൽ ലാസറേട്ടന്റെ ദുബായിക്കാരനായ മോൻ കൊണ്ടുവന്ന സോണി ടിവി, ഹൈവേയ്ക്കു അപ്പുറത്തായി ഉള്ള താഴ്ത്താന്മാരുടെ ഗൾഫിൽ ഡോക്ടറായ മോൻ കൊണ്ടു വന്ന പാനസോണിക് ടിവി, പള്ളിക്കു തൊട്ടടുത്ത ഐസിയുടെ വീട്ടിലെ ഡയനോര ടിവി, പിന്നേ ലാവിഷ് ലോനപ്പേട്ടന്റെ വീട്ടിലെ BPL ടിവി. ഇതിൽ ആദ്യത്തെ മൂന്നു വീടുകളിലും ടിവി വന്നപ്പോൾ സന്തോഷത്തോടെ അതിനെ വരവേറ്റ മരത്താക്കരക്കാർ ലാവിഷ് ലോനപ്പേട്ടന്റെ വീട്ടിൽ ടിവി വന്നപ്പോൾ മൂക്കത്തു വിരൽ വെച്ചു.

പവർ കട്ട് സമയത്തുപോലും വീട്ടിൽ മെഴുകുതിരി കത്തിക്കാൻ സമ്മതിക്കാത്ത ലോനപ്പേട്ടൻ മരത്താക്കര പള്ളിപ്പെരുന്നാളിന് ഒരു രൂപ നേർച്ചയിട്ട് രൂപക്കൂടിന്റെ അടുത്തിരിക്കണ സ്റ്റീൽ ബേസിനിൽ നിന്ന് അരിയും അവലും മലരും വകഞ്ഞു മാറ്റി ഉണ്ണിയപ്പം പീസസ് മൊത്തം പെറുക്കി കൊണ്ടോണ മുതലായിരുന്നു. ഞായറാഴ്ചകളിൽ അരക്കിലോ ചെത്തിറച്ചി മേടിച്ച് അഞ്ച് കിലോ ചേനയിട്ടു വെച്ച് ലോനപ്പേട്ടൻ പിള്ളേരോട് പറയും "കഴിക്കേടാ പിള്ളേരെ.. ജീവിക്കണേൽ ലാവിഷ് ആയി ഇറച്ചി കൂട്ടാൻ കൂട്ടി ജീവിക്കണം. അല്ലാണ്ട് ഈ ഉണക്കമുള്ളനും കഞ്ഞിയും കൂട്ടി എന്നും നിങ്ങടെ അമ്മേടെ പോലെ പിശുക്കു കാട്ടരുത് ട്ടാ" എന്ന്. ഇത് കേൾക്കുമ്പോൾ ചേനയിൽ നിന്നും ഇറച്ചി തപ്പിക്കൊണ്ടിരിക്കണ ചേടത്തിയാരു ലോനപ്പേട്ടനെ ഒരു നോട്ടം നോക്കും.

ഇമ്മാതിരി പിശുക്കനായ ഇയാള് ഈ ടിവി എങ്ങനെ മേടിച്ചു എന്ന് ആയിരുന്നു ചേടത്തിയാരുടെപോലെ തന്നെ മൂക്കത്തു വിരൽ വെച്ച ഞങ്ങൾ നാട്ടുകാരുടെ സംശയവും.

ഒല്ലൂരിലെ കുറിക്കമ്പനിയിൽനിന്നും നറുക്കെടുപ്പിനു ഒന്നാം സമ്മാനം അടിച്ചു കിട്ടിയതായിരുന്നു ബിപിഎൽ ടിവി ലോനപ്പേട്ടന്. സംഭവം രണ്ടാം സമ്മാനമായ ഒരു പവൻ ലക്ഷ്യം വെച്ചാണ് ലോനപ്പേട്ടൻ കുറി ചേർന്നതെങ്കിലും കിട്ടിയത് ടിവി ആയിരുന്നു. കിട്ടിയത് കിട്ടി എന്ന് സമാധാനിച്ചു ടിവി ആള് ലാവിഷ് ആയി സൈക്കിളിൽ കെട്ടി വെച്ച് മരത്താക്കര കൊണ്ടന്നു. ഓട്ടുംപുറത്തു വലിഞ്ഞു കയറി ആന്റിന ഫിറ്റ് ചെയ്തു ഇറങ്ങിയ മൂത്ത മോന്റെ തോളിൽ തട്ടി ചുറ്റുമുള്ളവരോടായി ലോനപ്പേട്ടൻ പറഞ്ഞു, "ജീവിക്കണേൽ ലാവിഷ് ആയി ടിവി കണ്ടു ജീവിക്കണം പിള്ളാരേ. അല്ലാണ്ട് കുറേ മരക്കച്ചോടം നടത്തി പൈസയുണ്ടാക്കി വെള്ളയുള്ള തേക്കലമാര തന്നു മരോക്കളേ പറ്റിക്കണ ചില കൂതറ മാപ്ലാരെ പോലെ ആവരുത്."

ഇത് കേൾക്കേണ്ട താമസം കവിയൂർ പൊന്നമ്മയെ പോലെ നമ്രശിരസ്കയായി നിന്നിരുന്ന ചേടത്തിയാര് മുടിയഴിച്ചു വാരി

ക്കെട്ടി മുറി മുണ്ട് അരയിൽ കുത്തി 'കുളപ്പുള്ളി ലീല'യായി നിന്ന് വിറച്ചു. നാട്ടുകാരുടെ മുന്നിൽ തന്റെ അപ്പനിട്ടു പറഞ്ഞ ലോനപ്പേട്ടനെ ചേടത്തിയാര് കുറച്ചു നേരത്തേക്ക് 'ചുരുളി' സിനിമ കാണിച്ചു.

ചുവ്വൂരുള്ള ഫർണിച്ചറു കടക്കാരൻ അന്തോണി മാപ്ലയുടെ നാല് പെൺകുട്ടികളിൽ മൂത്ത കുട്ടിയെ ലോനപ്പേട്ടൻ സ്വയംവരം ചെയ്തത് വലിയ കട കണ്ടിട്ടോ സ്വത്തു കണ്ടിട്ടോ ആയിരുന്നില്ല. വെളുത്ത നല്ല ഒരു പെണ്ണിനെ കെട്ടി, ലാവിഷ് ആയി ജീവിക്കണം എന്ന ഒറ്റ ആഗ്രഹം കൊണ്ടായിരുന്നു. പക്ഷേ പെണ്ണ് കൊണ്ടുവന്ന തേക്കല മാരയിലെ വെള്ളനിറം അവരുടെ ജീവിതത്തിൽ കല്ലുകടിയായി. അതും പറഞ്ഞുള്ള വഴക്ക് കാലങ്ങളോളം ദമ്പതികൾ തുടർന്നു പോന്നു. ഇടയ്ക്കിടെ കൈരളി ചാനലിൽ 'വല്യേട്ടൻ' സിനിമ വരണപോലെ അത് വന്നോണ്ടിരുന്നു. ഞങ്ങൾ നാട്ടുകാർക്ക് അതൊരു സംഭവം ആയിരുന്നില്ല.

പള്ളിയുടെ അടുത്ത് തന്നെ ടിവി വന്നതോടു കൂടി ചേട്ടന്മാരുടെ കൂടെ ഞങ്ങളും വേൾഡ് കപ്പ് കാണാൻ കുന്നത്തുകാരുടെ വീട്ടിൽ പൂവാൻ തുടങ്ങി. ആദ്യ ദിവസം രസ്നയും ഗ്ലൂക്കോസ് ബിസ്കറ്റും തന്ന് ഞങ്ങളെ വരവേറ്റ അവർ പിന്നെ പിന്നെ, ഫ്രിഡ്ജിൽ വെള്ളം തണുപ്പിക്കാൻ വെക്കണ്ടായപ്പോ, ഞങ്ങൾ ഹൈവേയ്ക്കു അപ്പുറത്തേക്ക് കടന്നു. താഴ്ത്താന്മാരുടെ വീട്ടിലെ ഹോസ്പിറ്റാലിറ്റി ഓക്കേ ആയിരുന്നു. പക്ഷേ തെങ്ങും കവുങ്ങും നിറഞ്ഞ പറമ്പിൽ ആന്റിന എങ്ങനെ തിരിച്ചിട്ടും കളിയുടെ ഇടയ്ക്കിടെ തേനീച്ച മാത്രം ആണ് ടീവിയിൽ വന്നിരുന്നത്. മനസ്സില്ലാമനസ്സോടെ അവിടുത്തെ ടാങ്ക് കലക്കിയ ജ്യൂസും ബട്ടർ ബിസ്കറ്റും വിട്ട് ഐസിയുടെ വീട്ടിലെ ഡയനോരയിൽ ഞങ്ങൾ സെമി വരെ വേൾഡ് കപ്പ് കണ്ടു. സെമിയുടെ അന്നത്തെ ഇടിവെട്ടിലും മഴയിലും ഐസിയുടെ വീട്ടിലെ ടിവി ഐസിയു കയറി.

ഞായറാഴ്ചയാണ് ഫൈനൽ മറഡോണയുടെ അർജന്റീനയും മത്തിയാസിന്റെ ജർമനിയുമായുള്ള ഏറ്റുമുട്ടൽ ആണ്. പറഞ്ഞു പറഞ്ഞ് മറഡോണയ്ക്കായി ജീവൻ കൊടുക്കാൻവരെ തയ്യാറായ മരണഫാൻസ് ആയി മാറിയിരുന്നു ഞങ്ങൾ മരത്തക്കാര പള്ളി ടീമ്സ്. എന്ത് വില കൊടുത്തും ഫൈനൽ കാണണം. ഇനിയാകെയുള്ള ആശ്രയം ലോനപ്പേട്ടൻ ആണ്. ആളുടെ ലാവിഷ് ആയ ലൈഫ് കണ്ടു പരിചയമുള്ള ഞങ്ങൾക്ക് ചോദിക്കാൻ ഒരു മടി. അവസാനം ജോയേട്ടനെ ദൗത്യം ഏൽപ്പിച്ചു. രണ്ടു കിലോ നേന്ത്രപ്പഴം ദേവസിച്ചേട്ടന്റെ കടയിൽ നിന്നും മേടിച്ചു ശനിയാഴ്ച ജോയേട്ടൻ ലോനപ്പേട്ടന്റെ അടുത്ത് ചെന്ന് കാര്യം അവതരിപ്പിച്ചു.

"അതിനെന്താടാ ജോയി, നീ പിള്ളേരേം കൂട്ടി ഇങ്ങോട്ടു പോരേ.

നമുക്കിവിടെ ലാവിഷ് ആയി ഫൈനൽ കാണാം.” നേന്ത്രപ്പഴത്തിന്റെ പൊതിയെടുത്തു മടിയിൽ വെച്ച് ലോനപ്പേട്ടൻ പറഞ്ഞു.

അങ്ങനെ 1986 ജൂൺ മാസത്തിലെ അവസാന ഞായറാഴ്ച കാത്തു കാത്തിരുന്ന ഫൈനൽ വന്നെത്തി. രാത്രി കോരിച്ചൊരിയുന്ന മഴയത്ത് ഞങ്ങൾ എല്ലാരും കൂടി ജോയേട്ടന്റെ കൂടെ ലോനപ്പേട്ടന്റെ വീട്ടിൽ എത്തി. ബിപിഎൽ ടിവിയാണ് ഇതുവരെ ഇറങ്ങിയതിൽ വെച്ച് ഏറ്റവും നല്ല ടിവി എന്ന ജോയേട്ടന്റെ സ്റ്റേറ്റ്മെന്റ് കേട്ട് ലോനപ്പേട്ടൻ ജോയേട്ടന്റെ പുറത്തു തട്ടി പറഞ്ഞു. “കൂട്ടത്തിൽ വിവരം ഉള്ളതു നിനക്ക് മാത്രം ആടാ ജോയീ.”

വീടിന്റെ നടേലകത്തു ലോനപ്പേട്ടൻ ചാരുകസേരയിലും അടുത്തായി പ്ലാസ്റ്റിക് കസേരകളിൽ സീനിയേഴ്സും നിലത്ത് ആമ്മമാർക്ക് വിരി ഇഷ്ടികയിൽ മൂട്ടിൽ കൂളിംഗുമായി ഞങ്ങൾ പിള്ളേർസും ഇരുന്നു. ഞാൻ ചുറ്റും ഒന്ന് കണ്ണോടിച്ചു കുമ്മായം അടിച്ച ചുമരിൽ വരിവരിയായി ഫ്രെയിം ചെയ്ത ബ്ലാക്ക് ആൻഡ് വൈറ്റ് ഫോട്ടോകൾ ചുമരിൽ തൂക്കിയ ട്യൂബ്ലൈറ്റിന്റെ അടുത്ത് ഇരുന്നു. ഇയ്യാംപാറ്റയെ തിന്നണ പല്ലികൾ, കഴുക്കോലിൽ നിന്നും ഞാത്തിയിട്ട കയറിൽ തൂങ്ങികിടക്കണ പായകൾ, ചുമരിൽ തറച്ച ഒരു സ്റ്റാൻഡിൽ ഒരു തിരുഹൃദയത്തിന്റെ രൂപവും അതിനു മുന്നിലായി ഇതുവരെയും കത്തിക്കാത്ത ഒരു മെഴുകുതിരിയും ഇരിപ്പുണ്ട്. ടിവി വച്ചിരിക്കണ മേശയുടെ അപ്പുറത്തായി ദേ, കിടക്കണൂ നമ്മുടെ മുതല് തേക്കലമാര. കുറെ കേട്ട് പരിചയിച്ച മുകളിൽ പൂക്കൾ ഉള്ള കണ്ണാടി പതിച്ച ആ അലമാര നോക്കി ഇരിക്കുമ്പോഴായിരുന്നു എല്ലാരേം ഞെട്ടിച്ചു കൊണ്ട് അത് സംഭവിച്ചത്.

അലമാര തുറന്ന് ഉള്ളിൽനിന്നും ചേട്ടത്തിയാര് പുറത്തു വരുന്നു. വേൾഡ് കപ്പ് കാണാൻ വന്ന എല്ലാവരും ആ കാഴ്ച കണ്ടു ഒന്ന് ഞെട്ടി അയ്യോ എന്നും പറഞ്ഞു പിന്നോട്ടാഞ്ഞു. തീർന്നില്ല മജീഷ്യൻ മുതുകാട് ഷോ പോലെ ദാ, വരുന്നു വരി വരിയായി അലമാരയ്ക്കുള്ളിൽ നിന്നും ലോനപ്പേട്ടന്റെ കൊച്ചുമക്കൾ. ഞാൻ എന്റെ കൈത്തണ്ടയിൽ നുള്ളി നോക്കി. അല്ല സ്വപ്നം അല്ല, എന്താണ് സംഭവം എന്ന് അറിയാതെ എന്നെ പോലെ തന്നെ കണ്ണും മിഴിച്ചു വായ തുറന്നു ഇരിക്കയായിരുന്നു ബാക്കി എല്ലാവരും.

കുറച്ചു കഴിഞ്ഞ് സ്ഥലകാലബോധം തിരിച്ചു കിട്ടി കണ്ണ് തിരുമ്മി ഒന്നുകൂടി നോക്കി. തുറന്നു വച്ച അലമാരയ്ക്കുള്ളിൽ കൂടെ ദേ, കാണണൂ ലോനപ്പേട്ടന്റെ വീടിന്റെ അടുക്കള.

വെള്ള കുത്തി കേടുവന്ന അലമാരി പൊളിച്ച് അതിന്റെ വാതിൽ എടുത്ത് അടുക്കളയിലെ ചിതല് പിടിച്ച കതകു മാറ്റി അവിടെ ഫിറ്റ് ചെയ്ത ലോനപ്പേട്ടൻ സ്വപ്നത്തിൽ ഓർത്തിട്ടുണ്ടാവില്ല നാട്ടുകാർ

ഇങ്ങനെ വേൾഡ് കപ്പ് കാണാൻ വരുമെന്നും ചേടത്തിയാരു കൃത്യ സമയത്തു അലമാര തുറന്ന് പുറത്തുവരുമെന്നും സീൻ കോൺട്ര ആകുമെന്നും.

എന്തായാലും കപ്പ് മറഡോണ അർജന്റീനയ്ക്ക് നേടിക്കൊടുത്തു. എന്തുകൊണ്ടും മറക്കാൻ പറ്റാത്ത ഒരു വേൾഡ് കപ്പ് ആയിരുന്നു അത്. ഞങ്ങൾക്കും പടക്കം വാങ്ങി വന്ന ജോയേട്ടന് തിരുഹൃദയ ത്തിന്റെ മുന്നിലെ മെഴുകുതിരി എടുത്തു കൊണ്ടുവന്നു കത്തിച്ചു കൊടുത്ത് ലോനപ്പേട്ടൻ പറഞ്ഞു. “പിള്ളേരെ, ലാവിഷ് ആയി പടക്കം പൊട്ടിക്കെടാ, ഇന്ന് നമ്മുടെ മറഡോണ ജയിച്ച ദിവസ മാടാ.”

■

രാഗം

1974 ഓഗസ്റ്റ് മാസം 23-ാം തിയതി തൃശ്ശൂർ പട്ടണത്തിൽ വലിയ ആഘോഷം ആയിരുന്നു. കേരളത്തിലെ ആദ്യത്തെ 70 എംഎം എയർ കണ്ടീഷൻഡ് തിയേറ്ററും തൃശ്ശൂരിലെ അന്നത്തെ ഏറ്റവും വലിയ കെട്ടിടവുമായ തൃശ്ശൂർ രാഗം ഉദ്ഘാടനം ആയിരുന്നു അന്ന്. ഉദ്ഘാടനത്തിന് രാമു കാര്യാട്ടിന്റെ 'നെല്ല്' എന്ന സിനിമയായിരുന്നു പ്രദർശനം.

ആദ്യ ഷോ കാണാൻ സാക്ഷാൽ പ്രേംനസീർ, ജയഭാരതി, അടൂർ ഭാസി, ശങ്കരാടി, രാമു കാര്യാട്ട് എന്നിവരൊക്കെ എത്തിച്ചേർന്നിരുന്നു. കുരുത്തോലയും അരങ്ങും കെട്ടി അലങ്കരിച്ച രാഗത്തിനു മുൻപിൽ തങ്ങളുടെ പ്രിയതാരങ്ങളെ കാണാൻ തൃശ്ശൂരിലെ ആബാലവൃന്ദം ജനങ്ങളും തടിച്ചു കൂടി.

എന്നാൽ ആ ഉദ്ഘാടന മാമാങ്കത്തിനു പോകാൻ സാധിക്കാത്ത വിഷമവുമായി സിനിമാപ്രേമിയായ ഒരു മരത്താക്കരക്കാരൻ പ്രസവിച്ചു കിടക്കുന്ന തന്റെ ഭാര്യയ്ക്ക് പൊടിയരിക്കഞ്ഞി മേടിക്കാൻ തൃശ്ശൂർ ജൂബിലി ഹോസ്പിറ്റൽ കാന്റീന് മുന്നിൽ വരി നിൽക്കുകയായിരുന്നു എന്റെ അപ്പച്ചൻ.

കട്ടിലിൽ കിടന്നു കൈയും കാലും ഇട്ടടിച്ചിരുന്ന തന്റെ അതേച്ഛായ ഉള്ള രണ്ടാമത്തെ മോന് ഒരു സിനിമ സംവിധായകന്റെ പേരിട്ടു തൽക്കാലം ആള് ആശ്വസിച്ചു.

അന്ന് അപ്പച്ചന് രാഗത്തിൽ പോകാൻ സാധിക്കാത്തതിന്റെ വിഷമം കൊണ്ടാണോ എന്തോ, വളർന്നു വലുതായ ശേഷം തൃശ്ശൂർ രാഗത്തിന്റെ മുന്നിലെത്തിയാൽ ഒരു അദൃശ്യശക്തി എന്നെ അങ്ങോട്ട് വലിക്കും. പിന്നെ ഒന്നും നോക്കില്ല. ടിക്കറ്റ് എടുത്തു തിയറ്ററിൽ കയറും. ഇംഗ്ലീഷ്, ഹിന്ദി, തമിഴ്, മലയാളം എന്നൊന്നും ഇല്ല. ഏതു പടമായാലും കാണും. പറഞ്ഞറിയിക്കാൻ പറ്റാത്ത ഒരു ആത്മബന്ധം എനിക്കാ തിയറ്ററുമായി ഉണ്ടായിരുന്നു.

ഏതോ ഒരു അല്പനും പൊങ്ങച്ചക്കാരനുമായ പുത്തൻപണക്കാരൻ ആ തിയറ്റർ മേടിച്ചു തിയറ്ററിനു മുന്നിലും സീറ്റിനു മുകളിലും ടോയ്‌ലറ്റിലുംവരെ ജോർജേട്ടൻസ് എന്ന് എഴുതി വയ്ക്കും വരെ ആ ബന്ധം നിലനിന്നിരുന്നു.

കേരളത്തിലെ ആദ്യത്തെ സിനിമാസ്കോപ്പ് ചിത്രം തച്ചോളി അമ്പുവും ആദ്യത്തെ 70MM ചിത്രം പടയോട്ടവും ആദ്യ 3D ചിത്രം മൈ ഡിയർ കുട്ടിച്ചാത്തനും റിലീസ് ചെയ്തത് നമ്മുടെ രാഗത്തിൽ ആയിരുന്നു.

I MAX അടക്കം പല വലിയ തിയേറ്ററുകളിലും ദുബായിലും ബോംബെയിലും സിനിമകൾ കണ്ടിട്ടുണ്ടെങ്കിലും നമ്മുടെ തൃശ്ശൂർ രാഗത്തിലിരുന്നു സിനിമ കണ്ടിരുന്ന ആ അനുഭവം എനിക്ക് വേറൊരു സ്ഥലത്തും കിട്ടിയിട്ടില്ല. അത് വേറെ ഒരു ലെവൽ അനുഭവം ആയിരുന്നു.

കർട്ടൻ ഉയരുമ്പോഴുള്ള മ്യൂസിക് മുതൽ അനുപമ ജ്വല്ലറി പരസ്യത്തിന്റെ കൂടെയുള്ള 'അനുപമേ അഴകേ' പാട്ടും ഫാഷൻ ഫാബ്രിക്സ് പരസ്യവും പെർഫ്യൂം കലർന്ന A/Cയുടെ കുളിർക്കാറ്റും ഇന്റർവെല്ലിനു കഴിക്കുന്ന കാപ്പിയുടെയും ബജിയുടെയും ടേസ്റ്റും കൂടി വല്ലാത്ത ഒരു അനുഭവം ആയിരുന്നു രാഗത്തിലെ സിനിമ കാണൽ. സിനിമ കഴിഞ്ഞ് ഇറങ്ങിയാലും രാഗത്തിന്റെ മണവും അനുഭവവും അര മണിക്കൂർ കൂടി ശരീരത്തിൽ അവശേഷിച്ചിരുന്നു.

മരത്താക്കര സ്കൂളിൽ നാലാം ക്ലാസ്സിൽ പഠിക്കണ സമയത്താണ് രാഗത്തിൽ 'മൈ ഡിയർ കുട്ടിച്ചാത്തൻ' എന്ന 3D സിനിമ റിലീസ് ആവുന്നത്.

മരത്താക്കരയിൽ അന്ന് എവിടെയും കുട്ടിച്ചാത്തനെക്കുറിച്ചുള്ള സംസാരം ആയിരുന്നു. മോഹനേട്ടന്റെ സന്ധ്യ ഹോട്ടലിലും ലോനപ്പുട്ട്യേട്ടന്റെ റേഷൻകടയിലും പാറയുടെ അവിടത്തെ വിജയേട്ടന്റെ മുടിവെട്ട് കടയിലും എന്തിനു പറയുന്നു രണ്ടു നാവും നാലുചെവിയും കണ്ടുമുട്ടിയിടത്തൊക്കെ 'കുട്ടിച്ചാത്തനാ'യിരുന്നു വിഷയം.

ഇതേതോ ചാത്തൻസേവക്കാരുടെ പടമാണെന്നും നമ്മൾ സത്യ ക്രിസ്ത്യാനികൾ ഈ കുട്ടിച്ചാത്തൻ പടം കാണരുതെന്നും ചില കോഴിച്ചാത്തൻ പ്രേമികളായ നസ്രാണികൾ പള്ളിപ്പറമ്പിൽ അടക്കം പറഞ്ഞു.

കുട്ടിച്ചാത്തൻ ഏതാണ്, വലിയ ചാത്തൻ ഏതാണ് എന്ന് തിരിച്ചറിവാകാൻ പ്രായമായിട്ടില്ലായിരുന്ന എനിക്ക് രാഗത്തിൽ 'കുട്ടിച്ചാത്തൻ' കണ്ടു വന്ന കൂട്ടുകാരൻ കുന്തിലിയുടെ ബൈജു കാര്യങ്ങൾ പറഞ്ഞു തന്നു.

ഒരു കണ്ണട വച്ചാണ് നമ്മൾ 3D സിനിമ കാണേണ്ടതെന്നും കണ്ണട വച്ചാൽ ഐസ്ക്രീമും ബലൂണും നമ്മുടെ അടുത്തേക്ക് വരുമെന്നും ബൈജു പറഞ്ഞു.

കണ്ണട വെക്കാതെ തന്നെ കപ്പലണ്ടിയും ഇഞ്ചിമിട്ടായിയും ഗോലി ഷോഡയും നമ്മൾ ഇരിക്കുന്നിടത്തു കൊണ്ടുതന്നിരുന്ന മരത്താക്കര മഞ്ജുവിൽ സിനിമ കണ്ടു ശീലിച്ച എനിക്ക് അതൊരു പുതുമ ആയി തോന്നിയില്ല.

കപ്പലണ്ടി കൊറിച്ച് ഗോലി ഷോഡ കുടിച്ച് ഇടയ്ക്കിടെ നമ്മളെ എത്തിനോക്കുന്ന മൂട്ടകളെ കണ്ണുരുട്ടി പേടിപ്പിച്ച് മഞ്ജുവിൽ ഇരുന്നു

കണ്ട നായാട്ട്, കരിമ്പന, അങ്ങാടി, മൂർഖൻ, കോളിളക്കം എന്നീ സിനിമകളോളം വരുമോ ഈ 'കുട്ടിച്ചാത്തൻ' എന്ന് ഞാൻ സംശയിച്ചു. എന്നാലും എല്ലാരും പറഞ്ഞു പറഞ്ഞു മനസ്സിൽ കുട്ടിച്ചാത്തൻ കാണാൻ ആഗ്രഹം ആയി.

ഒരു ഞായറാഴ്ച നല്ല മൂഡിൽ ഇരുന്ന അപ്പച്ചൻ പെട്ടെന്ന് അനൗൺസ് ചെയ്തു, "നമ്മളിന്ന് മൈ ഡിയർ കുട്ടിച്ചാത്തൻ സിനിമ കാണാൻ പോകുന്നു." അപ്പച്ചൻ അങ്ങനെയായിരുന്നു. തീരുമാനം പെട്ടെന്ന് ആയിരിക്കും.

അങ്ങനെ ആ ഞായറാഴ്ച മൂന്ന് പുതിയ കാര്യങ്ങൾ എന്റെ ലൈഫിൽ ഉണ്ടായി. ആദ്യമായി 3D സിനിമ കണ്ടു, ആദ്യമായി ബിരിയാണി കഴിച്ചു, പിന്നെ ആദ്യമായി ജീവിതത്തിൽ ഒരു റെഡിമെയ്ഡ് ഡ്രസ്സ് ഇട്ടു.

പുതിയ പച്ചകളർ റെഡിമെയ്ഡ് ഷർട്ടും പാന്റും ഇട്ടു മുനിസിപ്പൽ സ്റ്റാൻഡിലെ കഫെ കാസിനോയിൽ നിന്നും ബിരിയാണി കഴിച്ച് കണ്ണട വച്ച് രാഗത്തിന്റെ ബാൽക്കണിയിൽ ഇരുന്നു കണ്ട 'മൈ ഡിയർ കുട്ടിച്ചാത്തൻ' സിനിമ ജീവിതത്തിൽ മറക്കില്ല.

സിനിമ തുടങ്ങിയപ്പോൾ നിർമ്മാണം 'അപ്പച്ചൻ' എന്ന് സ്ക്രീനിൽ എഴുതി കാണിച്ച സമയത്ത് ഞാൻ അടുത്തിരുന്ന അപ്പച്ചനെ നോക്കി. ആളൊന്നു ഇളകി അമർന്നിരുന്നു. ആ സിനിമ നിർമ്മിച്ചത് താനാണെന്ന ഭാവത്തിൽ.

ഐസ്ക്രീമും ബലൂണും അടുത്ത് വന്നപ്പോൾ സന്തോഷിച്ച ഞാൻ ഒരു ചുവന്ന മൺവെട്ടി കണ്ണിനു നേരെ വന്നപ്പോഴും ഒരു തീപ്പന്തം അടുത്ത് വന്നപ്പോഴും ഞെട്ടി നിലവിളിച്ചത് ഓർക്കുന്നു. മൊത്തത്തിൽ 'കുട്ടിച്ചാത്തൻ' അങ്ങ് പെരുത്ത് ഇഷ്ടപ്പെട്ടു.

കാലം കുറേ കഴിഞ്ഞു. കാലത്തോടൊപ്പം രാഗത്തോടുള്ള ഇഷ്ടവും കൂടിക്കൂടി വന്നു. വലുതായതിനുശേഷം കഷ്ടപ്പെട്ട് രാഗത്തിൽ കണ്ട രണ്ടു സിനിമകൾ ആയിരുന്നു 'അമര'വും 'ടൈറ്റാനിക്കും.'

സെന്റ് തോമാസ് കോളേജിൽ പ്രീഡിഗ്രിക്കു പഠിക്കുന്ന സമയത്താണ് 'അമരം' റിലീസ് ചെയ്യുന്നത്. മൂന്നു മണിക്കുള്ള ആദ്യ ഷോ കാണാൻ പന്ത്രണ്ട് മണിക്ക് രാഗത്തിന്റെ ഗേറ്റിന് മുന്നിലെത്തി. അന്ന് ഫാൻസുകാരും ബഹളവും ഒന്നുമില്ല. ഇടികൂടി തന്നെ ടിക്കറ്റ് എടുക്കണം. നാന വായിച്ചു സിനിമാക്കഥ ഊഹിച്ച് പറഞ്ഞിരുന്ന പത്തിരുപതു മെന്റലിസ്റ്റുകൾ ഗേറ്റിൽ പിടിച്ചു നിന്നിരുന്നു. അവർക്കിടയിലൂടെ ഊർന്നു കയറി ഗേറ്റിൽ പിടിച്ചു മുന്നിൽ തന്നെ നിന്നു. പൊരിവെയിലായിരുന്നു. ഒരു മണിക്കൂർ കഴിഞ്ഞപ്പോഴേക്കും

തിരമാല പോലെ തിക്കു വന്നു തുടങ്ങി. ഏറ്റവും മുന്നിൽ നിന്നിരുന്ന എന്റെ മുട്ടിപ്പലക പോലെയുള്ള നെഞ്ചിലും ഒട്ടിയ കവിളിലും രാഗത്തിന്റെ ഇരുമ്പുഗേറ്റിലെ അച്ചപ്പം ഡിസൈൻ പതിഞ്ഞു.

ഗേറ്റിനപ്പുറത്ത് ഇന്ത്യൻ പ്രസിഡന്റിനേക്കാൾ ഗമയിൽ നിൽക്കുന്ന പെരട്ട സെക്യൂരിറ്റിയേ ദയനീയമായി ഞാൻ നോക്കി.

കുരുപ്പുകൾ പഠിക്കാൻ എന്നും പറഞ്ഞു വീട്ടിൽനിന്നും ഇറങ്ങി സിനിമ കാണാൻ വന്നു നിൽക്കുന്നു, അലവലാതികൾ എന്ന ഭാവേന നിൽക്കുന്ന അങ്ങേർക്കു എന്റെ പ്രായത്തിലുള്ള ഏതോ ഒരു തല തെറിച്ച മോൻ ഉണ്ടെന്ന് എനിക്ക് തോന്നി. പിന്നിൽനിന്നും ആരൊക്കെയോ അങ്ങേരുടെ അപ്പനെയും അമ്മയെയും ഇടയ്ക്കിടെ അന്വേഷിക്കണുണ്ടായിരുന്നു.

ഗേറ്റിനു മുന്നിൽ കുടുങ്ങി ചാവാറായ ആളുകൾക്ക് ഏതോ നല്ല മനസ്സുകൾ സോഡ പൊട്ടിച്ചു കൊടുത്തു. എനിക്കും കിട്ടി ഒരു അര സോഡ. ആ മൃതസഞ്ജീവനി കഴിച്ചുള്ള കോഴിമസില് പെരുപ്പിച്ച് ഞാൻ പിന്നിലോട്ടു ആഞ്ഞു തള്ളി പിടിച്ചു നിന്നു.

കുറച്ചു കഴിഞ്ഞപ്പോ വെടിക്കെട്ടിന് തീ കൊടുത്തു ഓടണ ആളെ പോലെ സെക്യൂരിറ്റി വലതുവശത്തെ ഗേറ്റ് തുറന്നു ഓടി രക്ഷപ്പെട്ടു. പിന്നൊരു യുദ്ധം ആയിരുന്നു. യുദ്ധം ജയിച്ചു ടിക്കറ്റെടുത്ത് കീറിയ ഷർട്ടും നെഞ്ചത്തും മുഖത്തും അച്ചപ്പവുമായി ഞാൻ സീറ്റിൽ ചെന്ന് വീണു.

പക്ഷേ ഈ വിവരിച്ച കഷ്ടപ്പാടൊക്കെ 'പുലരേ പൂന്തോണി' പാട്ടു കഴിഞ്ഞപ്പോൾ മാറിയിരുന്നു.

'അമരം.' അച്ചുവിന്റെ വേദന നമ്മുടെ നെഞ്ചിലേറ്റിയ പടം രണ്ടര മണിക്കൂർ ഒരു കടാപ്പുറത്തിരുന്നു പോന്ന അനുഭവം. എങ്ങനെ മറക്കും?

തിരിച്ചു പോരുമ്പോൾ രാഗത്തിനു മുന്നിൽ കൂമ്പാരം കൂട്ടിയിട്ടിരുന്ന ചെരുപ്പുകളിൽ എന്റെ ബാറ്റ ചെരുപ്പുണ്ടോ എന്ന് വെറുതെ നോക്കി. രൂവ 150 ഗോവിന്ദ.

പിന്നെയാണ് 140 ദിവസം രാഗത്തിൽ ഓടിയ ടൈറ്റാനിക്കിന്റെ വരവ്. ടൈറ്റാനിക് കാണാൻ പള്ളിപ്പറമ്പിലെ കൂട്ടുകാരോടൊപ്പം ആഘോഷമായാണ് പോയത്. കൂട്ടത്തിൽ സീനിയറും സ്ഥലത്തെ പ്രമാണിയും ആയ ഡെന്നീസ് ചേട്ടൻ പറഞ്ഞു, "നിങ്ങള് പോയി വരി നിൽക്കൊന്നും വേണ്ട. രാഗത്തിലെ സ്റ്റാഫായ ആന്റുവിനോട് ഡെന്നീസ് ചേട്ടൻ പറഞ്ഞിട്ട് വരുന്നവരാ എന്ന് പറഞ്ഞാ മതി, ആള് ടിക്കറ്റ് എടുത്തു തരും."

സമാധാനമായി. ഇനിയിപ്പോ പോയി ഇടി കൂടണ്ട. വരി നിൽക്കണ്ട. റീലാക്സഡ് ആയി പടം കാണാം.

അവിടെ പോയി ഇടി കൂടി ഈ ഇംഗ്ലീഷ് പടം കാണണ നേരം മഞ്ഞക്കോര വറുത്തതും കൂട്ടി സുഖായി ചോറുണ്ടു കിടന്നുറങ്ങാം എന്ന് പറഞ്ഞ കൂട്ടുകാരൻ മഞ്ഞക്കോര ജോസും ഗ്യാരന്റി ടിക്കറ്റ് കിട്ടിയതോടെ ഞങ്ങളുടെ കൂടെ പടത്തിനു വന്നു. എല്ലാരും കൂടി മാറ്റിനിക്ക് 2.30നു രാഗത്തിൽ എത്തിയപ്പോൾ അവിടൊരു പൂരത്തിനുള്ള ആളുകൾ ഉണ്ട്.

ടിക്കറ്റിനായി ഇടികൂടുന്നവരെ നോക്കി സഹതപിച്ചു കൊണ്ട് ഗ്യാരന്റി ടിക്കറ്റുള്ള ഞങ്ങൾ നേരെ രാഗത്തിന്റെ ഓഫീസിൽ ചെന്ന് ആന്റോ ചേട്ടനെ തിരക്കി.

കുറച്ചു കഴിഞ്ഞപ്പോ ആള് വന്നു.

"എന്തേ?" ആള് ഞങ്ങളോട് ചോദിച്ചു.

"ഞങ്ങൾ ഡെന്നീസ് ചേട്ടൻ പറഞ്ഞിട്ട് വരുന്നവരാ." വേഗം മറുപടി പറഞ്ഞു

"ഏതു ഡെന്നീസ് ചേട്ടൻ?"

ആന്റോചേട്ടൻ പുരികം ചുളിച്ചു. അത് ഞങ്ങൾ പ്രതീക്ഷിച്ചില്ല.

"മരത്താക്കരയിലെ ഡെന്നീസ് ചേട്ടൻ." ഞങ്ങൾ വിശദീകരിക്കാൻ തുടങ്ങി.

"അങ്ങേർക്കിതെന്തിന്റെ കേടാ?" ആന്റോ ചേട്ടൻ തലയും ചൊറിഞ്ഞു പറഞ്ഞു. "കുറേ പേരെയായി ഈ പേരും പറഞ്ഞ് അങ്ങേരു ഇങ്ങോട്ടു അയയ്ക്കണൂ. എന്റെ പൊന്നു ചങ്ങാതി, ഒരിക്കെ ഫാമിലി ആയി വന്ന അങ്ങേർക്കു ഞാൻ ടിക്കറ്റ് എടുത്തു കൊടുത്തു എന്നും വച്ച് നാട്ടുകാരെ മുഴുവൻ ഇങ്ങോട്ടു അയയ്ക്കണോ? നിങ്ങൾ ഒരു കാര്യം ചെയ്യൂ, വേഗം പോയി വരിയിൽ നിന്നോ ടിക്കറ്റ് കിട്ടും.

എല്ലാരും മൂഡ് ഔട്ട് ആയി. ഡെന്നീസേട്ടനുള്ള മിട്ടായി ചെന്നിട്ടു കൊടുക്കാം എന്നും പറഞ്ഞു ഞങ്ങൾ വേഗം വരിയിൽ പോയി നിന്നു. അപ്പോഴാണ് ഞങ്ങൾ ശ്രദ്ധിക്കുന്നത് ഈ കണ്ട ഇടിയും ബഹളവും ആറു മണിക്കുള്ള ഷോയ്ക്കുള്ളതായിരുന്നു. മാറ്റിനിക്കുള്ളവർ മുൻപേ ഉള്ളിൽ കയറിയിരുന്നു.

നീണ്ട കാത്തിരിപ്പിനൊടുവിൽ ടിക്കറ്റ് കൊടുക്കണ ബെല്ലടിച്ചു. ഞങ്ങൾ നിന്നിടത്തു നിന്നും അനങ്ങേണ്ടി വന്നില്ല. വരി ഒരിഞ്ചു നീങ്ങാതെ ടിക്കറ്റ് ക്ലോസ് ആയി.

ഏതു പട്ടി കടിച്ച നേരത്താണാവോ ദൈവേ, ഈ കുരുപ്പുക ളുടെ കൂടെ ഇറങ്ങിത്തിരിച്ചത് എന്നും പറഞ്ഞ് മഞ്ഞക്കോര ജോസ് വയറുഴിഞ്ഞു പിറുപിറുക്കാൻ തുടങ്ങി.

ഞങ്ങൾ മരത്താക്കരക്കാരോടാണോ കളി? വാശിയായി തൊട്ട ടുത്ത എലൈറ്റിൽ പോയി ക്ഷീണം തീർത്തു. പൊറോട്ട പ്ലേറ്റിൽ കീറിയിട്ടു. ലേശം ചാറു കിട്ടോ ചേട്ടാ? എന്ന് ജോസ് ചോദിച്ച പ്പോൾ എലൈറ്റിലെ സപ്ലയർ ഞങ്ങളെ സൂക്ഷിച്ചു നോക്കി. പുവർ കൺട്രി ഫെല്ലോസ് എന്ന ഭാവത്തിൽ.

മരത്താക്കര സന്ധ്യ ഹോട്ടലിൽ രണ്ട് പൊറോട്ടയ്ക്ക് ഒരു മൊന്ത ചാറ് എന്നതായിരുന്നു ഞങ്ങളുടെ കണക്ക്. ഉഷാറായി തിരിച്ചു വന്നു വീണ്ടും വരി നിന്ന് സെക്കന്റ് ഷോക്ക് ഞങ്ങൾ ടിക്കറ്റ് എടുത്തു.

തിയറ്ററിനുള്ളിലേക്കു പോകുമ്പോഴേ ഡോൺബോസ്കോ ഇംഗ്ലീഷ് മീഡിയം സ്കൂളിൽ പഠിച്ച കൂട്ടുകാരൻ ജോബി പറഞ്ഞു "ദേ, ആ വർക്കിയെ എന്റെ കൂടെ ഇരുത്താൻ പറ്റില്ലാട്ടാ."

വർക്കി പള്ളിപ്പറമ്പിലെ ഏറ്റവും വലിയ ഒരു സിനിമ പ്രേമി ആയിരുന്നു. പക്ഷേ രജനിയുടെ ആളായിരുന്നു. നാട്ടിൽ ഏതു രജനി പടം വന്നാലും വർക്കി അത് ഒറ്റയ്ക്ക് സൈക്കിൾ ചവിട്ടി പോയി കണ്ടിരിക്കും. പക്ഷേ ഇംഗ്ലീഷ്, ഹിന്ദി സിനിമകൾക്ക് വർക്കിയെ കൊണ്ടുപോയാൽ പണിയാണ്. സിനിമ കണ്ടോണ്ടിരിക്കുമ്പോൾ അടുത്തിരിക്കുന്നവരെ ഞോണ്ടി ഞോണ്ടി ചോദിച്ചോണ്ടിരിക്കും 'ദിപ്പോ അയാളെന്താ പറഞ്ഞേ? ദിപ്പോ എന്താ ഇണ്ടായേ?' എന്നൊക്കെ. നമ്മുടെ ആ ഫ്ളോ അങ്ങോട്ട് പോകും. അതോണ്ട് എല്ലാവരും അവനിൽ നിന്നും രക്ഷപ്പെടാനായി മാറി ഇരിക്കും.

എനിക്കാണേൽ ഈ ചൂട് ചേമ്പ് വായിലിട്ടു പറയണ പോലെ യുള്ള ഇംഗ്ലീഷ് സിനിമയിലെ ഡയലോഗ് പകുതിയും മനസ്സിലാ കാറില്ല. ഊഹിക്കലാണ് പതിവ്. അതിന്റെ ഇടയിലാണ് വർക്കി യുടെ സംശയനിവാരണം. ഞാനും അവനെ പതുക്കെ ഒഴിവാക്കാൻ തീരുമാനിച്ചു.

എന്നെയും ജോബിയെയും തിരഞ്ഞു നടന്നിരുന്ന വർക്കിയുടെ കണ്ണ് വെട്ടിച്ചു കുറച്ചു മാറി ഞങ്ങൾ ഇരുന്നു.

കപ്പൽയാത്രയും ജാക്കിന്റെയും റോസിന്റെയും പ്രേമവും കപ്പൽ പൊളിയലും ഒക്കെയായി ഒരു അനുഭവം ആയിരുന്നു ടൈറ്റാനിക് സിനിമ. സാധാരണ ഒരു ഇംഗ്ലീഷ് സിനിമ കണ്ട പോലെ ആയിരു ന്നില്ല ടൈറ്റാനിക് കണ്ടു കഴിഞ്ഞപ്പോൾ.

ക്ലൈമാക്സ് കഴിഞ്ഞ് അത്‌ലാന്റിക്കിലെ തണുപ്പും ഏകാന്തതയും അനുഭവിച്ചു, ജാക്കിന്റെ വേർപാടും റോസിന്റെ ദുഃഖവും കടലിൽ വീണു വിറങ്ങലിച്ചു മരിച്ച ആളുകളുടെ അവസ്ഥയും ആലോചിച്ചു കനം വച്ച മനസ്സുമായി ചുവന്ന കാർപെറ്റ് വിരിച്ച രാഗത്തിന്റെ വളഞ്ഞ ഗോവണി ഇറങ്ങുമ്പോൾ വർക്കി അടുത്ത് വന്നു ഞോണ്ടിക്കൊണ്ടു ചോദിച്ചു

"ടാ, ആ ജാക്കിന്റെ അമ്മാമ ലാസ്റ്റ് കരഞ്ഞിട്ട് എന്താ പറഞ്ഞേ?"

മറുപടി ഒന്നും പറയാൻ നിൽക്കാതെ അവനെ ദയനീയമായി നോക്കി രാഗത്തിന്റെ പടിയിറങ്ങി.

■

കൃഷ്ണേട്ടൻ

മുക്കുറ്റിയും തുമ്പയും തുളസിയും കീഴാർനെല്ലിയും ഇരുവശവും തഴച്ചു വളർന്ന് നിൽക്കണെ വഴിയുടെ അപ്പുറം ക്ലാര മഠത്തിന്റെ ആറടി ഉയരമുള്ള മതിലായിരുന്നു. വീടിന്റെ മുന്നിലുള്ള ഇരുമ്പു ഗേറ്റിൽ പിടിച്ച് വഴിയിലൂടെ ഓട്ടുകമ്പനിയിലെ പണിയും കഴിഞ്ഞു പോകുന്ന പണിക്കാരേം നോക്കി നിൽക്കുന്ന ശീലം എനിക്കു പണ്ടു ണ്ടായിരുന്നു. ചോറ്റുപാത്രം കൈയിൽ തൂക്കിയിട്ടു ചിലർ വേഗ ത്തിൽ നടക്കുന്നു. ചിലർ എന്തോ ആലോചിച്ചു പതുക്കെയും. എല്ലാ വർക്കും ഒരേ മണമായിരുന്നു. കളിമണ്ണും മണ്ണെണ്ണയും ചേർന്ന ഓട്ടുകമ്പനിയുടെ മണം.

ഇതിനിടയിൽ പാടത്തേക്ക് പോത്തിനെയും ആട്ടിത്തെളിച്ചു വീടിന്റെ മുന്നിലൂടെ പോകുന്ന കൃഷ്ണേട്ടനെ കാണുമ്പോൾ വീട്ടുകാർക്കും അയൽക്കാർക്കും ഉള്ള ഒരു വെപ്രാളം ഞാൻ

കുഞ്ഞുന്നാളിലേ ശ്രദ്ധിച്ചിരുന്നു. വഴിയിലൂടെ പതുക്കെ പോകുന്ന പണിക്കാരും കൃഷ്ണേട്ടനെ കാണുമ്പോൾ സ്പീഡ് കൂട്ടിയിരുന്നു. എവിടെയോ എന്തോ ഒരു പന്തികേട് ഉണ്ടല്ലോ എന്നെനിക്ക് തോന്നിയിരുന്നു.

ചില സമയങ്ങളിൽ ചില ആളുകളെ സൂക്ഷിച്ചുനോക്കി കൃഷ്ണേട്ടൻ മനസ്സറിയാതെ ചിലത് പറഞ്ഞിരുന്നെന്നും അവർക്ക് പിന്നാലെ ഒടുക്കത്തെ നല്ല പണി കിട്ടിയിരുന്നെന്നും അറിഞ്ഞപ്പോഴാണ് അങ്ങേർക്ക് നാട്ടുകാരിൽനിന്നും കിട്ടിവന്നിരുന്ന എക്സ്ട്രാ ബഹുമാനത്തിന്റെ റൂട്ട് എനിക്കു മനസ്സിലായത്.

ചെറുപ്പത്തിൽ സ്കൂൾ വിട്ടു വന്നാൽ എന്റെ ലോകം കോഴിക്കൂടിന് ചുറ്റുമായിരുന്നു. ചുവപ്പും ചാരവും കലർന്ന നിറത്തിലുള്ളൊരു പിടക്കോഴിയും ഭർത്താവ്, വേണു നാഗവള്ളിയെപ്പോലെ, വിഷാദഭാവം ഉണ്ടായിരുന്ന ഒരു ചുവന്ന ചാത്തനുമായിരുന്നു വീട്ടിൽ അന്നുണ്ടായിരുന്നത്.

ചാരപ്പിട ഇടയ്ക്കിടെ ഗെയ്റ്റ് ചാടി മഠത്തിന്റെ മതിലിന്റെ അടുത്തു ചെന്ന് 'മതിലുകൾ' സിനിമയിലേ കെപിഎസി ലളിതയെപ്പോലെ മുകളിലേക്കു കമ്പെറിയുന്നതും ഇടയ്ക്കിടെ സൗണ്ടിന്റെ ബാസ്സും ട്രെബിളും മാറ്റി ചില മെസേജ് മതിലിന്റെ അപ്പുറത്തേക്ക് പാസ്സ് ചെയ്യുന്നതും ഞാൻ ശ്രദ്ധിച്ചിരുന്നു.

ചൂരൽക്കൊട്ടയിൽ മണലിട്ട് വിരിയാൻ വച്ച 14 മുട്ടയിൽ പത്തെണ്ണം വെള്ളയും നാല് എണ്ണം ചുവന്നതും ആയി കുഞ്ഞുങ്ങൾ വിരിഞ്ഞപ്പോൾ മതിലിന്റെ അപ്പുറത്തുള്ള 'മമ്മൂട്ടി ആൾ മോശക്കാരനല്ല' എന്ന് എനിക്കു മനസ്സിലായി.

വിശ്വാസവഞ്ചന ദൈവം വച്ച് പൊറുപ്പിക്കില്ല.

കുറച്ചു ദിവസങ്ങൾക്കുശേഷം പോത്തിനെ തീറ്റി വന്നിരുന്ന കൃഷ്ണേട്ടൻ റോഡ് സൈഡിൽ ചിക്കിച്ചികഞ്ഞു നിൽക്കുകയായിരുന്ന തള്ളക്കോഴിയെയും വെളുത്തു തുടുത്ത കുഞ്ഞുങ്ങളെയും കണ്ടു. കുഞ്ഞുങ്ങളെ സൂക്ഷിച്ചു നോക്കി തോട്ടത്തിൽ നിന്നിരുന്ന അമ്മച്ചിയോട് പറഞ്ഞു.

“നല്ല വെളുത്തുള്ളിക്കുടം പോലുള്ള കോഴിക്കുഞ്ഞുങ്ങളാണല്ലോ. കാക്ക കൊണ്ടുവാതെ നോക്കീക്കോട്ടാ.”

അവറ്റയുടെ കാര്യത്തിൽ ഒരു തീരുമാനം പെട്ടെന്നുതന്നെ ആയി.

തോട്ടപ്പടി വഴി സ്ഥിരം പോയിരുന്ന പൗലോസേട്ടന്റെ ലോറി അന്ന് പതിവില്ലാതെ ആ വഴി വന്നു, ടയറിനടിയിൽപെട്ട് വെളുത്തുള്ളിക്കുടങ്ങൾ പരലോകം പൂകി. ബാക്കിയായ നാല് ചുവന്ന

കുഞ്ഞുങ്ങളെയുംകൊണ്ട് നാഗവള്ളിയുടെ അരിക് ചേർന്ന് സങ്കടത്തോടെ നടന്നു പോകുന്ന തള്ളക്കോഴിയേ കണ്ടപ്പോഴും ഞാൻ കൃഷ്ണേട്ടനെ സംശയിച്ചില്ല.

തലോര് പി.ആർ. പടിയിൽ ഉള്ള വല്യപ്പന്റെ വീട്ടിൽനിന്നും കൊണ്ടുവന്ന ഉരുളിയുടെ വലുപ്പം ഉണ്ടായിരുന്ന ഒരു ചേന 20 പീസാക്കി വെണ്ണീറു തേച്ച് ഉണക്കി കുംഭമാസത്തിൽ പറമ്പിൽ 20 വട്ടകുഴിയുണ്ടാക്കി അമ്മച്ചിയും ഞങ്ങളും കൂടി നട്ടു. പുതുമഴ കഴിഞ്ഞു 20 ചേനയും കുട വട്ടത്തിൽ വിരിഞ്ഞു നിന്നു. രാവിലെ മുറ്റത്ത് നിന്ന് കെ.പി. നമ്പൂതിരീസ് ചൂർണ്ണം കൊണ്ട് പല്ല് തേയ്ക്കണ സമയത്ത് അപ്പച്ചൻ മനസ്സിൽ കണക്ക് കൂട്ടി. ഉരുളിയുടെ വലിപ്പം ഉള്ള 20 ചേന. എങ്ങനേ പോയാലും ഒരു പത്ത് തുലാം കാണും. ഗാന്ധി നോട്ട് ഒരെണ്ണം പോക്കറ്റിൽ.

അപ്പുറത്തെ പറമ്പിൽ പോത്തിനെ കൊണ്ട് കെട്ടാൻ അപ്പോഴാണ് കൃഷ്ണേട്ടന്റെ വരവ്. ചേനകൾ സൂക്ഷിച്ചു നോക്കി ആൾ അപ്പച്ചനോട് പറഞ്ഞു, "നിന്റെ പറമ്പിൽ അമ്പു പെരുന്നാളിന്റെ പ്രദക്ഷിണം നേരത്തേ എത്തിയല്ലോടാ."

ചേനയുടെ കാര്യം ഒരു തീരുമാനം ആയി.

അന്ന് രാത്രിയിലേ കാറ്റിലും മഴയിലും ചേനകൾ എല്ലാം ഒടിഞ്ഞു. 45 ഡിഗ്രി ആങ്കിളിൽ വീണുകിടക്കുന്നതു പിറ്റേന്നു രാവിലെ കണ്ടപ്പോഴും കൃഷ്ണേട്ടനെ സംശയിക്കാൻ എനിക്കു തോന്നിയില്ല.

പക്ഷേ കഴിഞ്ഞ ലീവിന് നാട്ടിൽ ചെന്നപ്പോ കഥ മാറി.

പറമ്പിലെ കടപ്ലാവിൽ മൂത്ത് നിക്കണെ കടച്ചക്ക നിറയെ കണ്ടപ്പോൾ എന്റെ ഉള്ളിൽ അടക്കിവച്ചിരുന്ന മരംകയറ്റ പ്രേമം പുറത്തു വന്നു. മുണ്ടും തെരുത്തുകുത്തി തോട്ടിയുമെടുത്ത് പ്ലാവിന്റെ അടിയിൽ ചെന്ന് മുകളിൽ നോക്കി കാൽക്കുലേറ്റ് ചെയ്തു. പകുതി ചില്ലകൾ സ്നേഹമതിലും കടന്ന് അപ്പുറത്തെ പുതിയ വീടിന്റെ മുകളിലേക്കാണ്. അവിടാണേൽ പുതിയ താമസക്കാരും. റിസ്ക് ആണ്. എന്നാലും ഒരു കൈ നോക്കാം.

"വേണ്ടെടാ മോനേ. ഈ തടിയും വച്ച് പണ്ടത്തെപ്പോലെ ഇപ്പോ നിനക്കു മരംകേറാനൊന്നും പറ്റില്ല." എന്റെ സാഹസം കണ്ട് അമ്മ പറഞ്ഞു.

അതുകേട്ട് അപ്പുറത്ത് നിന്നു ചിരിച്ച ഭാര്യയെ കണ്ടപ്പോ എനിക്കു വാശിയായി.

ഏന്തി വലിഞ്ഞ് അള്ളിപ്പിടിച്ചു കയറി. കാൽക്കുലേഷനിൽ ഇല്ലാതിരുന്ന പുളിയുറുമ്പ് പൊതിഞ്ഞ് അറ്റാക്ക് ചെയ്തപ്പോഴും പിന്മാറിയില്ല. മുകളിൽ ചെന്ന് ഒരുവിധം ബാലൻസ് ചെയ്തു തോട്ടി

കൊണ്ട് കടച്ചക്ക ഒന്നൊന്നായി പൊട്ടിച്ച് നിലത്തിറക്കി. പ്രോത്സാഹിപ്പിച്ചുകൊണ്ട് അപ്പച്ചനും ഉത്കണ്ഠയുമായി അമ്മച്ചിയും പ്ലാവിന്റെ അടിയിൽ നിന്നിരുന്നു. മനസ്സിൽ തീയുമായി ഭാര്യ ഇറയത്തും.

അപ്പുറത്തെ വീട്ടിൽനിന്നും പോത്തിന് കഞ്ഞി വെള്ളമെടുക്കാൻ ആ സമയം വേച്ചുവേച്ചു വന്ന കൃഷ്ണേട്ടൻ ഇടവഴിയിൽ ഒന്നു ബ്രേക്കിട്ടു നിന്നു. കടപ്ലാവിന് മുകളിലേക്കു സൂക്ഷിച്ചു നോക്കി. എന്നിട്ട് പറഞ്ഞു, “സൂക്ഷിച്ചു നിക്കണേ മോനേ. നിനക്ക് അടുത്ത ആഴ്ച തിരിച്ചു പോകാൻ ഉള്ളതല്ലേ?”

അതുവരെയുണ്ടായിരുന്ന എന്റെ കോൺസെൻട്രേഷന് എന്തോ ഒരു പിശക് സംഭവിച്ചപോലെ.

അടുത്ത ചക്ക ദേ കിടക്കണൂ സ്നേഹമതിലിന്റെ മുകളിൽ. തീർന്നില്ല മതിലിൽ തട്ടിത്തെറിച്ച ചക്ക അപ്പുറത്തെ വീട്ടിലെ ബെഡ്റൂമിന്റെ ജനാലയിൽ അടിച്ചു ജനലിന്റെ ഗ്ലാസ് പൊട്ടിത്തകർന്നു നിലത്തു വീണു. കയറിയതിന്റെ നാലിലൊന്ന് ടൈമിൽ ഞാൻ നിലത്തിറങ്ങി.

ബെഡ്റൂമിൽ കിടന്നുറങ്ങിയിരുന്ന അയൽപക്കത്തെ ദമ്പതികൾ അരിശവുമായി ഓടിപ്പാഞ്ഞു വന്നു.

മേലൊക്കെ കടപ്ലാവിന്റെ പശയും പുളിയുറുമ്പും ആയി നെഞ്ചൊക്കെ ഉരഞ്ഞു പൊട്ടി വളിച്ച ഒരു ചിരിയുമായി സ്നേഹമതിലിന്റെ ഇപ്പുറത്ത് നിൽക്കണ എന്നെയും നോക്കി, ദുബായ് ലുലുവിലെ കിലോയ്ക്ക് 35 ദിർഹം വിലയുള്ള ചോക്ലേറ്റിലെ പത്ത് എണ്ണത്തിന്റെ ഉപകാരസ്മരണയിൽ അരിശം കടിച്ചിറക്കി അവരെന്നോട് പറഞ്ഞു, “കുഴപ്പമില്ല. ഗ്ലാസ്സ് മാറ്റി വച്ച് തന്നാ മതീട്ടാ.”

രണ്ട് കടച്ചക്ക അപ്പോ തന്നെ അവർക്ക് ഫ്രീ ആയി കൊടുത്തു.

കടച്ചക്ക വിറ്റു കിട്ടിയതും കയ്യീന്നു കുറച്ചുമിട്ട് ഗ്ലാസ് അന്നുതന്നെ മാറ്റി വച്ച് കൊടുത്തു.

അന്നത്തോട് കൂടി ഒരു കാര്യം എനിക്കു മനസ്സിലായി, കൃഷ്ണേട്ടന്റെ കണ്ണിന് എന്തോ ഒരു പവറുണ്ട്.

അവധി കഴിഞ്ഞു തിരിച്ചു കുടുംബവുമായി നെടുമ്പാശ്ശേരിയിലേക്കു കാറിൽ പോകുമ്പോൾ വഴിയരികിൽ പോത്തിനെയും തീറ്റി അപ്പുറത്തേ പറമ്പിലെ നിറയെ നായ്ച്ചക്ക ഇട്ടു നിൽക്കുന്ന വരിക്കപ്ലാവിലേക്ക് സൂക്ഷിച്ചു നോക്കി നിൽക്കണ കൃഷ്ണേട്ടനെ കണ്ടപ്പോൾ എന്റെ മനസ്സ് പറഞ്ഞു,

‘ആ പ്ലാവിന്റെ കാര്യത്തിൽ ഒരു തീരുമാനം ആയി.’

■

കരോൾ

1983ൽ കപിൽദേവിന്റെ നേതൃത്വത്തിൽ ഇന്ത്യൻ ടീം വേൾഡ് കപ്പ് എടുത്തതിനുശേഷം ഇന്ത്യൻ പട്ടണങ്ങളിലും ഗ്രാമങ്ങളിലും അലയടിച്ച ക്രിക്കറ്റ് സുനാമി കേരളത്തിലും ആഞ്ഞടിച്ചു. എന്റെ ഗ്രാമമായ മരത്താക്കരയിലും അതിന്റെ അലയൊലികൾ ഉണ്ടായി. ഫുട്ബാൾ ഉരുണ്ടിരുന്ന മൈതാനങ്ങളിൽ മൂന്നു വടി കുത്തി യുവാക്കൾ മൂത്ത തലമുറയോട് യുദ്ധം പ്രഖ്യാപിച്ചു. പുതിയ തലമുറയോട് വാത്സല്യവും സ്നേഹവും ഉണ്ടായിരുന്ന ചേട്ടന്മാർ അനിയന്മാർക്കു വഴി മാറിക്കൊടുത്തു വലിയൊരു യുദ്ധം ഒഴിവാക്കി.

വേനലവധിക്ക് തലോരില് ഉള്ള വല്യപ്പന്റെ വീട്ടിൽ പാർക്കാൻ പോയ സമയത്താണ് ജീവിതത്തിൽ ആദ്യമായി ക്രിക്കറ്റ് എന്ന കളിയെക്കുറിച്ച് ഞാൻ കേൾക്കുന്നതും മനസ്സിലാക്കുന്നതും.

വല്യപ്പന്റെ വീടിനു പിന്നിലെ മൂന്നു തട്ടുകളായുള്ള പറമ്പിൽ രണ്ടാമത്തെ തട്ടിൽ വാഴകൾക്കിടയിൽ മൂന്നു കുറ്റിയടിച്ചു കുറ്റികൾക്ക് മുന്നിലായി ഒരു കളം വരച്ചു ഒരു പട്ടവടി തോളത്തും വച്ച് ആ കളം ചൂണ്ടി കാട്ടി വല്യപ്പന്റെ മൂത്ത മകൻ ഡേവീസേട്ടൻ പറഞ്ഞു ഇതാണ് ഗ്രീസ്.

“കൂർക്കത്തടത്തിൽ പോയാൽ രണ്ട് റൺസ്, കൊള്ളിത്തടത്തിൽ പോയാൽ നാല് റൺസ്, തെങ്ങിൽ കൊണ്ടാൽ ഒരു റൺസ്, പൊട്ടക്കിണറ്റിൽ പോയാൽ ഔട്ട്, അപ്പൻ വരണ കണ്ടാൽ എല്ലാരും കുറ്റിയും പറിച്ച് ഓടിയേക്കണം.” ഡേവീസേട്ടൻ നിയമങ്ങൾ വിശദീകരിച്ചു.

എന്നും ക്യാപ്റ്റൻ ആയിരുന്ന ഡേവീസേട്ടൻ സ്വന്തമായി ഒരു നിയമം ക്രിക്കറ്റിൽ എഴുതി ചേർത്തത് ക്രിക്കറ്റിനെക്കുറിച്ച് അന്ന് അധികം ധാരണ ഇല്ലാതിരുന്ന ഞങ്ങൾക്കാർക്കും അറിയുമായിരുന്നില്ല. ക്യാപ്റ്റൻ ഔട്ട് ആകണമെങ്കിൽ മൂന്നു കുറ്റികളും ഒന്നിച്ചു വീഴണം എന്ന നിയമത്തിന്റെ ബലത്തിൽ ഡേവീസേട്ടൻ എന്നും വയ്യാണ്ടാവണവരെ ബാറ്റ് ചെയ്തിരുന്നു.

വല്യപ്പന്റെ വീട്ടിൽനിന്നും മരത്താക്കര തിരിച്ചെത്തി പറമ്പിലെ ഒരു പട്ടയെടുത്തു വെട്ടി ഷേപ്പ് ആക്കി, മൂന്നു കൊന്നവടി വെട്ടി സ്റ്റമ്പുണ്ടാക്കി വീടിനു മുന്നിലെ പഞ്ചായത്തു റോഡിൽ കുത്തി വച്ചു ഞാനും ചേട്ടനും കൂടി കനകശ്ശേരി റോഡിലെ ക്രിക്കറ്റിന്റെ വരവറിയിച്ചു. മരത്താക്കര പള്ളിപ്പെരുന്നാളിന് മേടിച്ച ഒരു റബ്ബർ ബോൾ എടുത്തു കളി തുടങ്ങി.

കൊല്ലം ഒന്ന് രണ്ടു കഴിഞ്ഞു. ക്രിക്കറ്റ് ജ്വരം നാട്ടിലെല്ലാം കൊറോണപോലെ പടർന്നു. ടെലിവിഷന്റെ വരവ് ക്രിക്കറ്റിന്റെ സമൂഹവ്യാപനത്തിന് വഴി വച്ചു. കൂണുപോലെ നാട്ടിലെല്ലാം ക്ലബ്ബു കൾ വരാൻ തുടങ്ങി.

മരത്താക്കരയുടെ എല്ലാ ഇടവഴികളിലും ക്ലബ്ബുകൾ വന്നു. എല്ലാ ക്ലബ്ബുകൾക്കും ഒരേ ലക്ഷ്യം. ഓണം കൂപ്പൺ, ക്രിസ്മസ് കൂപ്പൺ,

ക്രിസ്മസ് കരോൾ... ഇതിൽനിന്നും കിട്ടുന്ന വരുമാനം കൂട്ടിവച്ച് ഒരു ക്രിക്കറ്റ് ബാറ്റ് വാങ്ങുക. ക്രിക്കറ്റ് ടൂർണമെന്റ് സംഘടിപ്പിക്കുക.

ഒരു ക്രിസ്തുമസ് അവധിക്കു മരത്താക്കര കനകശ്ശേരിയിൽ സഖാവ് കൃഷ്ണേട്ടന്റെ വീടിന് സൈഡിലെ ഇടവഴിയിൽ പട്ടബാറ്റ് ക്രിക്കറ്റ് കളി കഴിഞ്ഞു മദിരാശി മരത്തിന്റെ താഴെ തളർന്നിരുന്ന നാല് ടീനേജർസ് ഒരു ക്ലബ്ബ് ഉണ്ടാക്കാൻ തീരുമാനിച്ചു.

ക്ലബിന്റെ പ്രസിഡണ്ട്, സെക്രട്ടറി & ഖജാൻജി ആയി ഉള്ള തിൽ മൂത്ത എന്റെ ചേട്ടനെ ഐകകണ്ഠേന തിരഞ്ഞെടുത്തു. പിന്നെയുള്ള എക്സിക്യൂട്ടീവ് കമ്മിറ്റിയിൽ ഞാനും കൃഷ്ണേട്ടന്റെ മോൻ രമേഷും പിന്നെ ബിജുവും. ക്ലബ്ബിനു ഹീറോ ക്ലബ് എന്ന് പേരും ഇട്ടു.

എന്റെ വീടിനു മുന്നിൽ നിന്നിരുന്ന യൂക്കാലിപ്സ് മരം ഒരു തമിഴൻ വന്നു വെട്ടി മുറിച്ചു ഇട്ടിരുന്നു. സ്കൂളിൽ നിന്നും ഗാന്ധി ജയന്തിക്ക് കിട്ടിയ യൂക്കാലിപ്സ് തൈ തോട്ടത്തിൽ കൊണ്ടുവച്ചപ്പോ ഓർത്തില്ല അതിങ്ങനെ ഒരു വടവൃക്ഷം ആയി വളരുമെന്ന്. വെട്ടി മുറിച്ച കഷണത്തിൽ നിന്നും രണ്ട് നടുക്കഷണം ആരും കാണാതെ എടുത്തു സൈക്കിളിന്റെ കാരിയറിൽ വച്ച് ഞാനും ചേട്ടനും കൂടി മരത്താക്കര മൂലപ്പായിയിൽ ഉള്ള മരക്കമ്പനിയിൽ കൊണ്ട് ചെന്നു. സിംബാംബ്‌വെയ്ക്കെതിരെ 175* റൺസടിച്ചു ബാറ്റും ഉയർത്തി നിൽക്കണ കപിൽദേവിന്റെ പടം മനോരമയിൽ നിന്നും വെട്ടിയെ ടുത്തു പോക്കറ്റിൽ ഇട്ടിരുന്നു. മരക്കമ്പനിയിലെ വർഗീസേട്ടന് പത്തു രൂപയും കൊടുത്ത് പടം കാണിച്ചു കൊടുത്തു. അഞ്ചു മിനിട്ടു കൊണ്ട് ഏകദേശം ബാറ്റുപോലെ തോന്നിക്കണ രണ്ടു മരമുട്ടി കൾ റെഡി.

സൈക്കിളിന്റെ പിന്നിൽ രണ്ടു മുട്ടിയും വച്ച് തിരിച്ചു വീട്ടിൽ ചെന്ന ഞങ്ങളെ കണ്ടപ്പോൾ അമ്മച്ചിയുടെ കണ്ണ് നിറഞ്ഞു. പറ യാതെ തന്നെ കൊയ്ത്തിനു മുൻപായി കളം ഒരുക്കാൻ രണ്ട് നിലം തല്ലി ഉണ്ടാക്കി കൊണ്ടുവന്ന മക്കളുടെ ഉത്തരവാദിത്തബോധം ഓർത്ത് അമ്മ കണ്ണു തുടച്ചു.

ഷേപ്പിൽ മാത്രമല്ല, കനത്തിലും നിലംതല്ലിപോലെ ഉണ്ടായി രുന്ന ഔഷധഗുണമുള്ള ആ ബാറ്റ് ഉപയോഗിച്ച് പിൽക്കാലത്തു ബാറ്റ് ചെയ്ത് എന്റെ കൈയിന്റെ മസിൽ കല്ലുപോലെ ആവുകയും വിട്ടുമാറാതിരുന്ന എന്റെ ജലദോഷം മാറുകയും ചെയ്തു.

രണ്ട് യൂക്കാലിപ്സ് ബാറ്റുകൾ സ്വന്തമായി ഉണ്ടായിരുന്നെങ്കിലും ബ്രാൻഡഡ് ബാറ്റ് ഇല്ലാത്തതിനാൽ, ഹീറോ ക്ലബ്ബിന് ടൂർണമെന്റു കൾ അന്യമായി. യൂക്കാലിപ്സ് ബാറ്റിൽ ജപ്പാൻ ബ്ലാക്പെയിന്റ്

കൊണ്ട് MRF എന്നു എഴുതിയിരുന്നെങ്കിലും ഞങ്ങളെ ബാക്കി ക്ലബ്ബുകൾ പരിഗണിച്ചില്ല.

തയ്പ്പുകടയിൽനിന്നും കിട്ടുന്ന വെട്ടുതുണി എടുത്തു തുന്നിക്കൂട്ടി ഉണ്ടയാക്കി മൂലപ്പായിലെ റബ്ബർ തോട്ടത്തിൽ പോയി ചിരട്ടയിലെ പാലിൽ മുക്കി മണ്ണിലിട്ടു ഉരുട്ടി കണ്ടാൽ ചെറിയ ഒരു ആടിന്റെ ബോട്ടിപോലെ തോന്നിച്ചിരുന്ന ഒരു ബോൾ വച്ചായിരുന്നു മരത്താക്കരയിലേ മിക്കവാറും ടൂർണമെന്റുകൾ അന്ന് നടന്നിരുന്നത്. എങ്കിലും ടൂർണമെന്റിൽ പങ്കെടുക്കണമെങ്കിൽ ബ്രാൻഡഡ് ബാറ്റ് നിർബന്ധം ആയിരുന്നു.

ദേഹത്തു കൊണ്ടാൽ കിക്കിളി ആവുന്ന ആ ബോട്ടിബോളിന്റെ ഏറു കൊള്ളാൻ ചില പൈസക്കാർ പിള്ളേരുള്ള ക്ലബ്ബുകാർ പാഡും പ്രൊട്ടക്ടർ ഗാർഡും വച്ചാണ് ടൂർണമെന്റിൽ കളിക്കാൻ വന്നിരുന്നത്. എന്തിനായിരുന്നോ ആവോ?

“നമുക്ക് ഇക്കൊല്ലം കരോൾ നടത്താം.”

ഇടവഴിയിലെ കളി കഴിഞ്ഞു റോഡ് സൈഡിൽ ഇരുന്നു, മീൻ കച്ചോടം നിർത്തി ഐസ് ഫ്രൂട്ട് കച്ചോടം തുടങ്ങിയ പൊറിഞ്ചേട്ടന്റെ കയ്യീന്ന് മേടിച്ച സേമിയ ഐസ് നുണഞ്ഞോണ്ടിരുന്ന ഞങ്ങളോട് പ്രസിഡന്റ് ഒരു ദിവസം പറഞ്ഞു,

“കിട്ടണ പൈസ കൊണ്ട് ഒരു ബ്രാൻഡഡ് ബാറ്റ് വാങ്ങാം. ഇനിയും കാത്തിരിക്കാൻ പറ്റില്ല.

ഐഡിയ ഞങ്ങൾക്കും ഇഷ്ടമായി. പക്ഷേ കരോളിനുള്ള ചിലവ് എങ്ങനെ കണ്ടെത്തും? അതായി എല്ലാരുടേം ചിന്ത. മുഖംമൂടി, ഉടുപ്പ്, മൈക്കുസെറ്റ്, ഉന്തുവണ്ടി ചിലവ് കുറെ ഉണ്ട്. കൈയിലാണേല് ഒരു ഉപ്പുസോഡ കുടിക്കാനുള്ള പൈസപോലും ഇല്ല.

“ഒരാഴ്ച ടൈം ഉണ്ടല്ലോ. എന്തേലും വഴി കാണാം.” പ്രസിഡന്റ് പറഞ്ഞു.

അങ്ങനെ അക്കൊല്ലത്തെ ക്രിസ്തുമസ് വന്നെത്തി. നല്ല നിലാവുള്ള രാത്രിയിൽ നക്ഷത്രങ്ങളും പുൽക്കൂടുകളും ആയി മരത്താക്കര ഗ്രാമം ഉണ്ണിയെ വരവേൽക്കാനായി അണിഞ്ഞൊരുങ്ങി നിന്നു. മിക്കവാറും എല്ലാ വീടുകളിലും ജാതിമതഭേദമില്ലാതെ വർണ്ണനക്ഷത്രങ്ങൾ ഉയർന്നിരുന്നു. ക്രിസ്തുമസ് മണമുള്ള തണുത്ത കാറ്റ് നാടെങ്ങും വീശിയടിച്ചു.

തലേ ദിവസം മുതൽ കരോളിന്റെ ബഹളം ആയിരുന്നു. ഞങ്ങളുടെ സെയിം ഐഡിയ ആയി കുറേ തലേക്കല്ലന്മാര് ഇറങ്ങി തിരിച്ചിട്ടുണ്ടായിരുന്നു. മുക്കിലും മൂലയിലും അഞ്ചും പത്തും പേരുമായി കരോൾ ടീമുകൾ നാട്ടിലാകെ കറങ്ങി നടന്നു.

വൈകീട്ട് ഇടവഴിയിൽ ഹീറോ ക്ലബ്ബ് യോഗം കൂടി.

"പാതിരാക്കുർബ്ബാനയ്ക്ക് മുൻപ് കരോൾ ഇറങ്ങണം. കുർബ്ബാന കഴിഞ്ഞാൽ പിന്നെ കളക്ഷൻ കുറയും." പ്രസിഡന്റ് പറഞ്ഞു.

"മൈക്ക് സെറ്റിനും വണ്ടിക്കുമൊന്നും പൈസ കിട്ടിയില്ല. തൽക്കാലം വീട്ടിലെ ടേപ് റിക്കോർഡർ എടുക്കാം. ഡ്രസ് നിങ്ങള് തന്നെ സംഘടിപ്പിക്കണം. ഏതെങ്കിലും ചുവപ്പോ വെള്ളയോ ആയ സാരിയോ ഷർട്ടോ കിട്ടണത് എടുത്തോ." ആളു പറഞ്ഞു.

ഒരു പാക്കറ്റ് ബലൂണും ഒരു പാക്കറ്റ് ജീരകമിട്ടായിയും തന്നു മുഖംമൂടി വാങ്ങാൻ ആളു സൈക്കിളിൽ പോയി.

അപ്പച്ചന്റെ വെള്ളഷർട്ടും മുണ്ടും എടുത്തിട്ട് നാഷനൽ പാന സോണിക് ടേപ് റെക്കോർഡറും പാട്ടിന്റെ കൂടെ കൊട്ടാനായി രണ്ട് ഏഷ്യൻ പെയിന്റ് കാലിപ്പാട്ടയും കൈയിൽ പിടിച്ച് ഞാൻ ഇടവഴി യിൽ ചെന്നു.

അച്ഛൻ പാർട്ടി സമ്മേളനത്തിന് പോകുമ്പോൾ ഇടുന്ന, ചുവന്ന ഷർട്ടും തൊപ്പിയും വച്ച് രമേഷും അമ്മാമയുടെ മുണ്ടും ചട്ടയും ഇട്ട് ബിജുവും നേരത്തേ എത്തിയിരുന്നു.

രണ്ട് കൊന്നവടി വെട്ടിയെടുത്തു ബലൂൺ മുകളിൽ കെട്ടി മുഖം മൂടി മേടിക്കാൻ പോയ പ്രസിഡന്റിനെ നോക്കി ഞങ്ങൾ ഇടവഴി യിൽ ഇരുപ്പായി.

ആകെ ഉണ്ടായിരുന്ന 20 രൂപയ്ക്ക് നാല് മുഖംമൂടി കിട്ടണ കട നോക്കി മരത്താക്കരയും ഒല്ലൂരും കറങ്ങി അവസാനം പാതിരാ ക്കുർബ്ബാന ടൈം ആയപ്പോ ഏതോ കരോൾ ടീം കളഞ്ഞ് ഇട്ടേച്ചു പോയ മൂന്ന് മുഖംമൂടിയും ഒരു പുതിയ മുഖംമൂടിയുമായി പ്രസി ഡന്റ് ഓടിക്കിതച്ച് എത്തിയപ്പോഴേക്കും പാതിരാക്കുർബ്ബാനയ്ക്ക് നടമണി അടിച്ചിരുന്നു.

ഷേപ്പ് പോയ മുഖംമൂടി വച്ച് പാട്ടയെടുത്ത് വേഗം നടന്നു. ആദ്യത്തെ വീടെത്തി പാട്ട് വച്ചപ്പോഴാണ് കാസറ്റ് മാറിപ്പോയത് അറിഞ്ഞത്. കരോൾ ഗാനത്തിന് പകരം 'മുന്താണെ മുടിച്ചു' സിനിമ കാസറ്റ് ആണ് തിരക്കിൽ എടുത്തത്. ഒന്നും നോക്കിയില്ല, 'കണ്ണു തുറക്കേടാ സാമി' പാട്ടും വച്ച് പാട്ട കൊട്ടി ഞങ്ങൾ തകർത്താടി.

മുഖംമൂടിയുടെ ബലത്തിൽ എല്ലാ വീട്ടിലും കയറി. ചങ്ക് പൊട്ടി പാടി കളിച്ചിട്ടും ചെപ്പില് വീണിരുന്ന 50 പൈസ, ഒരു രൂപ നാണയങ്ങൾ കണ്ടപ്പോഴാണ് കനകശ്ശേരി റോഡിലെ വീട്ടുകാരുടേ പുറത്തു കാണിക്കാത്ത ദാരിദ്ര്യം ഞങ്ങൾക്ക് മനസ്സിലായത്. നോമ്പു വീടിയ ചില ചേട്ടന്മാർ ബോധമില്ലാതെ തന്ന ഒന്നുരണ്ടു അഞ്ചു രൂപ നോട്ട് ഒഴിച്ചാൽ ബാക്കി ധർമക്കാർവരെ അക്കാലത്ത് മേടിക്കാത്ത നാണയത്തുട്ടുകൾ.

തളർന്ന് ഒരു സ്ട്രീറ്റ്ലൈറ്റിന്റെ അടിയിൽ ഇരുന്ന ഞങ്ങളോടു പ്രസിഡന്റ് പറഞ്ഞു, "നമുക്ക് ഏരിയ മാറ്റിപ്പിടിക്കാം. ഈ ദരിദ്രവാസികളേ വിടാം. പള്ളിയുടെ പിന്നിൽ ഹൈവേ സൈഡില് നല്ല പൈസക്കാരുടെ വീടുകൾ ഉണ്ട്. അവിടേക്കു പോകാം."

ഒന്നും നോക്കിയില്ല. അങ്ങോട്ടേക്ക് വച്ചടിച്ചു. കാൽക്കുലേഷൻ തെറ്റിയില്ല. നോട്ടുകൾ വീഴാൻ തുടങ്ങി. 50 പൈസ മാറി പത്തിന്റെ നോട്ടുകൾ വീണു തുടങ്ങി. ഞങ്ങൾക്ക് സന്തോഷമായി. തളർച്ചയെല്ലാം മറന്നു.

പത്തിരുപത് വീടുകൾ കഴിഞ്ഞു കാണും വീടിന് മുന്നിലായി കൂറ്റൻ റോക്കറ്റ് മരങ്ങളുള്ള ഒരു പഴയ തറവാട് വീടെത്തി. സിംഹത്തിന്റേതുപോലെ ഉള്ള ഒരു നായ ഞങ്ങളെ കണ്ട് കൂട്ടിൽ കിടന്നു ഗർജ്ജിക്കുന്നു.

വരാന്തയിൽ ലൈറ്റ് ഉണ്ട്. ഞങ്ങൾ പതുക്കെ ശബ്ദം ഉണ്ടാക്കാതെ ഗെയ്റ്റ്വരെ ചെന്നു.

വരാന്തയിൽ ചാരുകസേരയിൽ ഒരു മധ്യവയസ്കൻ ജോസ് പ്രകാശ്ലുക്കിൽ പൈപ്പും വലിച്ച് ഇരിക്കുന്നു.

ഷർട്ട് ഇട്ടിട്ടില്ല. പൊക്കിളുവരെ നീളുന്ന സ്വർണ്ണച്ചെയിനിന്റെ അറ്റത്ത് കുരിശ് കിടന്നാടുന്നു. നരച്ച, കട്ട കൊമ്പൻമീശ തടവി മുഖത്തുള്ള കണ്ണട ഒന്നു താഴ്ത്തിവച്ച് ആള് ഞങ്ങളെ സൂക്ഷിച്ചു നോക്കി.

വീടിന് ചുറ്റും തൂക്കിയിരുന്ന വർണ്ണമനോഹരനക്ഷത്രങ്ങളും മനോഹരമായി അലങ്കരിച്ച പുൽക്കൂടും കണ്ടപ്പോൾ ഒരു 50 രൂപ നോട്ടിന്റെ മണം ഞങ്ങളുടെ മൂക്കിലടിച്ചു.

പ്രസിഡന്റ് സിഗ്നൽ തന്നു. സർവ്വശക്തിയുമെടുത്ത് ഞങ്ങൾ ഉച്ചത്തിൽ ആർത്തു വിളിച്ചു. ജിങ്കിൾ ബെൽ ജിങ്കിൾ ബെൽ അങ്കിൾ സാന്റാ ക്ലോസ്... പെയിന്റ്പാട്ടയിൽ പാട്ട പൊളിയണപോലെ കൊട്ടി.

നായയുടെ കുര ഉച്ചത്തിലായി. വലിച്ചിരുന്ന പൈപ്പ് മുന്നിലുള്ള ടേബിളിൽ വച്ച് മധ്യവയസ്കൻ പതുക്കെ എണീറ്റു. എന്നിട്ട് വേച്ചു വേച്ച് അകത്തേക്ക് പോയി.

"ആള് ഗ്യാസാട്ടാ." ബിജു പറഞ്ഞു.

50 രൂപ കൊണ്ട് വരുമ്പോൾ ഇടാനായി ചെപ്പും പിടിച്ച് പ്രസിഡന്റും പൈസ തരുന്നവർക്കു നന്ദിസൂചകമായി കൊടുക്കണ ജീരകമിട്ടായി ഇത്തിരി അധികം എടുത്ത് കയ്യിൽ പിടിച്ച് ഞാനും നിന്നു.

രമേഷും ബിജുവും തുള്ളലോട് തുള്ളല്.

അകത്തു പോയ ആള് തിരിച്ചെത്തിയത് ഞങ്ങളെ ഞെട്ടിച്ചു കൊണ്ടായിരുന്നു.

കൈയിലൊരു ഇരട്ടക്കുഴല് തോക്ക്.

സിനിമയിൽ മാത്രം കണ്ടിട്ടുള്ള തോക്ക് തൊട്ടടുത്ത് നെഞ്ചിന് നേരെ ചൂണ്ടി നിൽക്കണ കണ്ടപ്പോൾ ഞാനൊന്നു പതറി. എന്റെ കൈയിലുണ്ടായിരുന്ന ജീരകമിട്ടായിതന്നെ നിലത്തുവീണു.

ശ്വാസം നിലച്ച് വായും പൊളിച്ച് അനങ്ങാതെ പ്രതിമ കണക്കെ നിന്ന ഞങ്ങളെ ഞെട്ടിച്ചുകൊണ്ട് അയാൾ തോക്കും പിടിച്ച് അലറി.

"ഫ... നായിന്റെ മക്കളേ... കടക്കെടാ എന്റെ വീടിന്റെ പുറത്ത്."

അലർച്ച കേട്ടു കൂട്ടിൽ കിടന്നു കുരച്ചിരുന്ന ജർമ്മൻ ഷെപ്പേർഡ് കുര നിർത്തി സൈലന്റ് ആയി.

"ഓടിക്കോടാ..." പ്രസിഡന്റ് സിഗ്നൽ തന്നു.

പാട്ടയും വടിയും അവിടെയിട്ടു ഞങ്ങൾ ജീവനും കൊണ്ടോടി. പിന്നിൽ നിന്നും അയാളുടെ അലർച്ച കേൾക്കാമായിരുന്നു.

ഓടി ഹൈവേയ്ക്ക് അരികിൽ എത്തി. അകലെ അയാളുടെ അലർച്ച നിന്നു. നായ വീണ്ടും കുര തുടങ്ങി.

ഞങ്ങൾക്കാകെ വിഷമമായി. തോക്ക് ചൂണ്ടി ഓടിപ്പിക്കാൻ മാത്രം നമ്മൾ എന്തു തെറ്റ് ചെയ്തു?

കരച്ചിലിന്റെ വക്കത്തായി ഞങ്ങൾ.

"നമുക്ക് കരോൾ അവസാനിപ്പിക്കാം. മതി, ഇനി തിരിച്ചു പോകാം." പ്രസിഡന്റ് വിഷമത്തോടെ പറഞ്ഞു.

പക്ഷേ വിപ്ലവവീര്യം ഉള്ളിലുണ്ടായിരുന്ന ഹീറോ ക്ലബ് വിക്കറ്റ് കീപ്പർ ഞങ്ങൾ 'കിരൺ മോറെ' എന്നു വിളിച്ചിരുന്ന രമേഷ് പറഞ്ഞു, "പോകാൻ വരട്ടെ."

"അയാൾക്കൊരു പണി കൊടുക്കാതെ ഞാന് ഇവിടുന്നു പോകുന്ന പ്രശ്നം ഇല്ല. അമ്മയാണേ സത്യം." രമേഷ് നിന്നു വിറച്ചു. മുഖംമൂടി ഊരി നിലത്തെറിഞ്ഞു.

റോഡ് സൈഡിൽ കിടന്നിരുന്ന ഒരു ഉരുളൻകല്ലെടുത്ത് മാൽക്കം മാർഷലിന്റെ സ്പീഡിൽ ഗെയ്റ്റ് ലക്ഷ്യമാക്കി രമേഷ് കുതിച്ചു. ഗേറ്റിന്റെ അടുത്തെത്തി ഗേറ്റിന് മുകളിലൂടെ വരാന്തയിലെ ചാരു കസേര ലക്ഷ്യമാക്കി ഒരു ബീമർ തൊടുത്തു വിട്ടു.

"അയ്യോ..."

വിക്കറ്റ് തെറിച്ചപ്പോൾ വരാന്തയിൽനിന്നും ഉയർന്ന അലർച്ച കേട്ട ജർമ്മൻ ഷെപ്പേർഡ് വീണ്ടും കുരനിർത്തി.

പിന്നെ അവിടെ നിന്നും ഓരോട്ടം ആയിരുന്നു. അപ്പച്ചന്റെ മുണ്ടും ബിജുവിന്റെ അമ്മാമയുടെ മുണ്ടും ചട്ടയുമൊക്കെ ഹൈ വേയുടേ സൈഡിൽ അഴിഞ്ഞുപോയി.

ഒരു ടൂർണമെന്റ് ജയിച്ച സന്തോഷത്തോടെ വീട്ടിൽ തിരിച്ചെ ത്തിയ ഞങ്ങൾ അന്ന് സമാധാനമായി കിടന്നുറങ്ങി.

കരോൾ ടോട്ടൽ കളക്ഷൻ 353 രൂപ 50 പൈസ. ബ്രാൻഡഡ് ബാറ്റ് അക്കൊല്ലവും മേടിച്ചില്ല.

■

തവളപിടുത്തം

മരത്താക്കര ഗ്രാമത്തിലെ പടിഞ്ഞാറ് ഭാഗത്തായി വിശാലമായി പരന്നു കിടന്നിരുന്ന മണലാറ് എന്ന പാടശേഖരം ഞങ്ങളുടെ ഗ്രാമത്തിന്റെ എല്ലാ മനോഹാരിതയും കൂടിച്ചേർന്ന ഒരു പ്രദേശം ആയിരുന്നു. പാടശേഖരത്തിന്റെ നടുവിലൂടെ ഒഴുകിയിരുന്ന ഒരു കൈത്തോടും തോടിന് ഇരുവശത്തുമായി ഇടതൂർന്നു നിന്നിരുന്ന കൈതക്കാടും വരമ്പുകളാൽ അരഞ്ഞാണം കെട്ടി തിരിച്ചിരുന്ന പാടങ്ങളിൽ കതിരിട്ടു നാണത്തോടെ തല കുമ്പിട്ടു നിൽക്കുന്ന നെൽച്ചെടികളും നെൽച്ചെടികൾക്കിടയിൽ ബ്രാൽ ചൊട്ടയെ നോക്കിയിരിക്കണ കൊറ്റികളും പൊന്മാനും കൊളക്കോഴികളും വെള്ളത്തിൽ നീന്തിത്തുടിക്കണ പരൽമീനുകളും പാടവരമ്പിലെ പൊത്തിൽ നിന്നും ഒളിഞ്ഞു നോക്കുന്ന ഞണ്ടുകളും എന്നുവേണ്ട ഒരുമാതിരിപ്പെട്ട എല്ലാ സീഫുഡ് ഐറ്റംസും സ്വസ്ഥമായി വിഹരിച്ചിരുന്ന ആ പാടശേഖരത്തിലേക്ക് എല്ലാ കർക്കടകമാസത്തിലും മരത്താക്കര ദേശത്തുള്ള പ്രായപൂർത്തി വോട്ടവകാശം കിട്ടിയ എല്ലാ തവളകളും ഹണിമൂൺ ആഘോഷിക്കാൻ വന്നിരുന്നു. അവരുടെ പ്രേമസല്ലാപങ്ങൾ കനകശ്ശേരി അന്തേവാസികളായ നീർക്കോലികൾ കൈതക്കാട്ടിൽ ഒളിഞ്ഞിരുന്നു കണ്ടു.

ഈ തവളകളുടെ ഭക്തിഗാനമേള കേട്ടാണ് ഞങ്ങൾ കനകശ്ശേരിക്കാർ കർക്കടകമാസത്തിൽ സുഖമായി ഉറങ്ങിയിരുന്നത്. പാടത്തിന്റെ അരികിലായി താമസിച്ചിരുന്ന കലാബോധവും സംഗീതവും തൊട്ടുതീണ്ടിയിട്ടില്ലാത്ത ചില മൂരാച്ചി നസ്രാണികൾ ഒരു ഞായറാഴ്ച രണ്ടെണ്ണം വിട്ടു തെങ്ങുംപറമ്പിൽ ചീട്ടു കളിച്ച് ഇരിക്കുമ്പോഴാണ് തവളക്കാലിനെക്കുറിച്ചും അതിന്റെ കയറ്റുമതിയെപ്പറ്റിയും ചർച്ച വന്നത്. മണലാറ്റുപാടത്തു നല്ല അസ്സൽ വെള്ളാപ്പള്ളി തവളകൾ ഉണ്ടെന്നും (ഐ മീൻ മഞ്ഞത്തവളകൾ) അതൊക്കെ ആണുങ്ങൾ പിടിച്ചു കൊണ്ടുപോയി അന്യനാട്ടിലേക്കു കയറ്റുമതി ചെയ്യാണെന്നും പീറ്ററേട്ടൻ തുരുപ്പു കമിഴ്ത്തണ നേരത്തു പറഞ്ഞത്

ഞങ്ങൾ യുവാക്കളുടെ ചങ്കിൽ തറച്ചു. കുരുമുളകിട്ട് വറുത്ത തവള ക്കാലിന്റെ ടേസ്റ്റ് മച്ചിങ്ങ ചെവിയിലിട്ടിരിക്കണ പ്രാഞ്ചിയേട്ടൻ വിവ രിച്ചു കഴിഞ്ഞപ്പോ ഞങ്ങൾ ഉറപ്പിച്ചു. എന്തു വില കൊടുത്തും പാടത്തുള്ള ഗാനമേള ട്രൂപ്പിനെ ചട്ടിയിലാക്കിയിട്ടുതന്നെ കാര്യം.

വൈകീട്ട് പള്ളിപ്പറമ്പിലെ ക്രിക്കറ്റ് കളി കഴിഞ്ഞു എല്ലാരും വട്ടം കൂടി ഇരിക്കണ സമയത്തു കൂട്ടത്തിൽ തവളപിടുത്തത്തിൽ അമ്മവീടായ ചെങ്ങാലൂർ നിന്നും ഡോക്ടറേറ്റ് നേടിയ ഷാജു വിവരി ക്കാൻ തുടങ്ങി.

രണ്ടു പെട്രോമാക്സ്, രണ്ടു ടോർച്ച്, പിന്നെ തവളയെ ഇടാൻ നാല് ചാക്ക്, മഴകൊണ്ട് നീരുവീഴ്ച വരാതിരിക്കാൻ തലയിൽ കെട്ടാൻ പ്ലാസ്റ്റിക് ബാഗ്, പിന്നെ പാമ്പിനെ കണ്ടാൽ തല്ലിക്കൊല്ലാൻ ഒരു വടി. ഇത്രയും ടൂൾസ്.

ഇനിയാണ് തവളയെ പിടിക്കണ ഗുട്ടൻസ്. ഷാജു വിവരിച്ചു.

രാത്രി മഴയത്തു പാടവരമ്പത്തിരുന്നു എല്ലാം മറന്നു ശ്രുതിമധുര മായി പാടിക്കൊണ്ടിരിക്കണ തവളയുടെ അടുത്തേക്ക് പതുങ്ങി ചെല്ലണം. എന്നിട്ട് അതിന്റെ മുഖത്തേക്ക് പെട്ടെന്ന് ടോർച്ച് അടി ക്കണം. ഉഹ്ഹ്ഹ് ഷിറ്റ് എന്നും പറഞ്ഞു കണ്ണ് പുളിച്ചു പാട്ട് നിർത്തി കൺഫ്യൂഷനായി നിൽക്കുന്ന തവളയുടെ കഴുത്തിൽ ദേ, ദിങ്ങനെ പിടിക്കണം എന്നും പറഞ്ഞ് അടുത്ത് വിവരണം കേട്ട് വാ പൊളിച്ച് ഇരുന്നിരുന്ന കഴുത്തില് പപ്പില്ലാത്ത കോഴിയുടെ കഴുത്തുപോലെ

നീണ്ട കഴുത്തുള്ള ബൈജുവിന്റെ കഴുത്തു പിടിച്ചു തിരിച്ചു ഷാജു ഡെമോ കാണിച്ചു.

പോടാ **●●○○*** മോനേ എന്നും പറഞ്ഞ് എണീറ്റ ബൈജു ഷാജുവിന്റെ മോന്തയ്ക്കിട്ട് ഒരു തേമ്പ് തേമ്പി. ഒരു നിമിഷത്തേക്ക് കണ്ണ് പുളിച്ചു വിവരണം നിർത്തി കൺഫ്യൂഷൻ ആയി നിന്ന ഷാജുവിനെ നോക്കി കൂട്ടത്തിൽ നിഷ്കളങ്കനായ മാർട്ടി ചോദിച്ചു, “എന്നിട്ട് ആ തവളയെ എന്തു ചെയ്യണം ഷാജുവേട്ടാ?”

മുഖമുഴിഞ്ഞു കണ്ണും ചുവന്നു നിന്നിരുന്ന ഷാജു പറഞ്ഞു, “തവളയെ നിന്റെ അപ്പാപ്പന്റെ അണ്ണാക്കിലേക്കു തിരുകെടാ രോമം ചെക്കാ. എണ്ണീറ്റു പൊയേറാ അവിടന്ന്.”

ഷാജു നിന്ന് വിറച്ചു. ഒരുവിധത്തിൽ എല്ലാരുംകൂടി സമാധാനിപ്പിച്ചു രംഗം ശാന്തമാക്കി. രാത്രിയിൽ പാടത്തു കാണാം എന്നും പറഞ്ഞ് എല്ലാരും അവിടെ നിന്നും പിരിഞ്ഞു.

രാത്രി പത്തു മണിയോടെ കംപ്ലീറ്റ് സെറ്റപ്പുമായി എല്ലാരും പാടത്തേക്കു വെച്ചടിച്ചു. നല്ല ഇടിയും മിന്നലും മഴയും ഉണ്ടായിരുന്നു. നല്ല ലക്ഷണമാണ് ഇടിയും മിന്നലും.

“ഇന്ന് തവളച്ചാകര ആയിരിക്കും.” മുന്നിൽ നടന്ന ഷാജു പറഞ്ഞു. അകലെ നിന്നേ ഗാനമേള കേൾക്കാമായിരുന്നു.

പറഞ്ഞപോലെത്തന്നെ തവളച്ചാകര ആയിരുന്നു പാടത്ത്. ഷാജുവിന്റെ നേതൃത്വത്തിൽ എല്ലാരും പാടത്ത് ഓടി നടന്നു പിടിത്തം തുടങ്ങി. മൂന്നു ചാക്ക് നിറഞ്ഞു. വരമ്പത്തിരുന്നു പാടിയിരുന്ന തവളകളെല്ലാം ചാക്കിൽ കിടന്ന് ഇൻക്വിലാബ് വിളിച്ചു. അങ്ങനെ വരിവരിയായി വരമ്പത്തുകൂടെ തവളകളേം പിടിച്ചു നടന്നു നീങ്ങുമ്പോഴാണ് ഇടിമിന്നലിൽ മുന്നിൽ കണ്ട വരമ്പത്ത് ഒരു നിഴൽ ഷാജു കണ്ടത്.

“ശഹ്ഹ്...” ഷാജു പറഞ്ഞു. “ആരും മിണ്ടരുത്. ആമയാടാ ആമ. ഉഗ്രൻ സാധനം.” ഷാജു അടക്കം പറഞ്ഞു. “ലൈറ്റ് ഓഫ് ആക്കെടാ.”

പെട്രോമാക്സ് ഓഫ് ആക്കി എല്ലാരും വരമ്പത്തു പതുങ്ങി ഇരുന്നു. അടുത്ത ഇടിക്കു മുൻപായുള്ള മിന്നലിൽ വരമ്പത്തു കണ്ട ആമയ്ക്ക് അനങ്ങാൻ സമയം കൊടുക്കാതെ ഗസ് ലോഗിയേ പോലെ മുൻപോട്ടു dive ചെയ്തു ഷാജു ആമയ്ക്കു മുകളിലേക്ക് വീണതും പ്ലിം എന്നൊരു സൗണ്ട് കേട്ടതും ഒന്നിച്ചായിരുന്നു. ഓഹ്ഹ് ഷിറ്റ് എന്നും പറഞ്ഞു തോട്ടിലേക്കോടിയ ഷാജുവിനെ നോക്കി പിന്നിൽ വന്നിരുന്ന മാർട്ടി എല്ലാരോടുമായി പറഞ്ഞു, “ആമ ചാടിപ്പോയീന്നാ തോന്നണേട്ടാ.”

തോട്ടിൽ മുഖവും ശരീരവും കഴുകിക്കൊണ്ടിരുന്ന ഷാജുവിന്റെ അടുത്ത് വന്നു മാർട്ടി ചോദിച്ചു, "ആമയെ കിട്ടിയോ ഷാജുവേട്ടാ? ഇനി പെട്രോമാക്സ് കത്തിച്ചോട്ടേ?"

കൃഷ്ണൻകുട്ടിയേട്ടന്റെ എരുമ ഇട്ടുവച്ചിരുന്ന രണ്ടു കിലോന്റെ ബ്ലാക്ക് ഫോറസ്റ്റ് കേക്കിന്റെ വലുപ്പം ഉണ്ടായിരുന്ന ചാണംകുന്തിയിൽ മുഖം കുത്തി വീണതും പോരാഞ്ഞു മാർട്ടിയുടെ ചോദ്യവും കേട്ട ഷാജുവിന്റെ കൺട്രോൾ അലപനേരത്തേക്കു നഷ്ടമായി.

തോട്ടിലൂടെ കൈകാലിട്ടടിച്ചു പോയിരുന്ന മാർട്ടിയെ ചാടിപ്പിടിച്ചു രക്ഷിച്ചു കരയ്ക്ക് കയറ്റി ഇരുത്തി എല്ലാരും ഒന്ന് വിശ്രമിച്ചു.

ബഹളത്തിനിടയിൽ കെട്ടാതെ വെച്ച ചാക്കുകളിൽനിന്നും ചാടിപ്പോയ മാക്രികൾ അന്നത്തെ ഗാനമേളയുടെ അവസാന ഗാനത്തിന് ടിസ്റ്റടിച്ചു.

■

തബല

സെന്റ് തോമാസ് കോളേജിൽ ഒന്നാം ക്ലാസോടെ പ്രീഡിഗ്രി പഠനം പൂർത്തിയാക്കി മാത്തമാറ്റിക്സ് ഐച്ഛിക വിഷയം എടുത്ത് ബി.എസ്സി. പഠിക്കുന്ന സമയം.

ഇന്റേഗ്രലിന്റെയും ഡിഫറൻസിയേഷന്റെയും ഇടയിൽ പെട്ട് നട്ടം തിരിഞ്ഞ ഞാൻ, ഏത് പണ്ടാരമടങ്ങിയ നേരത്താണാവോ ദൈവമേ, ഈ മാത്തമാറ്റിക്സ് എടുക്കാൻ തോന്നിയത് എന്നും ആലോചിച്ചു മുറിയിൽ ഗോപാലൻ ആശാരിയെക്കൊണ്ട് അമ്മച്ചി ആഞ്ഞിലിമരത്തിൽ സ്പെഷ്യൽ ആയി മുകൾഭാഗം ചെരിഞ്ഞ അടിയിൽ പുസ്തകം വെക്കാൻ ഒരു അറയൊക്കെയായി പണി കഴിപ്പിച്ച ഡസ്കിൽ തലയ്ക്ക് കയ്യും കൊടുത്ത് ഇരിക്കുന്ന സമയത്താണ് അപ്പുറത്ത് ഹാളിൽനിന്നും അമ്മച്ചിയുടെയും അപ്പച്ചന്റെയും ഒരു ഡിസ്കഷൻ കേൾക്കാൻ ഇടയായത്.

“എന്റെ മോണിക്ക അമ്മായിയുടെ മക്കളൊക്കെ പോളിടെക്നിക്കിൽ പഠിച്ചു പാസ്സായാണ് വലിയ ഗവൺമെന്റ് ഉദ്യോഗസ്ഥരായത്. അവിടെ പടിച്ചിറങ്ങിയാൽ അപ്പൊത്തന്നെ ജോലി കിട്ടും. ഗവൺമെന്റ് ജോലി.” അമ്മച്ചി അഹങ്കാരത്തോടേ പറഞ്ഞു.

അളഗപ്പനഗർ പോളിടെക്നിക് ഗ്രൗണ്ടിനോട് ചേർന്നു കിടന്നിരുന്ന അമ്മച്ചിയുടെ വീടിനെയും വീട്ടുകാരേയും കുറിച്ചു പറയുമ്പോൾ അമ്മച്ചിക്ക് ഒരല്പം അഹങ്കാരം പതിവായിരുന്നു..

ഗവൺമെന്റ് ജോലി എന്റെ സങ്കല്പത്തിൽ ഉണ്ടായിരുന്നില്ലെങ്കിലും മാത്തമാറ്റിക്സ് എന്ന കുരിശിൽനിന്നു രക്ഷപ്പെടാമല്ലോ എന്ന ഐഡിയ മനസ്സിൽ തോന്നി. പിന്നൊന്നും നോക്കിയില്ല. ചാടിയെണീറ്റ് ഹാളിൽ ചെന്ന് ഉറച്ച ശബ്ദത്തിൽ പറഞ്ഞു, “എനിക്കു ബിഎസ്സി വേണ്ട. പോളിടെക്നികിൽ ചേർന്ന് പഠിച്ചാ മതി.”

അന്നെനിക്കറിയില്ലല്ലോ ഈ പോളിടെക്നിക് എന്നതു കുതിരയ്ക്കും കഴുതയ്ക്കും ഇടയിലുള്ള ഒരു കോവർ കഴുത ഏർപ്പാടാണെന്നും ശ്രീനിവാസൻ എന്ന ഒരു അലവലാതി 'തലയിണമന്ത്രം' പോലൊരു സിനിമയെടുത്ത് ഉള്ള പൊളിടെക്നിക്കുകാരുടെ ഒക്കെ മാനം കെടുത്തുമെന്നും. (കൂടെ പഠിച്ച 90 ശതമാനം സഹപാഠികളും ഇപ്പോ ഗവൺമെന്റ് ജോലിക്കാരാണ് കേട്ടോ. ക്ഷമിക്കുക)

അങ്ങനെ ബാഗി ജീൻസും കളർ ഷർട്ടുമിട്ടു 100 സിസി ബൈക്കിൽ കോളേജിലേക്ക് പോകാൻ സ്വപ്നം കണ്ടു നടന്നിരുന്ന ഞാൻ തുരിശ് കളറിലുള്ള ഒരു ഷർട്ടും കടും നീലനിറത്തിലുള്ള പാന്റുമണിഞ്ഞു തോളിൽ മിനിഡ്രാഫ്റ്റർ എന്നൊരു കുന്ത്രാണ്ടവും തൂക്കി ഒല്ലൂർ എസ്റ്റേറ്റിലേ വർക്കുഷോപ്പിലേക്ക് പണിക്കാർ പോകുന്ന പോലെ തലയും കുമ്പിട്ട് അളഗപ്പനഗർ പോളിടെക്നികിലേക്ക് യാത്രയായി.

ആദ്യവർഷം ഈസിയായി കടന്നുപോയി. പ്രീഡിഗ്രി പഠിച്ചു ചെല്ലുന്നവർ പോളിയിൽ മേട്ടകൾ ആയിരുന്നു. ആദ്യവർഷത്തെ പേപ്പറെല്ലാം പുല്ലായിരുന്നു. വെറും പുല്ല്. മൈക്ക് ടയ്സന് ഹരിശ്രീ അശോകൻ പോലെ. ചീള് കേസ്. രണ്ടാം വർഷം കഥ മാറി. കമ്പ്യൂട്ടർ എന്ന വില്ലൻ രംഗപ്രവേശം ചെയ്തു. അത് പഠിപ്പിക്കുന്ന സണ്ണി സാർ ആവട്ടെ, എപ്പോഴും കരയുന്ന മുഖഭാവത്തോടെയുള്ള ഒരു പച്ചപ്പാവം മനുഷ്യൻ. സംശയം വല്ലതും ചോദിച്ചാൽ സാറിന് വിഷമം ആകുമോ എന്നു പേടിച്ച് ആരും സംശയം ചോദിക്കാറില്ല.

അങ്ങനെയിരിക്കെ, ഒരു ദിവസം ഫോർട്രാനെക്കുറിച്ച് സണ്ണി സാർ കരഞ്ഞു ക്ലാസെടുത്തുകൊണ്ട് നിൽക്കുമ്പോൾ, ഒരു അന്തവും കുന്തവും മനസ്സിലാവാതെ സാറിന്റെ മുഖത്തേക്ക് നിർവികാരമായി നോക്കിയിരുന്ന എന്റെ ജീവിതത്തിനു വഴിത്തിരിവ് ഉണ്ടാകാനായി അമ്മച്ചിയുടെ നോവേനയിൽ പ്രസാദിച്ച അന്തോണീസ് പുണ്യാളൻ ഇടപെട്ട് ഒരു പുതിയ അവതാരത്തെ ഞങ്ങളുടെ ക്ലാസ്സിലേക്കയച്ചു.

"May I come in സർ..."

നല്ല മധുരമുള്ള ബാസിലുള്ള ശബ്ദം കേട്ട് എല്ലാരും വാതിൽക്കലേക്ക് നോക്കി. വാതില്ക്കൽ പുഞ്ചിരി തൂകി ഒരു സുന്ദരനായ ചെറുപ്പക്കാരൻ.

ദിവ്യ ഉണ്ണിയുടെ പോലുള്ള ചെവികൾ, കഴുത്തിൽ കുരിശ് തൂങ്ങിയാടുന്ന സ്വർണച്ചെയിൻ, കൈയിൽ കൈച്ചെയിൻ, കൈവിരലുകളിൽ കറങ്ങുന്ന ബൈക്കിന്റെ താക്കോൽ. അതിന്റെയൊന്നും അഹങ്കാരം സ്ഫുരിക്കാത്ത സുന്ദരാനനം.

ആ ന്യൂ അഡ്മിഷന് സുന്ദരൻ ഇട്ടിരുന്ന യൂണിഫോം എന്തോ ഒരു ചേർച്ചയില്ലായ്മ തോന്നി (എന്നെപ്പോലെ തന്നെ). ഒറ്റ നോട്ടത്തിൽ അവനിൽ ഞാൻ എന്റെ ഭാവി സ്പോൺസറെ കണ്ടു. 'പൂച്ചയ്ക്കൊരു മൂക്കുത്തി' സിനിമയിലെ മോഹൻലാലിന്റെ അച്ഛനായ ശങ്കരാടിയുടെ സ്വഭാവം ഉണ്ടായിരുന്ന എന്റെ അപ്പച്ചൻ ബസ്സുകൂലിയായി തന്നുവിടുന്ന ചില്ലറ മാത്രം കൈമുതലായുള്ള എനിക്ക് അക്കാലത്ത് ഒരു സ്പോൺസറെ കണ്ടെത്തേണ്ടത് വളരെ അത്യാവശ്യം ആയിരുന്നു.

അടുത്തിരുന്ന കോഞ്ഞാട്ട ജിജോയെ തള്ളിമാറ്റി ഞാൻ ബഞ്ചിൽ ഒരാൾക്കിരിക്കാനുള്ള സ്ഥലം റെഡി ആക്കിയിട്ടു.

"Get in... " സണ്ണി സർ പറഞ്ഞു..

എന്റെ കണക്കുകൂട്ടൽ തെറ്റിയില്ല, നാലുപാടും കണ്ണോടിച്ച സുന്ദരന്റെ കണ്ണുകൾ എന്റെ ബഞ്ചിലുള്ള സ്പേസിൽ ഉടക്കി. അമ്മച്ചിയുടെ നോവേനയുടേ ഒരു പവറേ.

ഹായ് എന്നും പറഞ്ഞ് എന്റെ അടുത്തു വന്നിരുന്ന അവനൊരു ലോകോത്തര സംഭവം ആയിരുന്നെന്ന് പിന്നീടാണ് എനിക്കു മനസ്സിലായത്.

എന്റെ പ്രതീക്ഷകൾ തെറ്റിച്ചുകൊണ്ട് പുതുതായി വന്ന മഹാൻ ക്ലാസ്സിൽ വളരെ അച്ചടക്കത്തോടെ ഇരിക്കുന്നതും നോട്ട്സ് എല്ലാം വളരെ കൃത്യമായി എഴുതിയെടുക്കുന്നതും വ്യസനത്തോടെ കണ്ട എനിക്ക് അന്തോണീസ് പുണ്യാളന്റെ സിൻസ്യാരിറ്റിയിൽ അല്പം ഡൗട്ട് അടിച്ചു. 'സ്ട്രെങ്ത് ഓഫ് മെറ്റീരിയൽസ്' പഠിപ്പിക്കുന്ന ബെൽറ്റ് മത്തായി എന്നു ഞങ്ങള് വിളിച്ചിരുന്ന സഹദേവൻ സാറിന്റെ രൂപത്തിൽ പുണ്യാളൻ പ്രത്യക്ഷപ്പെടുന്നതുവരെ.

അന്നാണ് ബെൽറ്റ് ആ രഹസ്യം കണ്ടുപിടിച്ചത്.

നമ്മുടെ സുന്ദരൻ അന്നുവരെ നോട്ടുബുക്കിൽ ഏഴുതിയിരുന്നതൊക്കെ സിനിമാപാട്ടുകളും മ്യൂസിക്കൽ നോട്സും ആയിരുന്നു. ബെൽറ്റ് അവനെ എണീപ്പിച്ചു നിർത്തി ഫയർ ചെയ്തു. ബെൽറ്റ് അങ്ങനാരുന്നു. കണ്ണിൽ ചോരയില്ലാത്ത, തീരെ റൊമാന്റിക് അല്ലാത്ത ഒരു സാറ്. ഫൈനൽ ഇയർ ടൂറിന് പുലർച്ചെ മൂന്നു മണിക്ക് ബസ്സിന്റെ മുൻസീറ്റിൽ കൂർക്കം വലിച്ചുറങ്ങുകയായിരുന്ന അങ്ങേരുടെ മുന്നിൽ നിന്ന് 'മുക്കാലാ മുക്കാബല' ഡാൻസ് കളിച്ചതിനു പെൺപിള്ളാരുടെ മുന്നിൽ വച്ച് എന്റെ ചെവി പിടിച്ചു തിരിക്കാൻ മനസ്സിൽ ഒരൽപ്പം റൊമാൻസ് ഉള്ളവർക്ക് സാധിക്കുമോ? മറക്കില്ല ഞാൻ മരണം വരെ.

വിഷണ്ണനായിരുന്ന സുന്ദരനെ ആശ്വസിപ്പിക്കുമ്പോൾ മനസ്സിൽ ഞാൻ പുണ്യാളനോട് സോറി പറഞ്ഞു.

മനസ്സ് നിറയെ സംഗീതവുമായി വഴിതെറ്റി ആ കലാലയത്തിലേക്കു വന്ന ചങ്ങാതി പിന്നീട് ചെമ്പകമേ എന്നൊരു പാട്ട് പാടുമെന്നും അറിയപ്പെടുന്ന ഒരു പിന്നണി ഗായകനാകുമെന്നു കാർത്താവാണേ ഞാൻ നിരീച്ചില്ല്യ.

സിനിമാപ്പാട്ടുകള് കുറേ ഹൃദിസ്ഥമായിരുന്ന ഞാൻ അവനുമായി പെട്ടെന്ന് അടുത്തു. ഡസ്കിൽ ഒരു പ്രത്യേക താളത്തിൽ പഞ്ചാരി കൊട്ടാൻ ഞാൻ മുൻപേ പഠിച്ചിരുന്നു. മേമയുടെ മോൻ ജോസഫ് ആയിരുന്നു അതിൽ എന്റെ ഗുരു. ആ താളബോധം കണ്ടാവണം എന്നിൽ അവൻ ഒരു വാദ്യമേള കലാകാരനെ കണ്ടെത്തി.

“ജോഷീ, നീയൊരു തബല മേടിക്കെടാ.” ഒരിക്കൽ ഉച്ചയൂണും കഴിഞ്ഞ് ചുമ്മാ ഡസ്കിൽ കൊട്ടിപ്പാടി ഇരിക്കുന്ന എന്നെ നോക്കി ഫ്രാങ്കോ പറഞ്ഞു.

പോത്തിറച്ചിയും കായലുമീനും തിന്നു ഞായറാഴ്ച കുർബ്ബാനേം കണ്ടു പള്ളി ഗ്രൗണ്ടിൽ പന്തും കളിച്ച് ഒരു ലക്ഷ്യവുമില്ലാതെ ജീവിതം എൻജോയ് ചെയ്തു നടന്നിരുന്ന ഞാൻ വലിയൊരു തബല കലാകാരനായി അപ്പച്ചാ എന്നെ അനുഗ്രഹിക്കൂ എന്നും പറഞ്ഞ് അങ്ങേരുടേ കാൽക്കൽ പ്രണമിക്കുന്നത് പെട്ടെന്ന് മനസ്സിൽ മിന്നിമാഞ്ഞു.

“എന്തു വില വരും?” ഞാൻ ചോദിച്ചു.

850 രൂപ എന്ന അവന്റെ ഉത്തരം കേട്ട ഞാൻ ഒന്ന് പിന്നോട്ടടിച്ചെങ്കിലും ഒരു കലാകാരൻ ആവാനുള്ള ആഗ്രഹം എന്റെ ഉള്ളിൽ മൊട്ടിട്ടിരുന്നു.

എന്തു പറഞ്ഞ് 850 രൂപ അപ്പച്ചന്റെ കയ്യീന്നു മേടിച്ചെടുക്കും. അതായി പിന്നെ ആലോചന. അങ്ങേരുടെ വീക്നസ്സിൽ കയറിപ്പിടിക്കാം. മനസ്സിലുറപ്പിച്ചു.

അപ്പച്ചന്റെ വീക്നെസ്സ് ആയിരുന്നു വീടിന്റെ പിന്നിൽ വിശാലമായി കിടന്നിരുന്ന പറമ്പ്. ഇന്നുവരെ ഒരു പണിയും ആ പറമ്പിൽ സ്വന്തമായി ചെയ്തിട്ടില്ലെങ്കിലും ഭാര്യയും മക്കളും പറമ്പിൽ അദ്ധ്വാനിക്കുന്നത് ഇറയത്ത് കസേര ഇട്ടിരുന്നു കാണാൻ ആൾക്കു ഭയങ്കര ഇന്ററസ്റ്റ് ആയിരുന്നു. പോളിയിൽ നിന്നു വന്നു ഡ്രസ് മാറി ഒരു കൈലിയും ഉടുത്ത് കൈക്കോട്ടുമായി നേരേ പറമ്പിലെക്കിറങ്ങി. മൂന്നുനാല് തെങ്ങിന് തടമെടുത്തു. നാലഞ്ച് വാഴകൾ പറിച്ചു നട്ടു. വിയർത്ത് കുളിച്ചു കിതച്ചു പട്ടിയായി ചവിട്ടുപടിയിൽ ഇരിക്കണെ എന്നെ കണ്ട് അഭിമാനത്താൽ വിടർന്ന കണ്ണുകളുമായി നിന്ന അപ്പച്ചനോട് അല്പം സ്വരം കടുപ്പിച്ചു പറഞ്ഞു.

"എനിക്കൊരു തബല മേടിക്കണം."

തൊട്ടപ്പുറത്തിരുന്നു ചാള നന്നാക്കിയിരുന്ന അമ്മച്ചി ഒന്നു ഞെട്ടി. എന്നിട്ട് എന്നെയും അപ്പച്ചനേയും മാറി മാറി നോക്കി.

സംഭവം ഞാൻ വിടാൻ ഭാവമില്ലെന്ന് കണ്ട അമ്മച്ചി പതിവു പോലെ നല്ല നേരം നോക്കി സ്ട്രോങ് ആയി അപ്പച്ചനോട് റെക്ക മെണ്ട് ചെയ്തു. "അതങ്ങ് മേടിച്ചു കൊടുത്തേക്ക് ചെക്കൻ ആദ്യ മായി ചോദിക്കണ ഒരു കാര്യമല്ലേ."

"എന്തു വില വരുമെടാ?" അപ്പച്ചന്റെ ചോദ്യം കേട്ട ഞാൻ മന സ്സിൽ കണക്കുകൂട്ടി (850 തബല+ സഫയറിലെ ബിരിയാണി2X35= 70+അൽപം പോക്കറ്റ് മണി)

"1000രൂപ." കണ്ണടച്ച് അങ്ങോട്ട് കാച്ചി.

എത്ര നാളെന്ന് വച്ചിട്ടാ സ്പോൺസറുടെ ടിഫിൻ ബോക്സിൽ കയ്യിട്ട് ബ്രെഡ് ടോസ്റ്റും കട്ലറ്റും കഴിക്കാ. എന്റെ പാത്രം തുറ ന്നാൽ മിക്കവാറും ചോറും മുട്ട പൊരിച്ചതും കണ്ണൻ കായ ഉപ്പേ രിയും നാരങ്ങ അച്ചാറുമായിരിക്കും. അത് തിന്നു ബോറടിച്ച എനി ക്കൊരാശ്വാസം ആയിരുന്നു അവന്റെ ടിഫിൻ ബോക്സ്. വല്ലപ്പോഴും അവനും എന്തെങ്കിലും മേടിച്ചു കൊടുക്കണ്ടേ. ഞങ്ങള് മരത്താ ക്കരക്കാർക്ക് അഭിമാനം, അന്തസ്സ് വിട്ടൊരു കളിയില്ല.

അന്നൊരു ഞായറാഴ്ച ആയിരുന്നു. കാലത്തെ കുർബ്ബാന കഴിഞ്ഞു. 1000 രൂപ പോക്കറ്റിലിട്ട് തൃശ്ശൂർക്ക് ബസ് പിടിച്ചു. ശക്തൻ സ്റ്റാന്റിൽ എന്നെയും കാത്ത് IND സുസൂക്കി ബൈക്കുമായി ഫ്രാങ്കോ നിന്നിരുന്നു. എന്നെ പിന്നിലിരുത്തി ബൈക്ക് പാഞ്ഞു. തബല യിൽ സാക്കീർ ഹുസൈനെപ്പോലെ വിരലുകളിൽ നാദവിസ്മയം തീർക്കുന്നതും സ്വപ്നം കണ്ടു പിന്നിൽ ഞാനിരുന്നു. അഞ്ചു മിനിറ്റ് കഴിഞ്ഞില്ല, ചെട്ടിയങ്ങാടിക്കും തച്ചറായിൽ ക്രെയിൻ സർവീസിനും ഇടയിലായി റെയിൽവേ ബ്രിഡ്ജ് കഴിഞ്ഞു വലതുവശത്തെ ഒരു ഇറക്കത്തിലേക്ക് ബൈക്ക് നീങ്ങി. ഇത്രയും നാൾ ആ വഴിയിലൂടെ യാത്ര ചെയ്തിട്ടും ഇങ്ങനൊരു ഏരിയ എന്റെ കണ്ണിൽ പെട്ടിരു ന്നില്ല. ബൈക്ക് സൈഡിൽ വച്ച് അകലെ കാണുന്ന ഓടിട്ട ഒരു ഒറ്റനില വീട് ലക്ഷ്യമാക്കി ഞങ്ങള് നടന്നു.

വീടിന് മുൻപിലൊക്കെ ആടിന്റെ തോൽ നിരത്തിയിട്ടിരിക്കുന്നു. അതുശരി, ഞായറാഴ്ച ആയോണ്ട് ഇവൻ വീട്ടിലേക്ക് മട്ടൻ മേടി ക്കാൻ ഇവിടെ ഇറങ്ങീതാവും. ഒരു ശരാശരി ഒല്ലൂർ നസ്രാണി യുടെ നിഷ്കളങ്കമനസ്സുമായി ഞാൻ കണക്കുകൂട്ടി.

കുറച്ചു കൂടി മുൻപോട്ടു ചെന്നപ്പോൾ വീടിനു മുൻപിലായി തൂക്കിയിട്ടിരിക്കുന്ന നാദം തബല, എന്ന ബോർഡും ഇറയത്തായി

നിരത്തി വച്ചിരുന്ന തബലകളും കണ്ടപ്പോൾ എനിക്ക് മനസ്സിൽ കുറ്റബോധം തോന്നി. വന്നിരിക്കുന്നത് ഇറച്ചി മേടിക്കാനല്ല, തബല മേടിക്കാൻ തന്നെ.

ആകെ കൺഫ്യൂഷൻ ആയി നിൽക്കുന്ന എന്റെ ആത്മഗതം അറിഞ്ഞിട്ടാവണം ഫ്രാങ്കോ എന്നോടു പറഞ്ഞു, “ടാ, ഈ തബലയുടെ മുകൾഭാഗം ഉണ്ടാക്കുന്നത് ആടിന്റെ തൊലി കൊണ്ടാണ്.”

മരത്താക്കര പുല്ലൻ പ്രാഞ്ചിയേട്ടന്റെ കടയിൽ മട്ടന്റെ കാൽ കൊറു നോക്കി മേടിക്കുന്ന സമയത്ത് അപ്പുറത്ത് വെറുതെ തൂങ്ങിക്കിടന്ന ഈ സാധനത്തിന് ഇങ്ങനേം ഒരു ഉപയോഗം ഉണ്ടെന്നുള്ളത് എന്നെ അത്ഭുതപ്പെടുത്തി.

ആട്ടിൻതോൽ ഉണക്കി പരുവപ്പെടുത്തി അതിന്റെ മുകളിൽ ഒരു പ്രത്യേകതരം കല്ല് പൊടിച്ചതും ചോറും കൂട്ടി മിക്സ് ചെയ്ത മഷി വൃത്താകൃതിയിൽ പുരട്ടി ഉണക്കിയെടുക്കുന്ന ഒന്നായിരുന്നു തബലയുടേ മുകൾഭാഗം ഉണ്ടാക്കാനായി ഉപയോഗിച്ചിരുന്നത് എന്നത് നാദം തബല എന്ന ആ സ്ഥപനത്തിന്റെ ഉടമ ജോൺസൺ ചേട്ടൻ വിവരിച്ചു തന്നു.

“ഏത് പിച്ചിന്റെ തബല വേണം?” ജോൺസൺ ചേട്ടൻ ചോദിച്ചു.

വലിയൊരു കലാകുടുംബത്തിൽ ജനിച്ചു വളർന്ന ഞാൻ മറുപടി പറഞ്ഞു, “പിച്ച് ഏതാണെലും നല്ല കറുത്ത മുട്ടനാടിന്റെ തൊലി നോക്കി എടുത്തോട്ടാ.”

ഇതുകേട്ട് ആകെ അപ്സെറ്റ് ആയ ജോൺസൺചേട്ടനെ ഒരു വിധത്തിൽ പറഞ്ഞു മനസ്സിലാക്കി ഫ്രാങ്കോ തുടക്കക്കാർക്കുള്ള പിച്ച് സെറ്റ് ചെയ്ത ഒരു തബല സെലക്ട് ചെയ്തു. ഒരു കാവി ത്തുണിയിൽ പൊതിഞ്ഞിരുന്ന ആ തബലയുംകൊണ്ട് ഞങ്ങൾ സഫയർ ലക്ഷ്യമാക്കി നീങ്ങി.

ഫ്രാങ്കോ തന്നെ മുൻകൈയെടുത്ത് എന്നെ ബിനി ടൂറിസ്റ്റ് ഹോമിനും തൃശ്ശൂർ സ്വപ്ന തിയറ്ററിനും ഇടയിലായി സ്ഥിതി ചെയ്തിരുന്ന കെസ്സ് ഭവൻ എന്ന സ്ഥാപനത്തിൽ തബല പഠിക്കാ നായി ചേർത്തു. സിനിമാനടൻ രാഘവന്റെ ഛായയിൽ 55 വയസ്സ് തോന്നിച്ചിരുന്ന മുരളി മാഷ് ആയിരുന്നു ഗുരു.

ആദ്യത്തെ കുറച്ചു ദിവസത്തിനുള്ളിൽ തന്നെ എന്റെ കലാ വാസന മനസ്സിലാക്കിയ മാഷ് അധികം താളങ്ങൾ പറഞ്ഞു തന്ന് എന്നെ ബുദ്ധിമുട്ടിച്ചില്ല. രണ്ടു മാസമായിട്ടും സംഗതികൾ ഒന്നും പിടികിട്ടാതെ മുന്നിലിരിക്കുന്ന തബലയിൽ നോക്കി നെടുവീർ പ്പിട്ടിരുന്ന എന്റടുത്തു വന്നു സ്നേഹത്തോടെ മാഷ് പറഞ്ഞു.

“മോനേ, ഇത് എല്ലാവർക്കും എളുപ്പത്തിൽ പഠിച്ചെടുക്കാവുന്ന ഒന്നല്ല. ഇതിനൊരു ജന്മവാസന വേണം.”

ഡസ്കില് കൊട്ടി ശീലിച്ച എനിക്ക് രണ്ട് പീസായി പുഴുങ്ങിയ താറാവു മുട്ട നടു പൊളിച്ച് വച്ച പോലെ ഇരിക്കുന്ന ഈ മുതൽ വഴങ്ങുന്നുണ്ടായിരുന്നില്ല. ആരും കാണാതെ ഞാൻ രണ്ടു പീസും അടുപ്പിച്ചു വച്ച് ഒരു പഞ്ചാരി പെടച്ച് നോക്കി. കിറുകൃത്യം. എന്നാൽ മാഷ് പറഞ്ഞു “തന്ന ടേക്ക താളങ്ങൾ ഒന്നും അങ്ങട് ശരിയായി വരണില്ല.”

അങ്ങനെയിരിക്കെയാണ് ത്യാഗരാജാർ പോളിടെക്നിക്കിലെ വാർഷിക കലോത്സവങ്ങൾ അരങ്ങേറുന്നത്. ഫ്രാങ്കോയുടേ നേതൃ ത്വത്തിൽ ഞങ്ങൾ ഓർക്കസ്ട്ര ടീം റജിസ്റ്റർ ചെയ്തു. മുഖ്യഗായ കൻ ഫ്രാങ്കോ, തബല ജോഷി. അത് ആദ്യമേ തീരുമാനം ആയി. കീബോർഡ് ആര് വായിക്കും? അപ്പോഴാണ് മൗത്ത് ഓർഗൺ വായിച്ചു ഞങ്ങൾക്കിടയിൽ ഹീറോ ആയി നടന്നിരുന്ന അച്ചായൻ മനോജ്, മുന്നോട്ട് വന്ന് ആ സത്യം വെളിപ്പെടുത്തിയത്. അവൻ തൊടുപുഴ നെയ്യശ്ശേരി പള്ളിയിലെ കീ ബോർഡ് പ്ലെയർ ആണത്രെ. കപ്യാർക്കു കൈമണി കൊടുത്തു രണ്ടു ദിവസത്തിന്നകം കീ ബോർഡ് അച്ചായൻ എത്തിച്ചു. അച്ചായൻ പറഞ്ഞാ പറഞ്ഞതാ.

അങ്ങനെ ക്ലാസ് കഴിഞ്ഞു വൈകീട്ട് ഞങ്ങള് പ്രാക്ടീസ് തുടങ്ങി. ഫ്രാങ്കോയുടെ പാട്ട് ഗാരന്റി ആയിരുന്നെങ്കിലും കട്ടബൊമ്മൻ സിനിമയിലെ ശിവാജി ഗണേശനെപ്പോലെ മുന്നിലിരിക്കുന്ന തബല യിൽ കൈകൾ വച്ച് തലയാട്ടിക്കൊണ്ട് മുഖത്തു നവരസങ്ങൾ

അഭിനയിച്ചിരുന്ന എന്നെ നോക്കി ഫ്രാങ്കോ നെടുവീർപ്പിട്ടു. അവനു പെട്ടെന്നു കാര്യങ്ങളുടെ കിടപ്പ് പിടികിട്ടി. കീബോർഡിസ്റ്റും മോശമല്ലാരുന്നു. കീ ബോർഡിൽ എപ്പോഴും എന്തോ കളഞ്ഞുപോയ സാധനം തപ്പികൊണ്ടിരിക്കണപോലെ നോക്കിക്കൊണ്ടിരുന്ന അച്ചായൻ മൂന്നുനാല് പള്ളിപ്പാട്ടിന് മാത്രം കീ ബോർഡ് വായിച്ചുള്ള പരിചയമേ ഉള്ളൂ എന്ന സത്യം ഒരു ഞെട്ടലോടെയാണ് ഞങ്ങൾ അറിഞ്ഞത്. എന്തായാലും നനഞ്ഞിറങ്ങി. ഇനി കുളിച്ചു കയറാം. തോറ്റ് പിന്മാറുന്ന ശീലം ഞങ്ങൾ സിവിലുകാർക്ക് ഉണ്ടായിരുന്നില്ല. കലാവാസന അല്പം കുറവായിരുന്നെങ്കിലും ചങ്കൂറ്റം വേണ്ടുവോളം ഉണ്ടായിരുന്ന ഞാനും അച്ചായനും ഫ്രാങ്കോയ്ക്ക് ഒപ്പം കട്ടയ്ക്ക് നിന്നു.

അങ്ങനെ ആ സുദിനവും വന്നെത്തി. വൈറ്റ് ഷർട്ടും നീല ജീൻസുമിട്ടു ചുള്ളന്മാരായി ഞങ്ങൾ സ്റ്റേജിൽ അണിനിരന്നു. തബലയ്ക്കടുത്തിരുന്ന മൈക്ക് ഓഫ് ചെയ്തും കീബോർഡിൽ കരോക്കെയുമിട്ട് ശ്രുതിമധുരമായി ഫ്രാങ്കോ പാടി. 'ഊഞ്ഞാലുറങ്ങി ഹിന്ദോള രാഗം മയങ്ങി...'

ഓർക്കസ്ട്ര റിസൾട്ട് അനൗൺസ്മെന്റ് വന്നു. ഒന്നാംസ്ഥാനം സെക്കന്റ് ഇയർ സിവിൽ. ഫ്രാങ്കോയെയും ഞങ്ങളെയും പൊതിഞ്ഞു മൊത്തം ക്ലാസ്മേറ്റ്സ്. ആരാധകരുടെ ബഹളം.

അങ്ങനെ ആരാന്റെ കഴിവിൽ കിട്ടിയ ഒരു സമ്മാനം എന്റെ ലൈഫ് അക്കൗണ്ടിൽ ഉണ്ട്.

ഞാൻ വലിയൊരു തബലിസ്റ്റാണ്, ടൗണിൽ കെസ്സ് ഭവനിൽ പോയി പഠിച്ച ഒരു പുലിയാണ് എന്ന് പറഞ്ഞറിഞ്ഞ മരത്താക്കര പള്ളിയിൽ തബല വായിച്ചിരുന്ന ഞാൻ മനസ്സിൽ വച്ചാരാധിച്ചിരുന്ന ജോൺസൺ ചേട്ടൻ ഒരു ദിവസം എന്നോടു പള്ളിയിൽ വച്ച് പറഞ്ഞു, "ജോഷീ, എനിക്കു നീ കുറച്ചു നോട്ട്സ് പറഞ്ഞു തരണം. തിരക്കില്ല ഒഴിവുള്ളപ്പോള് മതി."

അങ്ങേർക്ക് തീരെ തിരക്കില്ലായിരിക്കാം. പക്ഷേ ഞാൻ ഭയങ്കര തിരക്കുള്ള ഒരു കലാകാരൻ ആയിരുന്നതുകൊണ്ട് പിന്നെ കുറെ നാള് ഒല്ലൂർ പള്ളിയിലാണ് കുർബ്ബാന കണ്ടത്.

എന്റെ തബല മേടിച്ച കഥ അപ്പച്ചൻ നാട്ടിലെ കല്യാണത്തലേന്ന് ഒരു തിരക്കഥ ആക്കിയപ്പോൾ എന്റെ ചങ്ക് തകർന്നു. രണ്ടെണ്ണമടിച്ചു മൂടായാൽ കല്യാണത്തലേന്ന് അപ്പച്ചന് ചുറ്റും ആരാധകർ കൂടും. മിക്കവാറും ആളുടെ തിരക്കഥകളിൽ ഞങ്ങൾ കഥാപാത്രങ്ങൾ ആവാറുണ്ട്. ആർത്തട്ടഹസിച്ചുള്ള നാട്ടുകാരുടെ ചിരികൾക്കിടയിൽ വച്ച് ഞാനാ തീരുമാനം എടുത്തു. നിർത്തി. തബല പഠനം ഇതോടെ നിർത്തി.

കഴിഞ്ഞ വർഷം അവധിക്കു നാട്ടിലെത്തിയപ്പോൾ വീട്ടിലെ സ്റ്റോർ റൂം തുറന്നു ഞാൻ അകത്തു കടന്നു. നാട്ടിൽ അവധിക്കു ചെല്ലുമ്പോൾ ഷിവാസ് അടിക്കുന്ന സ്ഥലം അതായിരുന്നു. സ്റ്റോർ റൂമിന്റെ തട്ടുകളിൽ ഒരു മൂലയ്ക്കായി സാരിയിൽ പൊതിഞ്ഞ് ഒരു സംഭവം ഇരിക്കുന്ന കണ്ട ഞാൻ വെറുതെ അതു തുറന്ന് നോക്കി. പൊടിയും പിടിച്ചു ബാറും ഗഞ്ചിറയും പൊട്ടി അതിന്റെയുള്ളിൽ ഇരുന്നിരുന്ന എന്റെയാ പഴയ ചങ്ങാതിയെ നോക്കി നെടുവീർപ്പിട്ടു നിൽക്കുന്ന എന്നെ നോക്കി അമ്മച്ചി പറഞ്ഞു, "നിനക്കിതു കൊണ്ടു പോയി ഒന്ന് നന്നാക്കിയെടുത്തൂടേ. ഒന്നൂല്ലെങ്കിലും നീ കുറേ ആശിച്ചു മേടിച്ചതല്ലേടാ. നിന്റെ പിള്ളേരെങ്കിലും അതൊന്നു കൊട്ടണ കാണട്ടെ."

കുറ്റബോധംകൊണ്ട് ശിരസ്സ് കുനിഞ്ഞപ്പോഴും ഇരുപത്തഞ്ചു വർഷമായിട്ടും ഞാൻ അന്വേഷിക്കാതിരുന്ന, എന്റെയാ ചങ്ങാതിയെ സ്വന്തം സാരിയിൽ പൊതിഞ്ഞു സൂക്ഷിച്ചു വച്ച അമ്മച്ചിയെ മനസ്സാ വണങ്ങി.

■

മയിൽപ്പീലികൾ നിറഞ്ഞ കുന്നിൻപുറം

1996 മാർച്ച് മാസത്തിലെ ഒരു സായാഹ്നം! സിവിൽ എൻജിനിയറിങ് ഡിപ്ലോമ കഴിഞ്ഞ് വീട് പള്ളിപ്പറമ്പ്. പള്ളിപ്പറമ്പു വീട് എന്ന ടൈം ടേബിളിൽ ലൈഫ് ഡിസൈൻ ചെയ്തു മുന്നോട്ട് നീങ്ങുന്ന സമയം. വേറൊരു പണിയുമില്ലാത്തതിനാൽ ഹാളിലെ സോഫയിൽ ചാരിയിരുന്നു കാല് ടീപ്പോയിയിൽ കയറ്റി വച്ച് ടിവിയിൽ വിൽസ് വേൾഡ് കപ്പിൽ ഇന്ത്യ-ശ്രീലങ്ക കളി കണ്ടിരിക്കുമ്പോഴാണ്, അമ്മച്ചി കൂർക്കയിട്ടു വച്ച ബീഫ് ഒരു കിണ്ണത്തിലിട്ട് അരികിൽ കൊണ്ടുവച്ചത്. ഒരു കിണ്ണം ചോറിന് ഒരു കിണ്ണം ബീഫ്. അതായിരുന്നു ഞങ്ങടെ വീട്ടിലെ അന്നത്തെ കണക്ക്. പഠിത്തം കഴിഞ്ഞു ജോലിയില്ലാതിരിക്കുന്ന യുവാക്കളുടേ മാനസികാവസ്ഥ അമ്മച്ചിക്കു ശരിക്കും അറിയാമായിരുന്നു. ആധികൊണ്ട് അവർക്ക് വിശപ്പ് സ്വതവേ കൂടുതലായിരിക്കും.

ജീവിതത്തിൽ അന്നും ഇന്നും ഏറ്റവും ഇഷ്ടമുള്ള ഡിഷ് മുന്നിലിരിക്കണ കണ്ട ഞാൻ കിണ്ണം മടിയിലെടുത്തു വച്ച് സച്ചിന്റെ ഓരോ ഫോറിനും ഒരു പിടി എന്ന കണക്കിനു അകത്താക്കണ സമയത്താണ് സ്വർഗ്ഗത്തിലെ കട്ടുറുമ്പായി അപ്പച്ചൻ കയറി വന്നത്. ആളല്പം മിനുങ്ങിയിട്ടുണ്ടെന്ന് അടുത്തു കൂടി പാസ്സ് ചെയ്തപ്പോൾ വന്ന മൂക്കിപ്പൊടി+ശ്രീഭവൻ ബാറിലെ ഹൈവാർഡ്സ് വിസ്കി മിക്സഡ് സ്മെല്ലടിച്ചപ്പോൾ മനസ്സിലായി.

ഡ്രസ് മാറി ഒരു പുള്ളിമുണ്ടുടുത്ത് തിരികെയെത്തിയ പിതാശ്രീ എന്നെയും മടിയിലിരിക്കണ പ്ലേറ്റിനെയും മാറി മാറി നോക്കി, ഓട്ടോമാറ്റിക് ആയി എന്റെ കാല് സ്ലോ മോഷനിൽ ടീപ്പോയിൽനിന്നും നിലത്തു വന്നു. ഒരു സാമാന്യ മര്യാദപോലും കാണിക്കാതെ റിമോട്ട് എടുത്ത് ചാനൽ മാറ്റി, ആള് വാർത്ത വച്ചു. എന്റെ ബീഫ് തിന്നണ ആ ഒരു മൂഡ് പോയി.

ഈയിടെയായി കാർന്നോർക്ക് എന്നോട് അല്പം ബഹുമാനം ക്കുറവുള്ളതായി ഞാൻ നോട്ട് ചെയ്തിരുന്നു. വളരെ ചെറുപ്പത്തിലേ ആള് കഷ്ടപ്പെട്ടതും ഈ കാണുന്നതൊക്കെ പൊട്ടിമുളച്ചുണ്ടായ തല്ല എന്റെ ഒറ്റയാളുടെ പ്രയത്നം കൊണ്ടുണ്ടായതാന്നും അടി വരയിട്ട് ഇടയ്ക്കിടെ പറയുന്നത് എന്നെ ഉദ്ദേശിച്ചാണ്, എന്നെ മാത്രം ഉദ്ദേശിച്ചാണ് എന്നു എനിക്ക് വെറുതെ തോന്നിയിരുന്നു.

സീൻ കോണ്ട്രാ ആകുന്നതിന് മുൻപ് പതുക്കെ എണീറ്റ് സൈക്കിൾ എടുത്ത് പള്ളിപ്പറമ്പ് ലക്ഷ്യമാക്കി നീങ്ങി. സമാന ദുഃഖമുള്ള കുറെ കൂട്ടുകാർ അവിടെ ഉണ്ടായിരുന്നു. തള്ളക്കോഴി കൊത്തിയാട്ടിയ കുറെ എണ്ണം.

പള്ളിയുടെ തിണ്ണയിൽ മലർന്നുകിടന്ന് ഞാൻ ഒരു തീരുമാനം എടുത്തു. എങ്ങനേലും ഒരു ജോലി കണ്ടെത്തണം. സ്വന്തമായി അദ്ധ്വാനിച്ചു കിട്ടണ പൈസ കൊണ്ട് രണ്ട് കിലോ പോത്തിറച്ചി വാങ്ങി കൂർക്കയിട്ടു കപ്പലണ്ടി കൊറിക്കണപോലെ കൊറിക്കണം. ആത്മാഭിമാനം, അതിനു മുറിവേറ്റാൽ പിന്നെ ആണാണെന്നു പറഞ്ഞുനടന്നിട്ട് എന്തു കാര്യം?

രണ്ടു ദിവസം കഴിഞ്ഞപ്പോൾ കൂടെ പഠിച്ചിരുന്ന ഒരു കുട്ടി യുടെ വിവാഹക്ഷണക്കത്ത് വീട്ടിൽ വന്നു. കൂടെ പഠിച്ചിരുന്ന കുട്ടി യുടെ കല്യാണം. എനിക്കതൊരു ഷോക്ക് ആയിരുന്നു. ഡിപ്ലോമ പഠിച്ചു പാസ്സായെങ്കിലും മനസ്സിൽ കൗമാരം കൊണ്ടുനടന്നിരുന്ന ഞാൻ യുവാവായെന്ന ഒരു തോന്നൽ. കണ്ണാടിക്ക് മുന്നിൽ നിന്ന് ചുണ്ടൻവള്ളം പോലുള്ള എന്റെ ചുണ്ടിന് മുകളിലെ നനുത്ത രോമ ത്തിൽ ഒന്നു തലോടി. മീശ. അന്ന് തൊട്ട് അതൊരു മീശയാണെന്ന് എനിക്കു തോന്നി.

വിദേശത്തുള്ള ഒരാൾ ഞങ്ങടെ കുട്ടിയെ കഴുത്തിൽ താലി ക്കെട്ടിക്കൊണ്ടു പോണതു മനസ്സിലൊരു വിങ്ങലോടെ ഞാൻ നോക്കി നിന്നു.

മനസ്സ് തളർന്ന് ഒരു തെങ്ങിൻചോട്ടിൽ കൂട്ടുകാരോടൊപ്പം സദ്യ യിൽ ബാക്കി വന്ന പ്രഥമൻ ഓരോ ഗ്ലാസ്സ് കൂടി അകത്താക്കണ സമയത്താണ് ആരോ പറഞ്ഞത് ചേറൂർ വിജയ കൺസ്ട്രക്ഷന് കമ്പനി ഒരു ഫ്രഷ് സൂപ്പർവൈസറെ നോക്കുന്നുണ്ടെന്ന്.

ഫ്രഷ് മാത്രമല്ല, തനി നാടനും കൂടി ആയ എനിക്ക് തേടിയ കൂർക്ക കിണ്ണത്തിലായ സന്തോഷമായിരുന്നു.

ചേറൂർ വായനശാലയ്ക്കടുത്ത് നിന്നും കുറച്ചു ഉള്ളിലോട്ടു മാറി നിന്നിരുന്ന ഒരു ഇരുനില വീടായിരുന്നു വിജയ കൺസ്ട്രക്ഷൻ കമ്പനിയുടെ ഹെഡ് ഓഫീസും ബ്രാഞ്ച് ഓഫീസും ഡിസൈൻ

സ്റ്റുഡിയോയും ഒപ്പം മുതലാളിയുടെ വീടും. വിജയൻ എന്നു പേരുള്ള, സിനിമാനടൻ ശ്രീനിവാസന്റെപോലെ ലുക്കുള്ള ശുദ്ധനായ ഒരു കുറിയ മനുഷ്യൻ ആയിരുന്നു ഓണർ കം എൻജിനീയർ.

വീടിന് മുകളിലുള്ള ഓഫീസ് റൂമിലേക്കു കൊണ്ടുപോയി ഒരു റഫ് സ്കെച്ച് എന്റെ മുന്നിൽ എടുത്തിട്ടിട്ട് ആള് പറഞ്ഞു, "ഇതൊന്നു ഫെയർ ആയി വരയ്ക്കൂ. ഞാൻ കുറച്ചു കഴിഞ്ഞിട്ട് വരാം."

ഇതെനിക്കൊരു ടെസ്റ്റ് ആണെന്നു മനസ്സിലാക്കിയ ഞാൻ ഇനി യൊരിക്കലും ജീവിതത്തിൽ കാണേണ്ടി വരില്ലെന്ന് മനസ്സിൽ വിചാരിച്ച, എനിക്കേറ്റവും പ്രിയപ്പെട്ട മിനിഡ്രാഫ്റ്ററും ഡ്രോയിങ് ടേബിളും കണ്ട് മൂഡ് ഔട്ട് ആയി തലയ്ക്ക് കൈയും കൊടുത്തു ഇരുന്നു.

ഡ്രോയിങ്ങിൽ ഞാൻ ഒരു പുലിയായിരുന്നു. ഇതിന് മുൻപ് എന്നെ ഡ്രോയിങ്ങിൽ ടെസ്റ്റ് ചെയ്തത് അയൽപക്കത്ത് ലൈത്ത് വർക്ക്ഷോപ്പ് നടത്തിയിരുന്ന വിഷ്ണേട്ടൻ ആയിരുന്നു. കോയമ്പ ത്തൂർ നിന്ന് പുതിയ മെഷീൻ മേടിക്കാനായി പഴയ മെഷീനിന്റെ സ്കെച്ച് ഉണ്ടാക്കികൊടുക്കണം എന്നു പറഞ്ഞ് ഒരിക്കെ ആളെ ന്റെ വീട്ടിൽ വന്നു.

കോപ്പ്, ഇയാൾക്ക് അതൊരു ഫോട്ടോ എടുത്തു കൊണ്ടോയാ പോരേ? മനുഷ്യനെ ബുദ്ധിമുട്ടിക്കാൻ ഓരോരോ മാരണങ്ങള് എന്നു മനസ്സിൽ പറഞ്ഞപ്പോഴും അയൽപക്ക സ്നേഹം വീക്നെസായി ഉണ്ടായിരുന്നോണ്ട് അതങ്ങോട്ട് ചെയ്തു കൊടുത്തേക്കാം എന്നും കരുതി തലയും ചൊറിഞ്ഞു കൂടെ ചെന്നു.

വെള്ളാനകളുടെ നാട്ടിലെ റോഡ് റോളർ നോക്കണ പപ്പുവിനെ പോലെ ലൈത്ത്മെഷിന് അടിമുടി ഒന്നു നോക്കി അതിന്റെ സൈഡി ലുള്ള വീലിൽ പിടിച്ച് ഒന്നു അങ്ങോട്ടും ഒന്നു ഇങ്ങോട്ടും തിരിച്ചു. എന്നിട്ട് അതിനു മുന്നിൽ ഒരു കസേര ഇട്ടിരുന്നു. ഇപ്പോ ശരി യാക്കിത്തരാം എന്നും പറഞ്ഞു വര തുടങ്ങി. വെറും മുപ്പതു മിനിറ്റു കൊണ്ട് മരത്താക്കര ജങ്ഷനിലുള്ള ജോസേട്ടന്റെ നെല്ലുകുത്ത് കമ്പനിയിലെ നെല്ലുകുത്ത് മെഷീനിന്റെ ഷെയ്പിൽ സാധനം റെഡി. വരച്ചത് എടുത്തു നോക്കി കണ്ണും മിഴിച്ചു കൊണ്ട് വലിയ ഉപകാരം ട്ടാ എന്നു വിഷ്ണേട്ടൻ പറഞ്ഞപ്പോ അയൽപക്കസ്നേഹം ഞാൻ തിരിച്ചും അനുഭവിച്ചു.

ആ എന്നോടാണ് വെറും 3500 sq feet വീടിന്റെ പ്ലാൻ വരയ്ക്കാൻ പറയണത്. കോളേജിൽ ഡ്രോയിങ് ക്ലാസ്സിൽ ബാക്കി കുട്ടികളൊക്കെ നന്നായി വരയ്ക്കുമ്പോൾ ഇതൊന്നുമല്ലെടാ നിന്റെ ഫീൽഡ് എന്നു മനസ്സാക്ഷി പറഞ്ഞോണ്ടു വെറുതെ ഇരുന്നു നേരം കളഞ്ഞ ഞാൻ അതേ ഫീൽഡിൽ എത്തിപ്പെട്ടപ്പോഴുള്ള പരിഭ്രമം.

ജനലിൽകൂടി അപ്പുറത്ത് നിക്കണ മൂവാണ്ടൻമാവിലെ മാമ്പഴം അണ്ണാൻ കൊത്തിത്തിന്നണതും നോക്കി ഇരിക്കണ എന്റടുത്തു വന്നു വിജയൻസർ പറഞ്ഞു, "ജോഷി, നീ നാളെ മുതൽ നമ്മുടെ കുട്ടനെല്ലൂരുള്ള വർക്ക് സൈറ്റിലോട്ടു പൊയ്ക്കോ. അവിടെ നമുക്കൊരു മേസ്തിരി ഉണ്ട്. അങ്ങേര് കാര്യങ്ങളെല്ലാം പറഞ്ഞു തരും."

പിറ്റേന്നു മുതൽ ഹീറോ സൈക്കിളിൽ ഹാൻഡിലിൽ ഒരു ചോറ്റുപാത്രം തൂക്കിയിട്ടു എൻജിനീയർ ജോഷി കുട്ടനെല്ലൂർക്ക് ജോലിക്കു പോയി തുടങ്ങി. സണ്ണി എന്ന മേസ്തിരിയിൽ നിന്നും കൺസ്ട്രക്ഷന്റെ ബാലപാഠങ്ങൾ പഠിച്ചു.

മാസാവസാനം എന്റെ ആദ്യ ശമ്പളം 500 രൂപ കവറിലാക്കി പോക്കറ്റിലിട്ട് ഒരു ബജാജ് സ്കൂട്ടറിൽ വിജയൻ സർ വന്നു. ആ 500 രൂപയ്ക്ക് അഞ്ച് ലക്ഷത്തിന്റെ വിലയുണ്ടായിരുന്നു. സന്തോഷത്തോടെ അതിലുപരി അഭിമാനത്തോടെ വീട്ടിലേക്ക് ലാമ്പി സ്കൂട്ടറിന്റെ സ്പീഡിൽ സൈക്കിൾ ചവിട്ടി.

കിട്ടിയ 500 വക്ക് പൊട്ടാതെ നെഞ്ചും വിരിച്ച് അപ്പച്ചന്റെ കൈയിൽ കൊണ്ടുകൊടുത്തു. കണ്ണിൽ ഒരു തിളക്കത്തോടെ നീ ഇത് കൈയിൽ വച്ചോടാ എന്നും പറഞ്ഞു തിരിച്ചു തന്ന് അങ്ങേര് എന്നെ തോൽപ്പിച്ചു കളഞ്ഞു.

ഒരു ദിവസം വർക്ക് സൈറ്റിൽ വന്ന വിജയൻ സർ പറഞ്ഞു, "നമുക്കൊരു വലിയ പ്രോജക്റ്റ് കിട്ടിയിട്ടുണ്ട്. ഷൊർണ്ണൂർ നിള റിസോർട്ട് പ്ലാനൊക്കെ റെഡി ആണ്. നീ നാളെ മുതൽ അങ്ങോട്ട് പൊയ്ക്കോ. വഴിയൊക്കെ ഞാൻ പറഞ്ഞു തരാം."

അങ്ങനെ ജീവിതത്തിലാദ്യമായി ഞാൻ ഷൊർണ്ണൂർ എന്ന സ്ഥലത്തേക്ക് ഒല്ലൂർ റെയിൽവേ സ്റ്റേഷനിൽ നിന്നും പാസ്സഞ്ചർ ട്രെയിനിൽ യാത്രയായി. കേരള കലാമണ്ഡലം സ്ഥിതി ചെയ്യുന്ന വള്ളത്തോൾ നഗർ എന്ന സ്റ്റേഷനിൽ ഇറങ്ങി അവിടെ നിന്നും ബസ് പിടിച്ച് പതിനഞ്ച് മിനിറ്റ് കിഴക്കോട്ട് യാത്ര. അവിടെയുള്ള പൈങ്കുളം എന്ന സ്ഥലത്തായിരുന്നു റിസോർട്ട് സൈറ്റ്.

പൈങ്കുളം ഒരു മനോഹര ഗ്രാമമായിരുന്നു. നിളാനദിയോട് ചേർന്ന് കിടന്നിരുന്ന പച്ചപിടിച്ച സുന്ദരഗ്രാമം.

റിസോർട്ട് മുതലാളിയുടെ റബ്ബർ തോട്ടത്തിൽ പണിക്കാരായുണ്ടായിരുന്ന സുകുമാരനും അസ്സൈനാരും പറഞ്ഞാണ് ഈ ഗ്രാമം ഒരുപാട് മലയാള സിനിമയുടെ ഭാഗമാണെന്ന് അറിയുന്നത്.

റിസോർട്ട് പണിയാനുള്ള സൈറ്റ് ഒരു കുന്നിൻപുറം ആയിരുന്നു. കുന്നിൻമുകളിൽ നിന്നാൽ അടിയിലൂടെ ഒഴുകുന്ന പുഴയും അതിലൊരു തുരുത്തും അകലെയായി ഷൊർണ്ണൂർ മേൽപ്പാലവും

കാണാമായിരുന്നു. കുന്നിൻമുകളിൽ നിന്നും പടികളിറങ്ങി ചെന്നാൽ പുഴക്കരയിൽ നിൽക്കുന്ന ഒരു അരയാലും അരയാൽ തറയിൽ കരിങ്കല്ലിൽ തീർത്ത ഒരു ദേവിശില്പവും അതിനു മുന്നിലായി വെള്ളത്തിൽ നിൽക്കുന്ന ഒരു കൽവിളക്കും.

കുന്നിന്റെ മുകളിലായി പാതിയോളം പൊളിഞ്ഞു കിടക്കുന്ന ഒരു പഴയ വീടും അതിനോടു ചേർന്നു നിൽക്കുന്ന വലിയൊരു അരിനെല്ലി മരവും ഉണ്ടായിരുന്നു.

ഗന്ധർവ്വഗായകൻ യേശുദാസിന്റെ ഛായയിൽ ഗവാസ്കർ വട്ടത്തൊപ്പിയും വച്ച് സ്കെച്ച് നിവർത്തി ആർക്കിടെക്ട് വിവരിച്ചു. കുന്നിൻമുകളിൽ റിസോർട്ട്. അവിടെ നിന്നും പുഴയിലെ തുരുത്തിലേക്ക് ആർച്ച് ഷെയ്പിൽ ഒരു നടപ്പാലം. താഴെ പുഴയിലേക്ക്, കരിങ്കൽപ്പടവുകൾ. തനിമ നിലനിർത്തി ഒരു പൂങ്കാവനം. സ്ഥിരം സിനിമ ലൊക്കേഷൻ മനസ്സിൽ കണ്ടാണ് തൃശ്ശൂർ പൂങ്കുന്നത്തുള്ള ഒരു റബ്ബർ മുതലാളി ഈ റിസോർട്ട് അവിടെ പണിയാൻ തീരുമാനിച്ചത്.

സംഭവം ഇഷ്ടായിരുന്നു. ഒന്നൊഴിച്ചു. മരത്താക്കാര-പൈങ്കുളം യാത്ര. കിട്ടുന്ന സാലറിക്കു യാത്രാപ്പടിയടക്കം ചിലവ് വരുമ്പോൾ ഒന്നും മിച്ചമില്ല. ഒരു ദിവസം സൈറ്റിൽ വന്ന വിജയൻ സാറിനോട് കാര്യം അവതരിപ്പിച്ചു. ചുറ്റും നോക്കിയ ആൾ പഴയ വീട് നോക്കി പറഞ്ഞു. “ഇലക്ട്രിസിറ്റി ഇല്ലെന്നേ ഉള്ളൂ, ഇടിഞ്ഞു വീഴാത്ത ഒരു ഭാഗം നോക്കി വൃത്തിയാക്കി നിനക്കിവിടെ താമസിച്ചൂടെ?” അല്പം മനോവിഷമത്തോടെ ഇടിഞ്ഞുവീഴാറായ ആ കൂര നോക്കി വേറെ മാർഗ്ഗമില്ലാത്തതിനാൽ ഞാൻ ഓകെ എന്നു പറഞ്ഞു.

സുകുമാരനോട് എന്നിക്കത്യാവശ്യം വേണ്ട സാധനങ്ങൾക്കുള്ള ഏർപ്പാട് ചെയ്യാമെന്നും അടുത്തയാഴ്ച ഫൗണ്ടേഷൻ പണി സ്റ്റാർട്ട് ചെയ്യണം എന്നും പറഞ്ഞ് സാർ തിരിച്ചു പോയി.

വൈകീട്ട് ഒരു പായ, തലയിണ, പുള്ളിമുണ്ട്, തോർത്ത്, ചന്ദ്രിക സോപ്പ്, മൂന്ന് കട്ട ബാറ്ററി ടോർച്ച്, ഒരു പെട്ടി മെഴുകുതിരി എന്നിവയുമായി സുകുമാരനെത്തി. ആ ഗ്രാമത്തിന്റെ മുഴുവൻ നിഷ്കളങ്കതയും സുകുമാരന്റെ രൂപത്തിലും ഭാവത്തിലും ചിരിയിലും ഉണ്ടായിരുന്നു. ഒരു ജി. വേണുഗോപാൽ ലുക്ക്. സുകുമാരന്റെ സഹായത്താൽ ഒരു റൂം അടിച്ചു വൃത്തിയാക്കി തൽക്കാലം കിടക്കാനുള്ള സെറ്റ്അപ്പ് ആക്കി പുഴയിൽ പോയി കുളിച്ചു വന്നു. നേരം ഇരുട്ടിയിരുന്നു.

ജീവിതത്തിൽ ആദ്യമായാണ് ഞാനന്ന് ഒരു പുഴയിൽ കുളിക്കുന്നത്. നിളയുടെ മടിത്തട്ടിലെ പഞ്ചാരമണലിൽ ചവിട്ടി നിന്നു ഒഴുകുന്ന തെളിനീരിലുള്ള ആ കുളിയുടെ സുഖം പറഞ്ഞറിയിക്കാൻ വയ്യ.

മെഴുകുതിരി വെട്ടത്തിൽ സുകുമാരന് കൊണ്ടുവന്ന പൊതിച്ചോറ് രണ്ടാളും കൂടി കഴിച്ചു. നാളെ കാണാം എന്നും പറഞ്ഞ് ആള് തിരിച്ചു പോയി.

പെട്ടെന്ന് ആകെ ഒറ്റപ്പെട്ട ഒരു ഫീൽ വന്നു. പുഴയിൽ പടവുകളിൽ വെള്ളം വന്നടിക്കുന്ന ശബ്ദവും കൽവിളക്കിൽ മുനിഞ്ഞു കത്തുന്ന തിരിവെട്ടവും നോക്കിയിരുന്ന എനിക്കു ജീവിതത്തിൽ ഒരു പ്രതീക്ഷ നാമ്പിടുന്നതായി തോന്നി.

വല്ലാത്തൊരു രാത്രിയായിരുന്നു അത്. വീട്ടിൽനിന്നും മാറി ജീവിതത്തിൽ ആദ്യമായി ഒറ്റയ്ക്ക്, അറിയാത്ത ഒരു ഗ്രാമത്തിലെ കുന്നിന്റെ മുകളിൽ കൂറ്റാക്കൂറ്റിരുട്ടിൽ.

മനസ്സിൽ സുകുമാരൻ നന്ദി പറഞ്ഞ് കുരിശും വരച്ചു കണ്ണടച്ച് പായിൽ കിടന്നു. 'കുഞ്ഞേട്ടാ' എന്നും വിളിച്ച് അനുജത്തിമാരും 'മോനേ' എന്നും വിളിച്ച് അമ്മച്ചിയും അടുത്തുള്ളപോലെ തോന്നി. പുഴയിൽനിന്നും വന്നിരുന്ന കുളിർക്കാറ്റേറ്റ് ഉറങ്ങിപ്പോയതറിഞ്ഞില്ല.

പിറ്റേന്ന് നേരം പുലർന്നപ്പോൾ പുറത്ത് ഒരു പ്രത്യേക തരം ശബ്ദം കേട്ടാണ് ഉണർന്നത്. പുറത്തേക്ക് നോക്കിയ എനിക്കു ഞാൻ സ്വപ്നം കാണുകയാണോ എന്ന് തോന്നി. ഒന്നു കൂടി കണ്ണു തിരുമ്മി നോക്കി. മുറ്റം നിറയെ മയിലുകൾ. അരിനെല്ലി മരത്തിലും പൊളിഞ്ഞുകിടക്കുന്ന വീടിന്റെ മുകളിലും ഇറയത്തും നിറയെ മയിലുകൾ. തൃശ്ശൂർ കാഴ്ചബംഗ്ലാവിൽ മാത്രം കണ്ടിട്ടുള്ള മയിലുകളെ തൊട്ടടുത്ത് കൂട്ടമായി കണ്ടപ്പോൾ ദേഹത്ത് കുളിർ കോരി ഓടി

പുറത്തേക്കിറങ്ങിയ അപരിചിതനെ കണ്ട് ഞൊടിയിടയിൽ അവ കൂട്ടമായി പറന്നുപോയി.

അരിനെല്ലിക്കടയ്ക്കൽ കിടന്ന തിളങ്ങുന്ന ഒരു പീലിയെടുത്ത് നോക്കി. രണ്ടാം ക്ലാസ്സിലെ മലയാളം പാഠപുസ്തകത്തിൽ പിങ്കും പച്ചയും ചേർന്ന കളറിൽ ഒരു തോണിക്കാരന്റെ ചിത്രമുള്ള പേജിൽ ബൈജു തന്ന പീലിത്തുണ്ട് പ്രസവിക്കാൻ വച്ചതും ഓർത്ത് പ്രകൃതി രമണീയമായ ആ കുന്നിൻമുകളിൽ പുഴയിലെ കാറ്റേറ്റ് മയിലുകൾ കൊഴിച്ച പീലികളിൽ ചവുട്ടി ഒരു പറുദീസയിലെന്ന പോലെ ഞാൻ നിന്നു.

തനിഗ്രാമീണരും നിഷ്കളങ്കരുമായ ആളുകളായിരുന്നു ആ കുന്നിന് ചുറ്റും ഉണ്ടായിരുന്നത്. അവരുമായി ഞാൻ പെട്ടെന്നു അടുത്തു. വീട്ടിലുണ്ടാക്കുന്ന നാടൻ പലഹാരങ്ങൾ അവർ കുട്ടി കളുടെ കൈയിൽ എനിക്കു കൊടുത്തു വിട്ടു. വൈകുന്നേരങ്ങളിൽ പുഴക്കരയിലിരുന്നു അവരുടെ കൂടെ ചീട്ട് കളിച്ചു. രാത്രിയിൽ ടോർച്ച ടിച്ചു പുഴയിലെ പൂഴാൻമത്സ്യത്തെ വെട്ടിപ്പിടിച്ചു. പുഴക്കരയിൽ ഒന്നിച്ചിരുന്നു സൊറ പറഞ്ഞു. അവർക്കെല്ലാം ഞാൻ ടൗണിൽ നിന്നും വന്ന എൻജിനീയർ ആയിരുന്നു. അവരുടെ മനസ്സിന്റെ നിഷ്കളങ്കത എനിക്കും പകർന്നു കിട്ടുന്നതായി തോന്നി.

നിലാവുള്ള ചില രാത്രികളിൽ പുഴയിലുള്ള തുരുത്തിലിരുന്നു സുകുമാരനും അസ്സൈനാരും ഞാനും ഒന്നു കൂടുമായിരുന്നു. അവർ ആ ഗ്രാമത്തെക്കുറിച്ചും അവിടുള്ള ആളുകളെക്കുറിച്ചും ആഘോ ഷങ്ങളെക്കുറിച്ചു പറയുന്നതും കേട്ട് നേരം വെളുക്കുംവരെ അവിടെ യിരിക്കും.

രാത്രിയുടെ നിശ്ശബ്ദതയിൽ നിളയിലെ ഓളപ്പരപ്പിൽ തുള്ളി ക്കളിക്കുന്ന പൂർണ്ണചന്ദ്രനെയും നോക്കി, പുഴയിലെ തണുത്ത കാറ്റേറ്റ് അകലെ ചൂളം വിളിച്ച് പോകുന്ന ട്രെയിനും നോക്കി ആ തുരുത്തി ലിരിക്കുമ്പോൾ, എനിക്കു തോന്നിയിരുന്നു ഇതാണ് ഭൂമിയിലെ സ്വർഗ്ഗമെന്ന്.

ആറു മാസം കഴിഞ്ഞ് പ്രൊജക്റ്റ് നിർത്തിവച്ചപ്പോൾ വിജയൻ സർ കൈയിൽ വച്ച് തന്ന 1000 രൂപയുമായി കണ്ണീരോടെ വിജയ കൺസ്ട്രക്ഷന്റെ പടിയിറങ്ങുമ്പോൾ ജോലി നഷ്ടപ്പെട്ടതിലുള്ള വിഷമം ആയിരുന്നില്ല, മറിച്ച് നിഷ്കളങ്കരായ കുറേ മനുഷ്യരും അവരുടേ മനോഹരമായ ഗ്രാമവും നിളയും അതിലെ കുളിർക്കാറ്റും മയിൽപ്പീലികൾ നിറഞ്ഞ ആ കുന്നിൻപുറവും നഷ്ടപ്പെട്ട വേദന യായിരുന്നു കൂടുതൽ.

■

ഉത്തരവാദിത്തബോധം

സാധാരണ ഞങ്ങൾ മരത്താക്കര യുവാക്കൾ പഠിപ്പു കഴിഞ്ഞാൽ ഒന്നുരണ്ടു വർഷം ജോലിക്കൊന്നും പോകാറില്ല. പള്ളിയുടെ സൈഡിൽ മതിലിൽ ഇരുന്നു പലവിധം ജീവിതാവസ്ഥകൾ കണ്ട് മനസ്സിലാക്കി അതിൽനിന്നും ഇഷ്ടമുള്ളത് തിരഞ്ഞെടുത്തു വരുമ്പോഴേക്കും കൊല്ലം ഒന്ന് രണ്ടു കടന്നുപോയിരുന്നു. അത് ഞങ്ങളുടെ കുറ്റമായി കണക്കാക്കിയ, ചില വിവരമില്ലാത്ത കാരണവന്മാർ ചില യുവാക്കളെ ഈ പ്രവണതയിൽനിന്നും പിന്തിരിപ്പിക്കുകയും അവർ പിൽക്കാലത്തു വഴിതെറ്റി വലിയ പൈസക്കാർ ആവുകയും മനസ്സമാധാനം ഇല്ലാത്തവർ ആയിത്തീരുകയും ചെയ്തു.

കോളേജ് പഠിപ്പു കഴിഞ്ഞ ഞാൻ ഉത്തരവാദിത്തത്തോടെ ജീവിച്ചിരുന്ന യഥാർത്ഥ മരത്താക്കര യുവാവ് ആയിരുന്നു. ഉച്ചയാവുമ്പോൾ ഉറക്കമെണീറ്റു കുളിച്ചു പല്ലുതേച്ചു നേരെ അടുക്കളയിലോട്ട് ചെല്ലുക. അമ്പിളിമാമൻ വട്ടത്തിലുള്ള സ്റ്റീൽ കിണ്ണത്തിൽ ചോറ് ഫിൽ ചെയ്ത് അതിൽ വരാൽ+തൊലികയ്പ്പൻമാങ്ങ അല്ലെങ്കിൽ വയമ്പ്+ഇരുമ്പൻപുളി കൂട്ടാൻ ഒഴിച്ച് മിക്സ് ചെയ്ത് താറാമുട്ട വലിപ്പത്തിൽ ഉരുളകളാക്കി കഴിക്കുക.

തിന്നു വയ്യാണ്ടായി മൂക്കിന്റെ തുമ്പത്തു വിയർപ്പു വന്നാൽ കൂജയിലെ വെള്ളം കുടിച്ചു ചുമരിൽ കയ്യ് താങ്ങി എഴുന്നേൽക്കുക. എന്നിട്ടു പാത്രം മോറി വച്ച് പതുക്കെ പറമ്പിലേക്ക് നടക്കുക. ആണിയും ചാലും ഇട്ടു വെള്ളം തിരി കഴിഞ്ഞു നനഞ്ഞു കിടക്കണ പറമ്പിൽ അണ്ണാച്ചിക്ക് ചെത്താൻ കൊടുത്ത തെങ്ങിന്റെ ചോട്ടിൽ ഒരു പച്ചോല വിരിച്ചു കിടക്കുക. ഇത്രയും ഉത്തരവാദിത്തങ്ങൾ ചെറുപ്പത്തിൽ തന്നെ ഒറ്റയ്ക്ക് നിർവഹിച്ചു വന്നിരുന്നു.

ചെത്താൻ കൊടുത്ത തെങ്ങിനടിയിൽ കിടന്നാൽ രണ്ടുണ്ട് ഗുണം. ഒന്ന് തേങ്ങ തലയിൽ വീഴുമെന്ന പേടി വേണ്ട. രണ്ട് ആ

തെങ്ങിനടിയിലെ കാറ്റിനു ഒരു നേർത്ത ചെത്തുകള്ളിന്റെ മണ മുണ്ടാകും. ആ കാറ്റും കൊണ്ട് അടുത്ത വീട്ടിലെ ചേച്ചിമാർ തുണി കല്ലിൽ അലക്കുന്ന ശബ്ദത്തിന്റെ താളത്തിൽ റേഡിയോയിൽ നിന്നും വരുന്ന ശാസ്ത്രീയ സംഗീതം കേട്ട് അവിടെ കിടന്നാൽ നല്ലൊരു മയക്കം കിട്ടും.

മയക്കമുണർന്നാൽ അമ്മച്ചിയുണ്ടാക്കി വച്ച കാപ്പിയും അമ്മച്ചി യുടെ ഫിംഗർ പ്രിന്റ് പതിഞ്ഞ പീച്ചാംപൊടിയും കഴിച്ചു നേരെ പള്ളിപ്പറമ്പിലേക്ക്.

എന്റെയീ താളാത്മകമായ ജീവിതം കണ്ടു മനപ്രയാസം വന്ന ചില അയല്പക്കക്കാർ അപ്പച്ചന്റെ അടുത്ത് ഉപദേശവുമായി ചെന്നു. "ഈ ചെക്കനെ ഇങ്ങനെ വെറുതെ വിട്ടാൽ പറ്റില്ല. വല്ല ജോലിയും അന്വേഷിക്കാൻ പറ റപ്പായേട്ടാ."

കുരുപ്പുകൾ അപ്പച്ചന്റെ ചെവിട്ടിൽ ഓതിക്കൊടുത്തു.

അവനവന്റെ വീട്ടിൽ ഒരു ജോലിയും കൂലിയും ഇല്ലാതെ ചൂണ്ട യിട്ടും ഞവുണിക്കായ പെറുക്കിയും നടക്കണ എത്ര മക്കളുണ്ടാ യാലും വല്ലോന്റെ വീട്ടിൽ ഒരു ചെക്കൻ സുഖിച്ചു നടക്കണത് കണ്ടാൽ ഇവറ്റകൾക്ക് കൃമികടിയാണ്.

അങ്ങനെ നാട്ടുകാരുടെ ഇൻഫ്ളുവൻസിൽ ഉത്തരവാദിത്ത ത്തോടെ ജീവിച്ചിരുന്ന എന്റെ ലൈഫിന്റെ താളം തെറ്റിച്ചുകൊണ്ട് വീട്ടിൽ തേക്കിലയിൽ പൊതിഞ്ഞു കൊണ്ടുവന്നിരുന്ന ഇറച്ചി പ്പൊതിയുടെ സൈസ് അപ്പച്ചൻ ഹാഫ് ആക്കി. പോരാത്തേന് കായലുമീൻ നിർത്തി വീട്ടിൽ പൊറിഞ്ചേട്ടന്റെ കയ്യീന്ന് ചാള മേടി ക്കാനും തുടങ്ങി.

കാർന്നോരു എന്നെ കൈവിട്ട നഗ്നസത്യം പതുക്കെ ഞാൻ മനസ്സിലാക്കി. സാഹചര്യത്തിന്റെ സമ്മർദ്ദത്തിൽ മനസ്സില്ലാമന സ്സോടെ നാടും വീടും പള്ളിപ്പറമ്പും വിട്ട് അപ്പച്ചൻ എടുത്തു തന്ന ഒരു RAC ടിക്കറ്റിൽ ഒരു സായാഹ്നത്തിൽ തൃശ്ശൂർ റെയിവേ സ്റ്റേഷ നിൽനിന്നും ജയന്തി ജനതയിൽ കയറി കണ്ണും തുടച്ചു ഞാൻ ബോംബെയിലോട്ടു തിരിച്ചു. കൈയിൽ അമ്മച്ചി തന്നു വിട്ട പൊതി ച്ചോറും കുറച്ചു ഡ്രസ്സും കൂട്ടുകാരൻ രാംനാഥ് തന്ന അഡ്രസ്സും ഉണ്ടായിരുന്നു.

രണ്ടു ദിവസം ചോളപ്പാടങ്ങളിലൂടെയും സൂര്യകാന്തിപ്പാടങ്ങളി ലൂടെയും സഞ്ചരിച്ചു ഞാൻ പാൻ പരാഗിന്റെ മണമുള്ള ബോംബെ കല്യാൺ സ്റ്റേഷനിൽ ചെന്നിറങ്ങി. അവിടെ നിന്നും തുടങ്ങിയ ബോംബെ ജീവിതം ഒന്നര വർഷം നീണ്ടു.

കമ്പനി ക്യാന്റീനിൽ പാളത്താറുടുത്ത ഒരു മറാത്തി അമ്മാമ, (മൗസി എന്നാണ് ഞങ്ങൾ അവരെ വിളിച്ചിരുന്നത്). ഉണ്ടാക്കി ത്തരുന്ന ചപ്പാത്തിയും പരിപ്പുകറിയും കഴിച്ചുള്ള ഉച്ചഭക്ഷണം. വൈകീട്ട് ബോംബെക്കാരുടെ ദേശീയ ഭക്ഷണമായ വടാപ്പാവ്, പാവ് ബാജി എന്നീ ഐറ്റംസ് കഴിച്ചു തിരക്കേറിയ ഗല്ലികളിലൂടെ ഉള്ള ബജാജ് സ്കൂട്ടർ സവാരി. ഗുജറാത്തിക്കോളനികളിലെ ദണ്ഡിയാ ഉത്സവം, ഗണപതി ഉത്സവം... ഒക്കെയായി ഒന്നര വർഷം ഒരു ഹിന്ദി ക്കാരൻ ആയി ബോംബെയിൽ ജീവിച്ചു.

മറാത്തി ബ്രാഹ്മിൻസിന്റെ സർ നെയിം ആയ ജോഷി എന്ന പേര് എനിക്ക് അവിടെ വളരെ ഗുണം ചെയ്തു. നമ്മൾ കേരള ത്തിൽ കണ്ടു ശീലിച്ചിട്ടില്ലാത്ത ജാതീയമായ ഉച്ചനീചത്വങ്ങൾ വളരെ പ്രകടമായി നിലനിന്നിരുന്ന സ്ഥലമായിരുന്നു ബോംബെ. സ്കൂട്ട റിൽ ലൈസൻസ് ഇല്ലാതെ യാത്ര ചെയ്ത എന്നെ പൊലീസ് പിടി ക്കുകയും തേരാ നാം ക്യാ ഹേ എന്ന് ചോദിച്ചപ്പോൾ 'ജോഷി' എന്ന ഉത്തരം കേട്ട് എന്നെ വെറുതെ വിട്ട സംഭവം വരെ ഉണ്ടായി ട്ടുണ്ട്. അത്രയ്ക്കായിരുന്നു അവരുടെ ജാതി സ്പിരിറ്റ്.

അംബർനാഥ് എന്ന സ്ഥലത്തായിരുന്നു എന്റെ താമസം. ഞാൻ താമസിച്ചിരുന്ന സുന്ദരം എന്ന് പേരുള്ള അപ്പാർട്ട്മെന്റിന് ചുറ്റും

ഗുജറാത്തിക്കോളനികൾ ആയിരുന്നു. ഒരു ബ്രാഹ്മണൻ ആണെന്ന് കരുതി കാണുമ്പോഴെല്ലാം ഓടിവന്നു പ്രസാദവും പേഡയും അവർ എനിക്ക് തന്നിരുന്നു. നെറ്റിയിൽ നീണ്ട ഒരു കുറിയും വരച്ചു തന്നിരുന്നു. അവർക്കറിയില്ലല്ലോ ഞാൻ ആശാന്റെ അവിടന്ന് എല്ലാ ഞായറാഴ്ചയും ഒരു കിലോ പോത്തിറച്ചി വാങ്ങി വരട്ടി തിന്നണ മരത്താക്കര നസ്രാണി ഫാമിലി മെമ്പർ ആണെന്ന്. അങ്ങനെ കൊല്ലങ്ങൾക്കു മുൻപേ നരേന്ദ്രമോഡിയുടെ ആളുകളെ പറ്റിച്ച ഒരു മരത്താക്കരക്കാരൻ ആയിരുന്നു ഞാൻ.

ഒരു ഇൻഡസ്ട്രിയൽ പ്രൊജക്റ്റ് നിർമാണവുമായി ബന്ധപ്പെട്ട് വിശ്രമമില്ലാതിരുന്ന ഒന്നര വർഷത്തെ കഠിനാദ്ധ്വാനം ജീവിതത്തിലെ ഉത്തരവാദിത്തബോധവും സിവിൽ എഞ്ചിനീയറിംഗ് ജോലിയുടെ ബാലപാഠങ്ങളും എന്നെ പഠിപ്പിച്ചു. പക്ഷേ എന്നിലെ മരത്താക്കരക്കാരൻ ഒരു ദിവസം പോലും ഉറങ്ങിയില്ല. പള്ളിപ്പറമ്പും മരത്താക്കരയിലെ ഓരോ മൺതരിയും പുൽക്കൊടിയും എന്നെ തിരികെ വിളിച്ചോണ്ടിരുന്നു.

ഒന്നര വർഷത്തെ ബോംബെ ജീവിതം മതിയാക്കി തിരിച്ചു നാട്ടിലേക്ക് തീവണ്ടി കയറിയ ഞാൻ വീട്ടിൽ തിരിച്ചെത്തി കിണറ്റിലെ വെള്ളം കോരി തലയിലൊഴിച്ചു ലക്സ് സോപ്പിട്ടു കുളിച്ചു വീണ്ടും മരത്താക്കരക്കാരൻ ആയി.

നടേലകത്തു ചെന്ന് മൊസൈക് തറയിൽ മലന്നു കിടന്നപ്പോൾ ഒരു തീരുമാനം എടുത്തു. ഇല്ല, ഇനി നമ്മുടെ മരത്താക്കര വിട്ട് എങ്ങോട്ടും പോകില്ല. ഈ മണ്ണും ഈ കാറ്റും അപ്പച്ചനേം അമ്മച്ചിയെയും കൂടപ്പിറപ്പുകളേം വിട്ടു എങ്ങും പോകില്ല.

രണ്ടു തുള്ളി കണ്ണീർ മുഖത്തിന്റെ സൈഡിലൂടെ ഒഴുകി മൊസൈക് തറയിൽ വീണു.

അമ്മച്ചി വന്നു തട്ടി വിളിച്ചു പറഞ്ഞു, “മോനേ, കാപ്പിയും പീച്ചാം പൊടിയും എടുത്തു വച്ചിട്ടുണ്ട്. വന്നു കഴിക്കെടാ.”

■

ബോംബെ

വലതുകൈയിൽ ബ്രൗൺ നിറത്തിലുള്ള ഒരു തുകൽ ബാഗും കഴുത്തിൽ പോളിടെക്നിക്കിലേക്ക് കൊണ്ടുപോയിരുന്ന adidasലെ das മാഞ്ഞുപോയി ബാക്കി വന്ന adi എന്നെഴുതിയ പണസഞ്ചി പോലുള്ള ഒരു ബാഗും ഞാത്തിയിട്ട് പന്തം കണ്ട പെരുച്ചാഴി കണക്കെ തൃശ്ശൂർ റെയിൽവേ സ്റ്റേഷനിൽ കൂട്ടുകാരുടെ നടുക്ക് കന്യാകുമാരി സെ ശിവാജി ടെർമിനൽ ജാനേ വാലി ജയന്തി ജനതയെ നോക്കി നിൽക്കുമ്പോഴാണ് അരികത്തു കണ്ട കടയിൽ നിന്നും ഒരു പൊതിയുമായി ഉറ്റ ചങ്ങാതി ഡയോ ഓടി വരുന്നത്. ഒരു നല്ല ജോലി എന്ന കൊടിയ സ്വപ്നവുമായി ബോംബെയിലേക്ക് നാട് വിട്ടുപോകുന്ന എനിക്ക് കൂട്ടുകാരെല്ലാം പിരിവിട്ടു എന്തൊക്കെയോ വാങ്ങിയിരിക്കുന്നു.

പത്താം ക്ലാസ് വരെ മരത്താക്കര പള്ളിയിൽ എല്ലാ ദിവസവും അൾത്താരയ്ക്ക് മുന്നിൽ നിന്ന് കുർബാന കണ്ടിരുന്ന ഞാൻ പ്രീഡിഗ്രിക്കു കോളേജിൽ ചേർന്നതിൽ പിന്നെ സാത്താന്റെ തട്ടിപ്പു കാരണം ഈ പറയുന്ന കൂട്ടുകാരുമായി എല്ലാ ഞായറാഴ്ചയും പള്ളിക്കു പുറകുവശത്തായി അച്ചന്മാർക്കു ഫുഡ് ഉണ്ടാക്കുന്ന കുശിനിയുടെ അടുത്തിരുന്നാണ് കുർബാന കാണാറ്. ഉച്ചയ്ക്കത്തേക്കുള്ള ബീഫിന്റെ മൊരിഞ്ഞ മണം കേട്ട് തൂണിൽ ചാരിയിരുന്നു ഒരു പ്രാർത്ഥനയാണ്. കുർബാനയ്ക്കിടയിലെ പ്രസംഗത്തോടുകൂടി മയക്കത്തിലേക്ക് വീണിരുന്ന ഞങ്ങൾ കുർബാന കഴിഞ്ഞു കതിന പൊട്ടുന്നതിന്റെ കൂടെ ഞെട്ടിയെണീക്കാറാണ് പതിവ്. കുർബാന കഴിഞ്ഞ് ഈ കതിന പൊട്ടിക്കുന്ന ഏർപ്പാട് എന്തിനാണെന്ന് ഇപ്പൊ മനസ്സിലായില്ലേ. ആ കട്ട ടീമിൽ നിന്നുമാണ് ഞാൻ പിരിഞ്ഞു പോകുന്നത്. പൊതി തന്നില്ലെങ്കിലല്ലേ അതിശയിക്കേണ്ടൂ.

വെറുതെ പൊതി തുറന്നു നോക്കി. ഞാൻ മനസ്സിൽ പറഞ്ഞു. 'അയ്യോ ദാരിദ്ര്യം'. ഒരു പാക്കറ്റ് കായ വറുത്തത്, ഒരു ഫ്രൂട്ടി, രണ്ട് പാക്കറ്റ് ഗ്ലൂക്കോസ് ബിസ്ക്കറ്റ്, ഒരു പാക്കറ്റ് കപ്പലണ്ടി മിഠായി.

മരത്താക്കര ജങ്ഷനിലെ പലചരക്കുകടയിൽ ചെന്ന് 'കുട്ടപ്പേട്ടാ 50g ഉള്ളി, 100g സവാള, 50g വെളിച്ചെണ്ണ, 50g പരിപ്പ്' എന്ന് ഓർഡർ ചെയ്തു സഞ്ചിയും പിടിച്ചു നിന്ന ഗിരീഷിനോട് 'എന്തെടാ നിന്റെ വീട്ടിൽ ഇന്ന് കല്യാണം ആണോ?' എന്ന് ചോദിച്ച കുട്ടപ്പേട്ടനെ എനിക്ക് ഓർമ്മ വന്നു. എന്നെ യാത്രയാക്കി സങ്കടത്തോടെ തിരിച്ചു പോകുന്ന അവർ എന്റെ പേരിൽ നടത്തിയ പിരിവിൽനിന്നും ഒരു ഷെയർ എടുത്ത് രാഗത്തിൽ കയറി സിനിമ കാണുന്നതും പത്തൻ സിൽനിന്നും മസാലദോശ തിന്നുന്നതും ഞാൻ വെറുതെ ഓർത്തു നോക്കി. ഏയ് അവർ ആ ടൈപ്പ് അല്ല.

അകലെനിന്നും വളവു തിരിഞ്ഞു ചൂളംവിളിച്ചുകൊണ്ട് ജയന്തി ജനത ഒരു ഇരമ്പത്തോടെ പൊടി പറത്തി സ്റ്റേഷനിൽ വന്നു നിന്ന് കിതച്ചു. ട്രെയ്നിന്റെ എൻജിന്റെ ഇരമ്പത്തേക്കാൾ വേഗതയിൽ എന്റെ ഉള്ളു ഇരമ്പി. ആദ്യമായി ജനിച്ച നാടും വീടും വിട്ടു പോകാണ് 'ആര്യ'നിലും 'അഭിമന്യു'വിലും മാത്രം കണ്ടു പരിചയമുള്ള ബോംബെയിലേക്ക്! ഒരു പൂച്ചക്കുഞ്ഞിനെ പോലും അവിടെ എനിക്കറിയില്ല. ആകെ കയ്യിലുള്ളത് കൂട്ടുകാരൻ രാംനാഥ് തന്ന അവന്റെ ഒരു ബന്ധുവിന്റെ അഡ്രസ് സോമൻ & അസോസിയേറ്റ്സ്, അംബർനാഥ്, താനെ, കല്യാൺ, ബോംബെ. അവിടെ ചെല്ലുമ്പോൾ സ്റ്റേഷനിൽ എന്നെ കൊണ്ടുപോകാനായി കമ്പനിയുടെ സ്റ്റാഫ് വന്നു നിൽക്കും എന്ന രാംനാഥിന്റെ ഉറപ്പാണ് ആകെയുള്ള പിടിവള്ളി. എന്നെ തിരിച്ചറിയാനായി എന്റെ കംപാർട്ട്മെന്റ് നമ്പറും എന്റെ ഏകദേശ രൂപവും കമ്പനിയിൽ വിളിച്ചു അറിയിച്ചിട്ടുണ്ടെന്നും

രാംനാഥ് പറഞ്ഞിരുന്നു. അവനെന്താണാവോ എന്റെ രൂപത്തെക്കുറിച്ച് പറഞ്ഞത്? സംഭവം ഒറ്റനോട്ടത്തിൽ പത്തരമാറ്റ് ഒല്ലൂർ നസ്രാണി എന്ന് ഫേസ് വാല്യൂ വച്ച് പറയുമെങ്കിലും ഞാനന്നു മെലിഞ്ഞു നാടൻകോഴിയെ പപ്പു പറിക്കാൻ ചൂടുവെള്ളത്തിൽ മുക്കി എടുത്ത ബോഡി ഷേപ്പുമായി ഒരു പുട്ടുകൊടം വലിപ്പത്തിൽ അരവണ്ണവുമായി നടക്കുന്ന കാലം ആയിരുന്നു. മീശയാണേൽ രോമം കിളിർത്തു വരുന്നതേ ഉണ്ടായിരുന്നുള്ളൂ. ഞങ്ങൾ കുറ്റിക്കാട്ട് തറവാട്ടുകാർ പണ്ട് പണ്ട് ഫ്രാൻസിൽ നിന്നും കൊടുങ്ങല്ലൂർ വന്നു കപ്പലിറങ്ങി നല്ല പോത്തിറച്ചി നോക്കി നടന്നു നടന്നു മരത്താക്കര ആശാന്റെ കടയുടെ അടുത്ത് വന്നു പെട്ടതായിരുന്നു എന്നാണ് ഐതിഹ്യം. അതുകൊണ്ടു മുട്ടനാടിന്റെ താടിപോലെ ഉള്ള ഒരു ഫ്രെഞ്ച് താടി മാത്രമേ ഷഷ്ഠിപൂർത്തി ആവുമ്പോഴേക്കും ഞങ്ങൾ കുറ്റിക്കാടന്മാർക്കു വരാറുള്ളൂ. അങ്ങനെ പൊടിമീശയും മുളച്ചു വരുന്ന മുട്ടനാടിന്റെ താടിയുമായി നടന്നിരുന്ന എന്നെ തിരിച്ചറിയാൻ വലിയ പ്രയാസം കാണില്ല എന്ന് മനസ്സിലോർത്തു.

S 8 കമ്പാർട്ട്മെന്റിലേക്കു കണ്ണ് തുടച്ചു കയറിയ ഞാൻ വാതിൽക്കൽ തന്നെ നിന്നു. ട്രെയിൻ ചൂളം വിളിച്ചു അനങ്ങി തുടങ്ങി ദിൽവാലയിലെ കാജോളിനെപോലെ ഡയോ എന്റെ കൈയും പിടിച്ചു ഓടി. ട്രെയിനിന്റെ വേഗതയിൽ കൈ വിട്ട ഡയോയുടെ വട്ടേപ്പം പോലുള്ള മുഖം അകലെ ചെറുതായി ചെറുതായി സെന്റ് തോമസ് കോളേജ് കാന്റീനിലെ വടയുടെ വലുപ്പം ആവുന്നതും നോക്കി നെടുവീർപ്പെട്ടു ഞാൻ നിന്നു. കൂട്ടുകാരുടെ കൂട്ടവും ജന്മനാടും അങ്ങനെ അകന്നകന്നു പോയി.

ബാഗും എടുത്തു ബെർത്തിൽ ചെന്ന് ഇരുന്നു ടിക്കറ്റ് എടുത്തു ഒന്ന് കൂടി നോക്കി തൃശ്ശിവപേരൂർ-കല്യാൺ ടെർമിനൽ. അടുത്തിരുന്ന ചേട്ടനോട് കല്യാൺ ആവുമ്പോ ഒന്ന് പറയണേ എന്നു പറഞ്ഞു. ആളെന്നെ സൂക്ഷിച്ചു നോക്കി. കുറ്റം പറഞ്ഞിട്ട് കാര്യമില്ല, ട്രെയിൻ പൂങ്കുന്നം എത്തിയിട്ടേ ഉണ്ടായിരുന്നുള്ളൂ.

എന്റെ ഭാവി ഇനി ബോംബായിലുള്ള ഭൂതത്തിന്റെ കയ്യിലാണെന്ന ചിന്തയുമായി നടു നിവർത്തി ഒറ്റക്കിടപ്പായിരുന്നു. അടുത്ത് എന്നെയും നോക്കി മൂക്കത്തു വിരലും വച്ച് ആ ചേട്ടൻ ഇരുന്നു. ഇതേതാടാ ഈ കുരുപ്പു എന്ന ഭാവത്തിൽ!

കണ്ണെത്താദൂരം പരന്നു കിടക്കുന്ന സൂര്യകാന്തിപ്പാടങ്ങളിലൂടെയും വാഴത്തോട്ടങ്ങളിലൂടെയും ചോളപ്പാടങ്ങളിലൂടെയും കരിമ്പിൻ തോട്ടങ്ങളിലൂടെയും ഉള്ള ട്രെയിൻ യാത്ര മറക്കാനാവാത്ത അനുഭവം ആയിരുന്നു.

ഒന്നൊഴിച്ചു ട്രെയിനിലെ ടോയ്‌ലറ്റ് ആൻഡ് വാഷ് ബേസിൻ. എന്റമ്മോ പെറ്റ തള്ള സഹിക്കില്ല, വല്ലാണ്ട് ഫീലിംഗ് വന്നപ്പോ ഒരു ദിവസം ടോയ്‌ലെറ്റിൽ കയറി ഒന്ന് ശ്രമിച്ചു നോക്കി. മൂക്ക് പൊത്തി ചട്ടമ്പിസ്വാമികൾ പൊസിഷനിൽ ഇരുന്ന ഞാൻ അല്പ സമയത്തിനകം ട്രെയിനിന്റെ കുലുക്കത്തിനനുസരിച്ചു ഷേക്ക് ആവാൻ തുടങ്ങിയതോടെ കോൺസെൻട്രേഷൻ പോയി. ആ ശ്രമം ഉപേക്ഷിച്ചു തിരിച്ചു ചെന്ന് വല്ലഭായ് പൊസിഷനിൽ ഒറ്റ നില്പ ങ്ങട് നിന്നു. രണ്ടു മൂന്നു ദിവസം 'ഈ വക കാര്യങ്ങൾ' കൺട്രോൾ ചെയ്യാം എന്ന സത്യം ഞാൻ അന്ന് കണ്ടുപിടിച്ചു.

കന്യാകുമാരിയിൽനിന്നും പുറപ്പെട്ടു തമിഴ്നാട്, കർണാടക, ആന്ധ്ര സംസ്ഥാനങ്ങൾ കടന്നു രണ്ടു പകലും മൂന്നു രാത്രിയും നീണ്ട സംഭവബഹുലമായ 2000 കിലോമീറ്റർ യാത്രയ്ക്കുശേഷം ജയന്തി ജനത കല്യാൺ സ്റ്റേഷനിൽ വന്നു നിന്നു കരിപിടിച്ച ഷർട്ടും പാന്റുമിട്ടു വ്യസനിക്കുന്ന മുഖവും വയറുമായി ഒരു മൈന പരുവ ത്തിൽ S 8 കമ്പാർട്ട്മെന്റിൽ നിന്നും ഇറങ്ങിയ എന്റെ ചുറ്റും കൂലി, കൂലി എന്നും പറഞ്ഞു കുറെ എണ്ണം വട്ടം കൂടി. എല്ലാരേം തട്ടി മാറ്റി ഞാൻ ചുറ്റും കണ്ണോടിച്ചു. എന്നെ കൊണ്ടുപോകാൻ വന്ന കമ്പനി സ്റ്റാഫ് എവിടെ? കയ്യിലെ ബാഗു മുറുകെ പിടിച്ചു നിന്ന് ഞാൻ വിയർത്തു. ട്രെയിനിൽനിന്ന് ഇറങ്ങിയവരെ എല്ലാം ബന്ധു ക്കളും മറ്റും വന്നു കൂട്ടിക്കൊണ്ടുപോകുന്ന തിരക്കാണ്. ആകെ ബഹളം. കുറച്ചു കഴിഞ്ഞ് ബഹളമെല്ലാം തീർന്നു. പ്ലാറ്റ്ഫോമിൽ ബാഗും തൂക്കി നിന്ന എന്റെ അടിവയറ്റിൽനിന്നും ഒരു കാളൻ നെല്ലായി ചിറകടിച്ചു പറന്നു. തളർന്നു തൊട്ടടുത്ത ബഞ്ചിൽ ഇരുന്ന ഞാൻ കമ്പനി അഡ്രസ്സ് നോക്കി ഫോൺ നമ്പർ തപ്പിയെടുത്തു. അടുത്ത് കണ്ട എസ്ടിഡി ബൂത്തിൽ കയറി ഡയൽ ചെയ്തു. ഫോൺ എടുക്കുന്നില്ല. കുരിപ്പു ഇന്ന് ഞായറാഴ്ചയാണല്ലോ കർത്താവേ! ഞെട്ടലോടെ ഞാൻ ഓർത്തു. ബൂത്തിൽനിന്നും പുറത്തു കടന്ന എന്നെയും തുറിച്ചു നോക്കി. മൂന്ന് ഹിന്ദിക്കാർ നിൽക്കുന്നു. രണ്ടു പേർ പാൻപരാഗ് ചവച്ചിരുന്നു. കയ്യിലെ കെട്ടും കാതിലെ കടുക്കനും ഒക്കെ കൂടി കണ്ടാൽ ഒരു ബജ്രംഗി ദൾ ലു ക്ക്. കൂട്ടത്തിൽ ഒരാൾ എന്റടുത്തു വന്നു ചോദിച്ചു. "ക്യാ ഹോ ഗയ ബായി സാബ്? any problem?"

ചിത്രഹാർ, മാൽഗുഡി ഡേയ്സ്, മനോരഞ്ജൻ, രാമായൺ ഒക്കെ മനസ്സിൽ വന്നു. അവസാനം മുക്കി മുക്കി പറഞ്ഞു, "മേരാ കമ്പനി ആദ്മി നഹിം നഹിം. മുജേയ് ബജാവോ ബജാവോ." "dont worry. കമ്പനി ക അഡ്രസ് ദേ ദോ. ഹം തുംകോ ഉദർ ചോഡ് ദേഗാ" അഡ്രസ്സ് പറഞ്ഞു കൊടുത്തു. അയാൾ ചെന്ന് മറ്റു രണ്ടു പേരോടും

മറാത്തിയിൽ എന്തൊക്കെയോ പറഞ്ഞു. മറ്റു രണ്ടു പേരും അമ്പിനും വില്ലിനും അടുക്കുന്നില്ല എന്നെനിക്കു മനസ്സിലായി. ഈ വയ്യാവേലി എടുത്തു വെറുതെ തലയിൽ വെക്കേണ്ടെടാ വതൂരി! എന്നാണ് അവർ പറയുന്നതെന്നു ഞാൻ മരത്താക്കര കോമൺ സെൻസ് വെച്ച് മനസ്സിലാക്കി. എങ്കിലും മൂന്നാമൻ എ ।ന്ന സഹായിക്കാൻ തന്നെ തീരുമാനിച്ചു.

"ആജാ." അയാൾ വിളിച്ചു. പൂട്ടുകാരൻ പൈലിച്ചേട്ടന്റെ പിന്നാലെ നടക്കണ കാളയുടെ അനുസരണയോടെ തലയും കുമ്പിട്ടു ഞാൻ പിന്നാലെ നടന്നു. ആള് ചൂണ്ടിക്കാട്ടിയ ബൊലേറോ ജീപ്പിൽ ബാഗും മുറുകെ പിടിച്ചു സകല പുണ്യാളന്മാരെയും മനസ്സിൽ ധ്യാനിച്ച് ഞാൻ ഇരുന്നു. വായിലെ മുറുക്കാൻ വഴിയിലേക്ക് നീട്ടി തുപ്പി മീശയും മുകളിലേക്ക് പിരിച്ചു. കൂട്ടത്തിൽ മുണ്ടയ്ക്കൽ ശേഖരന്റെപോലെ ഉണ്ടായിരുന്ന ഒരുത്തൻ ജീപ്പ് സ്റ്റാർട്ട് ആക്കി. പിന്നൊരു പാച്ചിൽ ആയിരുന്നു.

"തേര നാം ക്യാ ഹേ?" അടുത്തിരുന്ന ഒരുത്തൻ ചോദിച്ചു.

"മേരാ നാം ജോഷി ഹൈ."

കുറച്ചു ഉച്ചത്തിൽ പറഞ്ഞു. അതു കേട്ട് മൂന്നു പേരും ഉച്ചത്തിൽ അട്ടഹസിച്ചു ചിരിച്ചു. ഹിന്ദി പറഞ്ഞതിൽ എന്തേലും പ്രോബ്ലം ഉണ്ടോ? ഞാൻ സംശയിച്ചു.

രണ്ടു തിരിവ് കഴിഞ്ഞ് ജീപ്പ് ഒരു വലിയ കെട്ടിടത്തിന് അടിയിൽ പാർക്ക് ചെയ്തു. കെട്ടിടത്തിന് മുന്നിൽ എഴുതി വച്ച ബോർഡ് ഞാൻ വായിച്ചു. Soman and Asosssiates, Thaney, Mumbai.

ജീപ്പിൽ നിന്നും ഇറങ്ങിയ മൂന്നു പേരും എന്റടുത്തു വന്നു നന്ദിയോടെ അവർക്കു നേരെ കൈ കൂപ്പിയ എന്റെ കൈ കൂട്ടിപ്പിടിച്ച് ഒന്നാമൻ പറഞ്ഞു. "എന്റെ പേര് ഷാജി. വീട് തൃശ്ശൂർ കൊടുങ്ങല്ലൂർ. ഈ കമ്പനിയിലെ സൂപ്പർവൈസർ ആണ്. ഇത് രൂപേഷ്. ഇവിടത്തെ അക്കൗണ്ടന്റ്. വീട് കൊച്ചി."

മീശ പിരിച്ചുനിന്ന മുണ്ടയ്ക്കൽ ശേഖരൻ അടുത്ത് വന്നു പറഞ്ഞു. "ഞാൻ ലാൽസൻ. ഇവിടുത്തെ കമ്പനി ഡ്രൈവർ. വീട് ചെറായി."

പേടിച്ചു വിറങ്ങലിച്ച എന്റെ കയ്യിലേക്കും കാലിലേക്കും വീണ്ടും രക്തം പ്രവഹിച്ചു. ഇരുട്ട് മൂടിയ കണ്ണുകൾ തുറക്കുന്നതായി എനിക്ക് തോന്നി. വിയർത്തൊട്ടിയ ഷർട്ടും പാന്റും കാല്പാദത്തിലെ വിയർപ്പു വീണു കുതിർന്ന ലൂണാർ ചെരുപ്പുമിട്ടു ബാഗും പിടിച്ചു കമ്പനി ലക്ഷ്യമാക്കി മുന്നോട്ടു നടന്ന ഞാൻ പെട്ടെന്ന് എന്തോ ഓർത്തിട്ടെന്ന പോലെ തിരിഞ്ഞുനിന്ന് ചോദിച്ചു.

"ഷാജിയേട്ടാ, ഇഥർ കാ ടോയ്‌ലറ്റ് കിദർ ഹൈ?" ■

പെരുന്തച്ചൻ

ഈ തലക്കെട്ട് കാണുമ്പോൾ ഒരു ശരാശരി മലയാളിയുടെ മനസ്സിൽ ആദ്യമേ തന്നെ എം.ടി. തിരക്കഥ എഴുതി തോപ്പിൽ ഭാസിയുടെ മകൻ അജയൻ ആദ്യവും അവസാനവുമായി സംവിധാനം ചെയ്ത സിനിമയിൽ ഒരു പ്രത്യേക ഷെയ്പിലുള്ള കുടുമയുമായി നിൽകുന്ന തിലകന്റെ രൂപം തെളിഞ്ഞു വരും. അതെ, അതായിരുന്നു ആ മഹാനായ നടന്റെ അഭിനയ പാടവം. നാഷണൽ അവാർഡിന്റെ അവസാനറൗണ്ടിൽ അങ്ങേരേ മറികടന്ന് 'അഗ്നിപഥ്' എന്ന ഒരു കൂതറ പടത്തിൽ ആവറേജ് അഭിനയം കാഴ്ചവച്ച അമിതാഭ് ബച്ചന് നാഷണൽ അവാർഡ് കൊടുത്തത് എന്തിനാണെന്ന് ഇന്നും കുറെ മലയാളികളെപ്പോലെ എനിക്കും മനസ്സിലായിട്ടില്ല. ഇനി പറയാൻ പോകുന്ന സംഭവത്തിന് ഇതുമായി ഒരു ബന്ധവുമില്ലെന്ന് ആദ്യമേ പറയട്ടെ.

അന്നൊരു വെള്ളിയാഴ്ച. നാട്ടിൽ ജോലിയും കൂലിയുമില്ലാതെ നടക്കുന്ന എന്റെ പ്രായത്തിലുള്ളവരുടെ ഏറ്റവും ഇഷ്ടപ്പെട്ട ദിവസം. കാരണം അന്ന് പുതിയ സിനിമ റിലീസ് ആവും എന്നുള്ളതുതന്നെ.

സിറ്റൗട്ടിൽ കസേരയിലിരുന്നു വീട്ടിൽ ഓർമ്മവെച്ചനാൾ മുതൽ ശേഖരേട്ടൻ പുലർച്ചെ ഇട്ടു പോകുന്ന ബൂർഷ്വാ പത്രം മലയാള മനോരമ അരിച്ച് പെറുക്കി വായിക്കുന്ന അപ്പച്ചന്റെ മുൻപിൽ, ആദ്യത്തെ പേജ് വായിച്ചു കഴിഞ്ഞു നിലത്തിടുമ്പോ അതെടുത്ത് 'ഇന്നത്തെ സിനിമ' നോക്കാൻ വെമ്പൽകൊണ്ട് ഞാനിരുന്നു. മീൻ നന്നാക്കുമ്പോ അമ്മച്ചിയുടെ മുന്നിൽ മീനിന്റെ തലയ്ക്കായി ക്ഷമയോടെ കാത്തിരിക്കണ കണ്ടൻപൂച്ചയെപ്പോലെ.

പേപ്പറിന്റെ ആദ്യപേജും അതിന്റെ മറുഭാഗത്തുള്ള സ്പോർട്സ് പേജുമായിരുന്നു എനിക്കെന്നും പ്രിയം. ബാക്കി നടുവിലുള്ള ചവറൊന്നും വായിക്കാൻ ഭാവിയിൽ കളക്ടർ ആവാൻ പ്ലാൻ ഇല്ലാതിരുന്ന ഞാൻ മിനക്കെടാറില്ല.

പേപ്പർ വായിച്ചോണ്ടിരുന്ന അപ്പച്ചൻ എന്റെ വെമ്പൽ കണ്ടിട്ടോ എന്തോ മനസ്സില്ലാമനസ്സോടെ ആദ്യത്തെ പേജ് നിലത്തിട്ടു. അത് എടുത്ത്, അടുത്തിരുന്ന സ്റ്റീൽ ഗ്ലാസിലെ ഉരി പാലിൽ ഇരുന്നാഴി വെള്ളമൊഴിച്ച് അര സ്പൂൺ കണ്ണൻ ദേവൻ തേയിലപ്പൊടിയും പാണാടൻ ജോസേട്ടന്റെ റേഷൻകടയിലെ രണ്ട് സ്പൂൺ പഞ്ചസാരയും ചേർത്ത് അമ്മച്ചിയുണ്ടാക്കിയ വാട്ടച്ചായയും മുത്തിക്കുടിച്ച് 'ഇന്നത്തെ സിനിമ' നോക്കുന്ന സമയത്താണ്, ജോലിയില്ലാതെ തെണ്ടി നടക്കുന്ന യുവാക്കളുടെ സൈക്കോളജി മനസ്സിലാക്കി തൃശ്ശൂർ സ്കൈലൈൻ ബ്രാഞ്ച് മാനേജർ മിസ്റ്റർ ചെറിയാൻ ഇന്നത്തെ സിനിമയ്ക്ക് തൊട്ടടുത്തായി പരസ്യം ചെയ്ത 'Required Civil Engineers' എന്ന തലക്കെട്ട് ശ്രദ്ധയിൽപെട്ടത്.

തൃശ്ശൂരുള്ള എല്ലാ ഇറച്ചിക്കടക്കാരും വേസ്റ്റ് കൊണ്ട് തട്ടിയിരുന്ന തൃശ്ശൂർ മുണ്ടുപാലത്തിനും ശക്തൻ സ്റ്റാന്റിനും ഇടയ്ക്കുള്ള ചതുപ്പിൽ താമരകൾ വിരിഞ്ഞു നിൽക്കുംപോലെ മനോഹരമായ വില്ലകൾ ഉയർന്നു നിൽക്കുന്നതും അതിനു മുൻപിൽ സ്കൈലൈൻ എന്നെഴുതിയ കളർ കുടകളുമായി അവിടുത്തെ സ്റ്റാഫുകൾ നിൽക്കുന്നതും ടൗണിലേക്കുള്ള എന്റെ യാത്രകളിൽ ഞാൻ ശ്രദ്ധിച്ചിരുന്നു. അന്ന് മനസ്സിൽ തോന്നിയിരുന്നു, ഇവിടൊരു ജോലി കിട്ടിയാൽ തരക്കേടില്ല എന്ന്.

ബോംബെ ഉല്ലാസ് നഗറിൽനിന്നും മേടിച്ച Lee കമ്പനിയുടെ ജീൻസും ഒല്ലൂർ ഡിലൈറ്റ് മെഡിക്കൽ ഷോപ്പിന് മുകളിലെ മോഹൻലാലിന്റെ ഛായ ഉള്ള ടൈലർ തയ്ച്ച ഫുൾകൈ വെള്ള ഷർട്ടുമിട്ട് വയറിന് മുകളിലായി ടൈറ്റിൽ ബെൽറ്റും കെട്ടി (അതായിരുന്നു ഒല്ലൂരിലെ നസ്രാണികളുടേ അന്നത്തെ ഫാഷൻ) സർട്ടിഫിക്കറ്റുകളുമെടുത്ത് നേരത്തേതന്നെ ഇന്റർവ്യൂവിന് ഹാജരായി.

ഓഫീസിന് മുന്നിലെ റിസപ്ഷൻ ഏരിയയിൽ നിരന്നിരിക്കുന്ന ചെറുപ്പക്കാരെ കണ്ടപ്പോഴാണ് ഇത്രയധികം സിവിൽ എഞ്ചിനിയേഴ്സ് ജോലിയില്ലാതെ തൃശ്ശൂർ ജില്ലയിൽ തെണ്ടിത്തിരിഞ്ഞു നടക്കുന്നുണ്ടായിരുന്നു എന്ന് എനിക്കു മനസ്സിലായത്. അതിവിനയം അഭിനയിച്ച് ഒരു മൂലയിൽ ഞാനും ഇരുന്നു. പുറത്തു മഴ ചാറുന്നുണ്ടായിരുന്നു.

അൽപം കഴിഞ്ഞപ്പോൾ തമിഴ് നടൻ അജിത്തിന്റെ ഛായയിൽ സ്കൈലൈൻ കളർ കുടയും പിടിച്ച് ഒരു സുമുഖൻ വന്നു. വല്ല സീനിയർ എഞ്ചിനീയർ ആണെങ്കിലോ. ബഹുമാനിച്ചേക്കാം എന്ന് വച്ച് ഞാൻ എണീറ്റു. എന്റെ കൂടെ തന്നെ അവിടെയിരുന്ന എല്ലാവരും എണീറ്റ് ഗുഡ് മോർണിംഗ് സാർ... എന്ന് പറഞ്ഞപ്പോ ഒരു കാര്യം ഞാൻ മനസ്സിലുറപ്പിച്ചു. കോംപറ്റീഷൻ ടഫ് ആയിരിക്കും.

"ഗുഡ് മോർണിംഗ്."

ഘനഗംഭീരമായ സ്വരത്തിൽ റിപ്ലൈ കൊടുത്തു ഉള്ളിലേക്ക് കയറിപ്പോയ അജിത്ത് തോളിലൊരു ടവ്വലും കൈയിൽ ക്ലീനിങ് സ്പ്രേയുമായി വന്ന് ഓഫീസിന് മുന്നിലെ ഗ്ലാസ് ഡോർ പ്രേമം സിനിമയിൽ സൗബിൻ ചെയ്യുന്ന ബ്രേക് ഡാൻസ് സ്റ്റെപ്പിട്ടു തുടയ്ക്കുന്ന കണ്ടപ്പോൾ പറ്റിയ അബദ്ധം മനസ്സിലായ എല്ലാരും മുഖത്തോടു മുഖം നോക്കി.

അവിടത്തെ ഓഫീസ് ബോയ് മുരളി ആയിരുന്നു അത്.

ഓഫീസ് ബോയ് ഇങ്ങനെ. അപ്പോ ബാക്കിയുള്ളവർ? പെണ്ണുകാണാൻ ചെന്നു ചായ കൊണ്ടുവരുന്ന സുന്ദരിയായ കുട്ടിയുടെ അമ്മയെ കാണുമ്പോൾ അമ്മയിങ്ങനെ, അപ്പോ പെൺകുട്ടി? എന്ന മാനസികാവസ്ഥയിൽ ഞാൻ ഇരുന്നു.

വിജയകരമായി പൂർത്തിയാക്കിയ അഭിമുഖത്തിനുശേഷം എന്റെ സ്കൈലൈൻ ഔദ്യോഗിക ജീവിതം ആരംഭിച്ചു. തുടക്കകാലത്തു തന്നെ എനിക്കു മനസ്സിലായി അതൊരു കമ്പനി ആയിരുന്നില്ല, ഒരു കുടുംബമായിരുന്നു എന്ന്. ചെറിയാൻ എന്ന സ്മാർട്ട് മാനേജരുടെ കീഴിൽ നല്ലവരായ, കഴിവുള്ള കുറെ സ്റ്റാഫുകൾ. ചളിക്കുണ്ടിൽ താമര വിരിഞ്ഞത് വെറുതെയല്ല എന്നെനിക്ക് മനസ്സിലായി.

ഏകദേശം ഒന്നൊന്നര വർഷം കഴിഞ്ഞുകാണും. കമ്പനിയുടെ ആനുവൽ ഡേ വന്നെത്തി. കേരളത്തിൽ പല ജില്ലകളിലും ബ്രാഞ്ചുകൾ ഉണ്ടായിരുന്ന സ്കൈലൈൻ ബിൽഡേഴ്സിന്റെ ഏറ്റവും കുറഞ്ഞ അംഗബലം ഉള്ള ബ്രാഞ്ച് ആയിരുന്നു തൃശ്ശൂർ.

"അഭിമാന പ്രശ്നമാണ്." ചെറിയാൻ സാർ പറഞ്ഞു. "നമുക്ക് നന്നായി പാർട്ടിസിപ്പേറ്റ് ചെയ്യണം. ആർട്സ്, സ്പോർടസ് എല്ലാത്തിനും പേർ കൊടുക്കണം. രണ്ട് ആഴ്ച പ്രാക്ടീസിന് സമയം ഉണ്ട്. എല്ലാരുംകൂടി ആലോചിച്ചു പറയൂ."

ചെറിയാൻ സാർ പറഞ്ഞാൽ പിന്നെ ഞങ്ങൾ മേൽകീഴ് നോക്കാറില്ല. എല്ലാത്തിനും പേർ കൊടുത്തു. ഡ്രാമ, സിനിമാറ്റിക് ഡാൻസ്, ഫാഷൻ ഷോ, ക്രിക്കറ്റ്, ഷട്ടിൽ..

മരത്താക്കര പള്ളിപ്പറമ്പിലെ സ്പോർട്സ് താരങ്ങളെ കണ്ടു വളർന്ന എനിക്കു ക്രിക്കറ്റും ഷട്ടിലും പ്രതീക്ഷ ഉണ്ടായ്രുന്നു. എന്നാൽ ആർട്സ് ഒരു പ്രശ്നമായിരുന്നു.

കൂട്ടത്തിൽ അഭിനയം ജന്മനാ കഴിവായി കിട്ടിയിട്ടുള്ള ചേറ്റുപുഴക്കാരൻ പ്രോജക്റ്റ് എൻജിനിയർ ബോസുമോൻ പറഞ്ഞു, "നമുക്ക് പെരുന്തച്ചൻ നാടകം കളിക്കാം."

എല്ലാരുംകൂടി ആലോചിച്ച് അതങ്ങനെ ഫിക്സ് ആക്കി.

സിനിമാറ്റിക് ഡാൻസ് പാർട്ട് ടൈം പ്രൊഫഷൻ ആയി കൊണ്ടു നടന്നിരുന്ന ഓഫീസ് ബോയ് മുരളി ഞങ്ങളെ ഡാൻസ് പഠിപ്പിക്കാമെന്നേറ്റു.

കാര്യങ്ങൾക്കൊക്കെ ഒരു രൂപമാക്കി, ഫാഷൻ ഷോ എങ്ങനേലുമൊക്കെ ഒപ്പിക്കാം എന്നും പറഞ്ഞു ചൂട് കപ്പലണ്ടിയും തിന്നു തൃശ്ശൂർ പൂരപ്പറമ്പിലെ ബെൽമൗത്ത് ജംഗ്ഷനു മുന്നിലെ സ്പോട്ടിൽനിന്നും ഞങ്ങൾ പിരിഞ്ഞു.

അങ്ങനെ പിറ്റേന്ന് മുതൽ ഗോസായിക്കുന്നത്ത് ഇന്നത്തെ ഹീറോ ഹോണ്ട ഷോറൂം നിൽക്കുന്നിടത്ത് കാലിയായി കിടന്നിരുന്ന ഒരു പഴയ ഓടിട്ട വീട്ടിൽ ജോലിക്കുശേഷം ഞങ്ങളുടേ പ്രാക്ടീസ് തുടങ്ങി.

മുണ്ടൂപാലം ജംഗ്ഷനിലെ ബീവറെജസ്സിൽനിന്നും വാങ്ങിയ കിംഗ്ഫിഷർ ബീറും തൊട്ടടുത്തുള്ള തട്ടുകടയിൽനിന്നും മേടിച്ച ബോട്ടിയും കൊള്ളിയും മുരളിക്ക് ദക്ഷിണ ആയി വച്ച് സിനിമാറ്റിക് ഡാൻസിനായി ഞങ്ങൾ അണിനിരന്നു

മുൻനിരയിൽ മുരളിയും ചാലക്കുടിക്കാര വിനോദും. അവർക്ക് പിന്നിലായി ജോഷി, ബോസ്, പിന്നെ ശാസ്ത്രീയമായി കഥകളി അഭ്യസിച്ചിരുന്ന നടത്തറക്കാരൻ രാജീവും. അതായിരുന്നു ലൈൻ അപ്പ്.

പാട്ട് വച്ചു. “ചിലമ്പൊലിക്കാറ്റേ...” ചിത്രം സിഐഡി മൂസ.

ഡാൻസ് മുൻപേ അറിയാവുന്ന വിനോദ് മുരളി പറഞ്ഞു കൊടുത്ത ഫസ്റ്റ് സ്റ്റെപ്പുകൾ പെട്ടെന്നു പഠിച്ചെടുത്തു. എന്നാൻ പിന്നിൽ എയർ പിടിച്ച് സ്ലോമോഷനിൽ “ചാം ചച്ച ചൂം ചച്ച ചുമ്മര ചച്ചഛ” കളിച്ചിരുന്ന എന്നെയും ഏത് സ്റ്റെപ്പ് പറഞ്ഞു കൊടുത്താലും കളിച്ചു വരുമ്പോ കനകശ്ശേരി അമ്പലത്തിലെ കാവടിക്ക് നാദസ്വരത്തിനൊപ്പം വേലായുധേട്ടന് കളിക്കണ സ്റ്റെപ്പ് കളിക്കണ ബോസിനെയും അപ്പുറത്തായി ചിലമ്പൊലിക്കാറ്റിന് തന്റേതായ ഒരു വേറിട്ട ശൈലി പകർന്ന് നൽകിക്കൊണ്ട് ഉത്തരാസ്വയംവരം കഥകളി കളിച്ചുകൊണ്ടിരുന്ന രാജീവിനെയും നോക്കി മുരളി പറഞ്ഞു.

“നമുക്കീ കോപ്പിലെ പരിപാടി ഇവിടെ വച്ച് നിർത്താം.”

എന്റെ ഷെയർ ബീറും ബോട്ടിയും കൊടുത്തു മുരളിയെ ഒരു വിധം അനുനയിപ്പിച്ചു പ്രാക്ടീസ് തുടർന്നു. അങ്ങനെ ഒരാഴ്ച കൊണ്ട് ഡാൻസ് ഒരു വിധത്തിൽ സെറ്റ് ആയി.

ചേറ്റുപുഴ വായനശാലയുടെ വാർഷികത്തിന് പെരുന്തച്ചൻ നാടകം കളിച്ചു പരിചയമുള്ള ബോസിന്റെ നേതൃത്വത്തിൽ നാടക

റിഹേഴ്സൽ തുടങ്ങി. അഭിനയം അറിയാവുന്ന അവനെത്തന്നെ പെരുന്തച്ചനാക്കി.

അച്ഛൻ നമ്പൂരി ആരാവണം?

എല്ലാരുടേം കണ്ണുകൾ അൽപം ബൾജ് ചെയ്തു ഷെയ്പ് പോയ രണ്ടാം നമ്പർ ഫുട്ബോൾപോലെ ഇരിക്കണ എന്റെ വയറിലോട്ടായി. നമ്പൂരി ഷെയ്പ് ഓക്കെ. പക്ഷേ ഇന്നസെന്റിന്റെപോലെ ഉള്ള ഈ നസ്രാണി ഭാഷ എങ്ങനെ മാറ്റും? അങ്ങനെ അപ്പുറത്ത് ബോട്ടിയും കൊള്ളിയും മിക്സിലേ കൊള്ളി മാത്രം തിരഞ്ഞു തിന്നിരുന്ന ഒരു പ്രത്യേക തരം വെജിറ്റേറിയൻ ആയ കല്ലേറ്റുംകരക്കാരൻ വാര്യർ രാജിനെ ആ പണി ഏൽപ്പിച്ചു. രണ്ടു ദിവസം കൊണ്ട് അവൻ എന്നെ കലാഭവൻ മണി നമ്പൂരി ഭാഷ പറയണ ഒരു ലെവൽ ആക്കിത്തന്നു. ജോഷി നമ്പൂരി. മേമന ഇല്ലം.

മൂന്നു കഥാപാത്രങ്ങൾ മാത്രം ഉള്ള 15 മിനിട്ട് നാടകത്തിലേക്ക് ഇനി തച്ചന്റെ മകൻ കൂടി വേണം. ആരെയാക്കും? ആലോചനയായി.

അപ്പോഴാണ് പ്രാക്ടീസ് കാണാൻ വന്ന അനൂപ് മേനോന്റെ ചായ ഉണ്ടായിരുന്ന യുവകോമളൻ അക്കൗണ്ടന്റ് അസിസ്റ്റന്റ് ശ്രീകുമാർ പറഞ്ഞത്. കുറ്റിയങ്കാവ് അമ്പലത്തിൽ ഞാൻ നാടകം കളിച്ചിട്ടുണ്ട്. പ്രൊഫഷണൽ നാടകം, വേണേൽ ഒരു കൈ നോക്കാട്ടാന്ന്. എല്ലാരും അവനെ നോക്കി. കൊള്ളാം, രൂപവും സൗണ്ടും ഓക്കെ. 'തച്ചന്റെ മോൻ ഇവൻ തന്നെ.'

പ്രാക്ടീസ് തകൃതിയായി നടന്നു. പെരുന്തച്ചൻ ആയി ബോസും അച്ഛൻ നമ്പൂരി ആയി ഞാനും ഏകദേശം സെറ്റ് ആയി. തച്ചന്റെ മകന്റെ കാര്യത്തിൽ അൽപം ആശങ്ക ഉണ്ടായി.

കഴുത്തിൽ ഉളി വീഴുന്ന സമയത്ത് കഴുത്ത് പൊത്തിപ്പിടിച്ചു നിലത്തു വീണ് അച്ഛാ എന്നും പറഞ്ഞു പിടഞ്ഞു മരിക്കണം. മരിച്ചു കിടക്കുന്ന മോനെ മടിയിൽ കോരിയെടുത്ത് പെരുന്തച്ചൻ കരയുന്നിടത്ത് കർട്ടൺ വീഴും. അങ്ങനാരുന്നു ക്ലൈമാക്സ്. എങ്ങനെയൊക്കെ നോക്കിയിട്ടും നമ്മുടെ പ്രൊഫഷണൽ നടന്റെ ടൈമിങ്ങും എക്സ്പ്രഷനും ശരിയാവണില്ല. ഉളി വീഴുമ്പോൾ ഉമ്മർ കയറിപ്പിടിച്ച ജയഭാരതി ഹയ്യോ... എന്നു പറയുന്ന എക്സ്പ്രഷനിലാണ് പുള്ളി അഭിനയിക്കണത്. എന്തു ചെയ്യും പുല്ല്.

എല്ലാരുടേം ചീത്തയും തെറിയും കേട്ട് വല്ലാത്തൊരു അവസ്ഥയിലായ ശ്രീകുമാർ അവിടെയിരുന്ന ബിയർ കുപ്പിയിൽനിന്നും രണ്ടു കവിൾ അകത്താക്കി. കുഞ്ഞുങ്ങളെപ്പോലെ മോങ്ങിക്കൊണ്ടു ചുമരിൽ ചാരിയിരിക്കുന്ന ശ്രീകുമാറിനെ കണ്ടപ്പോൾ, ജീവിതത്തിൽ

ആദ്യമായി മദ്യപിക്കുന്നവർ ഒന്നുകിൽ കരയും, അല്ലെങ്കിൽ അകാരണമായി ചിരിക്കും അതുമല്ലെങ്കിൽ വാളു വെക്കും. അതാണ് മദ്യപന്മാരുടെ ഒരു ശാസ്ത്രം എന്ന് പോളിടെക്നിക് ഹോസ്റ്റലിൽ വച്ച് അച്ചായൻ മനോജ് പറഞ്ഞുതന്ന പാഠം ഓർമയിൽ വന്നു.

ഏങ്ങലടിച്ചുകൊണ്ട് ശ്രീകുമാർ പറഞ്ഞു. “അഭിനയം ശരിയാവണില്ലേൽ എന്നെയങ്ങോട്ടു പറഞ്ഞു വിട്ടേക്കൂ.”

കുറ്റം ഞങ്ങളുടേതായിരുന്നു. പ്രൊഫഷണൽ നാടകത്തിൽ ഏതു വേഷത്തിലാണ് അഭിനയിച്ചതെന്നു ചോദിക്കാതിരുന്നത് ഞങ്ങളുടെ തെറ്റാണെന്നു മനസ്സിലാക്കി. വേറൊരാളെ നോക്കാനൊന്നും ടൈം ഇല്ലാതിരുന്നതിനാൽ ഞങ്ങൾ പ്രാക്ടീസ് അവനെ വച്ചുതന്നെ പൂർത്തിയാക്കി.

അങ്ങനെ ആനുവൽ ഡേ വന്നു ചേർന്നു. എല്ലാവിധ സെറ്റപ്പുമായി ഒരു ടെമ്പോ ട്രാവലറിൽ തൃശ്ശൂർ നിന്നും എറണാകുളത്തേക്കു ഞങ്ങൾ യാത്രതിരിച്ചു.

സാധാരണ നാടകനടന്മാരൊക്കെ രണ്ടെണ്ണം അടിച്ചാണ് സ്റ്റേജിൽ നന്നായി പെർഫോം ചെയ്യണത് എന്ന് ബോസ് പറഞ്ഞതനുസരിച്ച് ഇനി അതിന്റെ ഒരു കുറവ് വേണ്ട എന്ന് കരുതി വോഡ്കയിൽ സ്പ്രൈറ്റ് കലർത്തി ഒരു റെഡിമിക്സ് ട്രാവലറിന്റെ പിന്നിലായി സെറ്റ് ചെയ്തു വച്ചു.

പരിപാടികൾ ഉഷാറായി മുൻപോട്ടു പോയി. സിനിമാറ്റിക് ഡാൻസും ഫാഷൻ ഷോയും ഹിറ്റ് ആയി. അഭിനന്ദന പ്രവാഹം. മറ്റുള്ള ബ്രാഞ്ചസ് ഇത്രേം മോശമാണെന്ന് അറിഞ്ഞിരുന്നേൽ ഈ മുരളിയുടെ തെറിയൊന്നും ഇത്ര കേൾക്കേണ്ടിയിരുന്നില്ല എന്ന് എനിക്ക് മനസ്സിൽ തോന്നി. ചെറിയാൻ സർ ഓടിവന്നു കെട്ടിപ്പിടിച്ചു പറഞ്ഞു. “ഇതുവരെ ഓകെ. പെർഫെക്റ്റ്. നാടകംകൂടി നമുക്ക് ഉഷാറാക്കണം.”

അൽപം ടെൻഷൻ വന്നൊന്നൊരു സംശയം. റെഡിമിക്സ് എടുത്തു. ആരും കാണാതെ ബോസും ഞാനും കൂടി ട്രാവലറിന്റെ പിന്നിലിരുന്നു അടിച്ചു. അങ്ങോട്ടേക്ക് വന്ന ശ്രീകുമാറിനെ തെറി പറഞ്ഞോടിച്ചു.

അവസാനത്തെ പ്രോഗ്രാം ആയിരുന്നു ഞങ്ങളുടെ നാടകം. 7.45ന്–8 മണിക്ക് ഫുഡ് കൊടുക്കും. കാണികളൊക്കെ അപ്പുറത്തു കാറ്ററിംഗ് ടീം കൊണ്ട് വച്ച ബിരിയാണിയിൽ നോട്ടമിട്ടു റസ്റ്റലസ് ആയി ഇരിക്കണ ടൈം.

വണ്ടിയിലിരുന്നു വേഷം മാറി നമ്പൂരി വേഷത്തിൽ ഞാനും തച്ചൻ വേഷത്തിൽ ബോസും ചിറിയും തുടച്ചു സ്റ്റേജിനു പിന്നിലേക്ക് ഓടി.

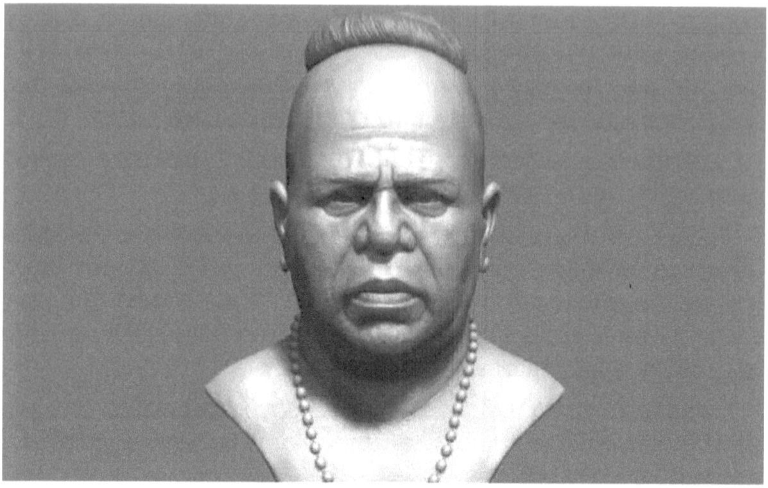

കർട്ടൻ ഉയർന്നു. നാടകം തുടങ്ങി. നാടകത്തിന്റെ പശ്ചാത്തല സംഗീതം ഒരുക്കാനായി തൃശ്ശൂർ സ്കൈലൈനിൽ ജോലി ചെയ്തിരുന്ന 'എന്തിനും ഏതിനും ശശി' എന്ന് ഞങ്ങൾ വിളിച്ചിരുന്ന ശശി ചെണ്ടയുമായി ഞങ്ങളോടൊപ്പം വന്നിരുന്നു. അതെ, ഞങ്ങൾക്ക് എന്തു കാര്യത്തിനും ഏതു സമയത്തും ആശ്രയിക്കാമായിരുന്ന വിശ്വസ്തനായ ഒരു പണിക്കാരനായിരുന്നു ശശി. ചെണ്ട കൊട്ടി ശീലവുമുണ്ടായിരുന്നു.

അണിയറയിൽ മുഴങ്ങിയ ചെണ്ടയുടെ താളത്തിനൊത്തു അരങ്ങത്തു ഡയലോഗുകൾ മുഴങ്ങി. ബോസും ഞാനും അഭിനയിക്കല്ലാരുന്നു. ജീവിക്കുകയായിരുന്നു. ബിരിയാണി തിന്നാൻ വെമ്പി ബഹളം ഉണ്ടാക്കി നിന്ന കാണികൾ എല്ലാരും നിശ്ശബ്ദരായി ഞങ്ങളുടെ അഭിനയം കണ്ടു നിൽക്കുന്നു. വോഡ്ക + സ്പ്രൈറ്റ് മിക്സ് തരക്കേടില്ലല്ലോ എന്ന് ഞാൻ ഓർത്തു.

അടുത്തത് ക്ലൈമാക്സ് രംഗം ആണ്. എല്ലാരുടേം നെഞ്ചിടിപ്പേറ്റി ഉളി കഴുത്തിൽ വീഴുന്ന രംഗം വന്നു.

തച്ചൻ ഒരു സ്റ്റൂളിൽ കയറി നിൽകുന്നു. കൈയിൽ ഉളിയുണ്ടെന്നു സങ്കൽപിക്കണം. എന്നിട്ടു ഉളി വീഴുന്ന ടൈമിൽ ഉറക്കെ ചെണ്ട കൊട്ടണം. അപ്പോൾ തച്ചൻ മോന്റെ സൈഡിൽ ചവിട്ടി സിഗ്നൽ കൊടുക്കും. അപ്പോൾ കഴുത്തു പൊത്തി വീഴണം എന്നിട്ട് പിടഞ്ഞു മരിക്കണം. അതായിരുന്നു പ്ലാൻ.

ചെണ്ട കൊട്ടി. ഉളി വീണു. ചവിട്ടി സിഗ്നൽ കൊടുത്തു. എല്ലാരേയും ഞെട്ടിച്ചുകൊണ്ട് അപാരടൈമിങ്ങിൽ കഴുത്തും പൊത്തി

പ്പിടിച്ച് അലറിക്കരഞ്ഞു നിലത്തുവീണ് അപസ്മാര രോഗിയെ പോലെ കിടന്നു പിടയുന്ന തച്ചന്റെ മകനെ കണ്ടു ഞങ്ങൾ അക്ഷരാർത്ഥത്തിൽ ഞെട്ടിപ്പോയി. ഞങ്ങൾ മാത്രമല്ല, കാണികളും കർട്ടൻ വലിച്ചിരുന്ന ആൾവരെ ഞെട്ടിപ്പോയി.

തച്ചന്റെ മോൻ ആരും കാണാതെ ട്രാവലറിന്റെ പിന്നിൽ പോയി റെഡിമിക്സ് എടുത്തടിച്ച കാര്യം ആർക്കും അറിയില്ലാരുന്നു.

നിലത്തു കിടന്നു പിടഞ്ഞിരുന്ന ബോഡി നിശ്ചലമായപ്പോൾ കാണികളിൽ നിന്നും കരഘോഷം മുഴങ്ങി. കർട്ടൻ വലിച്ചിരുന്ന ആൾ കർട്ടനിട്ടു.

മോനെ മടിയിലിരുത്തി പെരുന്തച്ചൻ കരയുന്ന സീൻ വരാൻ കിടക്കുന്നതേ ഉണ്ടായിരുന്നുള്ളൂ. മകൻ തച്ചന്റെ അപാര പെർഫോമൻസ് കണ്ടു സ്തബ്ധനായിരുന്ന പെരുന്തച്ചൻ കർട്ടനിട്ടതൊന്നും അറിഞ്ഞിരുന്നില്ല. സ്ഥലകാലബോധം തിരിച്ചു വന്ന തച്ചൻ മകനെ വാരിയെടുത്ത് മടിയിൽ വച്ച് കരയാൻ തുടങ്ങി. ഒരു യഥാർത്ഥ കലാകാരന്റെ ഉള്ളിൽനിന്നും വന്ന ആ അഭിനയം കാണാൻ കാണികൾക്കു ഭാഗ്യമുണ്ടായില്ല. അവരൊക്കെ ബിരിയാണി തിന്നണ തിരക്കിലായിരുന്നു.

കരഞ്ഞു വയ്യാണ്ടായി സ്റ്റൂളിൽ ചാരിയിരുന്ന തച്ചനോട് ചെണ്ട കൊട്ടിയിരുന്ന ശശി വന്നു പറഞ്ഞു.

“ബോസ് സാറേ, കർട്ടൻ ഇട്ടിട്ടു കുറേ നേരായി. വേഗം എണീറ്റ് വാ. ഇപ്പോ ചെന്നില്ലേൽ നമുക്ക് ബിരിയാണി കിട്ടില്ലാട്ടാ.”

എന്റെ മുഖത്തേക്ക് ദയനീയമായി നോക്കിയ തച്ചനെ ഞാൻ പിടിച്ചെണീപ്പിച്ചു. എന്നിട്ട് പതുക്കെ തോളിൽ കയ്യിട്ടു ട്രാവലർ ലക്ഷ്യമാക്കി നടന്നു.

അപ്പോഴും തച്ചന്റെ മകന്റെ ജഡം സ്റ്റേജിൽ അനാഥമായി കിടപ്പുണ്ടായിരുന്നു.

* * *

ഈ സംഭവത്തിലെ ചാലക്കുടിക്കാരൻ വിനോദ് എന്ന എന്റെ ഉറ്റ ചങ്ങാതി ഇപ്പോൾ സ്വർഗത്തിലിരുന്ന് ഇതു വായിക്കുന്നത് ഞാൻ കാണുന്നു. പ്രണാമം...

■

ആത്തച്ചക്ക

പണ്ട് വീട്ടിലെ പറമ്പിൽ ഉണ്ടായിരുന്ന വലിയൊരു ആത്തമരത്തിന്റെ ചുവട്ടിൽ ആർക്കും വേണ്ടാതെ പഴുത്തു വീണു കിടന്നിരുന്ന ഓല പ്പടക്കത്തിന്റെ ഇടയിൽ കെട്ടണ ഗുണ്ട് പോലെ ഉള്ള ഈ മുതൽ ഒരെണ്ണം സംഘടിപ്പിക്കാനായി പിൽക്കാലത്തു ഞാൻ ഓടിയ ഓട്ടം ചില്ലറയല്ല.

ജീവിതത്തിലേക്ക് കൈപിടിച്ച് കൂടെ വന്ന നല്ലപാതി കല്യാണം കഴിഞ്ഞു കുറച്ചു മാസങ്ങൾക്കു ശേഷം ചോറ് തിളയ്ക്കുമ്പോളും മുറ്റമടിക്കുമ്പോഴും ഒരു മനം പിരട്ടൽ കാണിച്ചു തുടങ്ങിയപ്പോൾ അമ്മച്ചി എനിക്ക് ഒരു പുഞ്ചിരികൊണ്ട് മെസ്സേജ് തന്നു. തറവാട്ടി ലേക്ക് പുതിയൊരു അതിഥിയെ വരവേൽക്കാൻ എല്ലാവരും ഒരുങ്ങി.

സന്തോഷത്താൽ മതിമറന്ന ഞാൻ കൂട്ടുകാരെയെല്ലാം വിളിച്ചു കൊണ്ടോയി ചെലവ് ചെയ്തു. അന്ന് ചെലവ് കിട്ടാത്തവർ ഉണ്ടേൽ പറയണം ട്ടാ.

കാര്യമറിഞ്ഞ് എത്തിയ പെങ്ങന്മാർ എന്നോട് അന്വേഷിച്ചു.

“നീ അവളോട് ചോദിച്ചോ?”

“എന്ത്” ഞാൻ തിരിച്ചു ചോദിച്ചു.

“ടാ മണ്ടാ, പോയി ചോദിക്കെടാ മാങ്ങ വേണോ, പുളി വേണോ, അതോ മസാലദോശ വേണോ എന്ന്.”

അതുശരി. ഈ പറയണ പെങ്ങന്മാർക്ക് ഈ ഐറ്റംസൊക്കെ മേടിച്ചു കൊണ്ടുകൊടുത്തത് ഞാനായിരുന്നു. അങ്ങനെ വച്ച് നോക്കിയാ അതൊക്കെ അളിയന്മാരുടെ കടമ അല്ലേ? ന്യായമായും മനസ്സിൽ സംശയം ഉയർന്നെങ്കിലും രണ്ട് മാങ്ങയുടെ കാര്യത്തിന് വലിയ വർമ്മം നോക്കേണ്ട എന്നും വച്ച് നേരെ ചെന്ന് അടുക്കള യിൽ നിന്നിരുന്ന പ്രിയതമയോട് ഞാൻ ചോദിച്ചു,

“നിനക്ക് എന്തേലും സ്പെഷ്യൽ ആയി തിന്നാൻ തോന്നു ന്നുണ്ടോ? I mean മാങ്ങ, മസാലദോശ അങ്ങനെ എന്തേലും?”

കുറച്ചു നേരം എന്റെ മുഖത്തു നോക്കി നിന്ന ശേഷം ഭാര്യ പറഞ്ഞു,

"എനിക്ക് ആത്തച്ചക്ക തിന്നണം."

ഞാൻ ഒന്ന് ഞെട്ടി. ഞെട്ടൽ പുറത്തു കാണിക്കാതെ ഞാൻ ചോദിച്ചു,

"ആത്തച്ചക്കയോ?"

"അതേ ആത്തച്ചക്ക. എനിക്കതു ഇപ്പൊ വേണം."

"അങ്ങനെ പറയരുത്..." എന്ന് ദിലീപ് സ്റ്റൈലിൽ പറഞ്ഞിട്ട് പറമ്പിൽ ചെന്ന് ആത്തമരത്തിൽ നോക്കിയപ്പോഴാണ് എട്ടിന്റെ പണി നൈസ് ആയി കിട്ടിയത് ഞാൻ മനസ്സിലാക്കിയത്.

അത് ആത്തച്ചക്ക സീസൺ ആയിരുന്നില്ല. ആത്തമരം നിറയെ ഇലയും പൂവും ആയി നിൽക്കുന്നു. ഒരൊറ്റ ഗുണ്ട് ഇല്ല.

കാര്യം ഞാൻ വീട്ടിൽ അവതരിപ്പിച്ചു. കേട്ടവർ ഒക്കെ ചിരിച്ചു.

"നല്ല ചാൻസ് ആയിരുന്നില്ലേ മോളേ. നീയത് കളഞ്ഞു കുളിച്ചല്ലോ. വേറെ നല്ല കോസ്റ്റ്ലി ഐറ്റംസ് പറയാരുന്നില്ലേ? ഈ പിശുക്കന്റെ കയ്യീന്ന് ഇങ്ങനെ ഒക്കെ മുതലാക്കാൻ പറ്റുള്ളൂ." പെങ്ങന്മാർ കളിയാക്കി.

ഞാനൊരു ധാരാളി ആണെന്നും ഓട്ടക്കൈ ആയതിനാൽ പൈസയൊന്നും ശരിക്കു സമ്പാദിക്കാൻ സാധിച്ചിട്ടില്ലെന്നും അടിച്ചു വിട്ടു ഭാര്യയുടെ മുൻപിൽ ഒരു ഇമേജ് ക്രിയേറ്റ് ചെയ്തു വന്ന എന്നെ വിശ്വാസം വരാത്ത പോലെ ഭാര്യ നോക്കി. എന്നിട്ടു പരിഭ്രമത്തോടെ ചോദിച്ചു,

"നിങ്ങൾ പിശുക്കനാണോ?"

ഏയ്... അതൊക്കെ അവർ തമാശ പറയണതല്ലേ. നീ വിശ്വസിക്കണ്ടാട്ടാ. നിനക്കിപ്പോ എന്താ വേണ്ടേ? ആത്തച്ചക്ക അല്ലേ. വൈകീട്ട് സാധനം എത്തിയിരിക്കും എന്നും പറഞ്ഞു പെങ്ങന്മാരെ നോക്കി ശരിയാക്കിത്തരാം ട്ടാ എന്നും പറഞ്ഞു ഞാൻ ഇറങ്ങി.

ഏതു വെല്ലുവിളികളെയും പുഞ്ചിരിയോടെ നേരിടാനുള്ള നിന്റെ കഴിവ് ആണ് നിന്നെ ഞാൻ ഇഷ്ടപ്പെടാനുള്ള കാരണം എന്ന് പേരെഴുതാതെ എന്റെ കോളേജിലെ ഓട്ടോഗ്രാഫിൽ ഒരു കുട്ടി എഴുതിയിരുന്നു. ആ തിരുവെഴുത്ത് അന്ന് പൂർത്തിയായി.

ഒരു പുഞ്ചിരിയോടെ ആത്തച്ചക്ക അന്വേഷിച്ചു സ്പ്ലെൻഡറിൽ ഇറങ്ങിത്തിരിച്ച ഞാൻ ദിവസം മുഴുവൻ മരത്താക്കര, പടവരാട്, തലോർ, ഒല്ലൂർ എന്നിവിടമൊക്കെ കറങ്ങിയിട്ടും സംഭവം സംഘടിപ്പിക്കാൻ പറ്റാതെ വാടിയ മുഖവുമായി വീട്ടിൽ തിരിച്ചെത്തി. വന്നു

കയറിയപ്പോഴേ കൈയിലേക്ക് ആഗ്രഹത്തോടെ നോക്കിയ പ്രിയതമയെ നോക്കി പരാജിതനെപ്പോലെ തലയും കുമ്പിട്ട് അകത്തേക്ക് നടന്നു.

"സാരമില്ല. നാളെ വാങ്ങി തന്നാ മതി." ഭാര്യ ആശ്വാസവാക്ക് പറഞ്ഞു.

"നിനക്കീ ആത്തച്ചക്ക തന്നെ വേണോ? വരിക്കച്ചക്ക, കടച്ചക്ക... അങ്ങനെ എന്തേലും മതിയോ?" വെറുതെ ഞാൻ ചോദിച്ചു.

"ആത്തച്ചക്ക തന്നെ വേണം."

അത് ഉറക്കെ പറഞ്ഞപ്പോൾ ഭാര്യ ഒരു ഗംഗ ആയി മാറിയോ എന്ന് എനിക്ക് സംശയം തോന്നി.

പിറ്റേന്ന് തൃശ്ശൂർ മാർക്കറ്റിൽനിന്നും സീതപ്പഴം എന്ന് പറയുന്ന ആത്തച്ചക്കയുടെ അതേ ടേസ്റ്റ് ഉള്ള ഐറ്റം മേടിച്ചു കൊണ്ട് കൊടുത്തെങ്കിലും പ്രിയതമ കഴിച്ചില്ല.

അപ്പച്ചൻ അതെടുത്തു കഴിച്ചിട്ട് പറഞ്ഞു, "നീ നാളെ വരുമ്പോ ഇതൊരു രണ്ടു കിലോ കൂടി മേടിച്ചേക്കൂ. നല്ല ടേസ്റ്റ് ഉണ്ടൂട്ടാ."

രണ്ടിന്റെ പണി അവിടേം കിട്ടി.

കോപ്പ്... ഇതെവിടന്ന് സംഘടിപ്പിക്കും? ആലോചനയായി.

പിറ്റേന്ന് പള്ളിപ്പറമ്പിൽ ഫ്രൂട്സിനെക്കുറിച്ചും വെജിറ്റബിൾസിനെക്കുറിച്ചും ആധികാരികമായി സംസാരിക്കാൻ സാധിക്കുന്ന ഒരേയൊരു കൂട്ടുകാരനായ ജോജിയോട് കാര്യം പറഞ്ഞു.

"നീ കുന്നംകുളം പൊക്കോ. സാധനം അവിടെ കിട്ടും." ജോജി പറഞ്ഞു.

അന്ന് വൈകീട്ട് ജോലി കഴിഞ്ഞു നേരെ കുന്നംകുളത്തേക്കു വിട്ടു. അപ്പനേം അമ്മേനേം ഒഴിച്ച് ബാക്കി എന്തും കുന്നംകുളത്തു കിട്ടും എന്നാണല്ലോ. പക്ഷേ നിരാശ ആയിരുന്നു ഫലം. കിട്ടിയില്ല.

പിറ്റേന്ന് പള്ളിപ്പറമ്പിൽ നിന്നും ട്രിപ്പ് പോകാണ്. കുമരകം. ട്രിപ്പിന് മുൻകൈ എടുത്തവരിൽ ഒരാളായ ഞാൻ ആകെ വെട്ടിലായി. എന്ത് പറഞ്ഞു ട്രിപ്പിൽനിന്നും ഒഴിവാകും. ആത്തച്ചക്ക സംഘടിപ്പിച്ചു കൊടുക്കാതെ എങ്ങനെ ട്രിപ്പ് പോകും? ആകെ ചിന്തപ്പാടായി.

ടെമ്പോ ട്രാവലർ വീടിനു മുന്നിൽ വന്നു നിന്നു. ഫുൾ ടീം ഉണ്ട്.

"ഞാനില്ലെടാ. പെണ്ണിന് സുഖമില്ല." ഞാൻ കണ്ണും പൂട്ടി പറഞ്ഞു.

കുറച്ചു ബീപ്പ് ബീപ്പ് സൗണ്ട് ട്രാവലറിൽ നിന്നും വന്നു. കേട്ടാൽ പള്ളിപ്പറമ്പിലെ പിള്ളേരാണ് എന്ന് ആരും പറയില്ല. അത്രയ്ക്കും മനോഹരമായ നിഘണ്ടുവിലില്ലാത്ത വാക്കുകൾ.

മരത്താക്കര ആദ്യമായല്ല ഒരുത്തൻ പെണ്ണ് കെട്ടുന്നത് എന്നും പറഞ്ഞു ദേഷ്യത്തോടെ കൊമ്പു കോർക്കാൻ നിന്ന കൂട്ടുകാർക്കു ട്രിപ്പ് പോകുമ്പോൾ കൊണ്ടുപോകാൻ അമ്മച്ചി ഉണ്ടാക്കിവച്ച കട് ലറ്റ് ഒരു ഹോട് കേസിൽ ആക്കി കൊടുത്ത് തൊഴുകൈയ്യോടെ ഞാൻ പറഞ്ഞു, "ക്ഷമിക്കൂ മച്ചാന്മാരേ, ഒരു രക്ഷയുമില്ലാതാണ്."

വണ്ടി സ്റ്റാർട്ട് ആയി നീങ്ങുന്ന നേരത്തു ഞാൻ പറഞ്ഞു, "അവിടെ കുമരകത്ത് ആത്തച്ചക്ക കിട്ടാണേൽ കുറച്ചു മേടിച്ചോളോട്ടാ."

കൂട്ടുകാർ എന്നെ തുറിച്ചു നോക്കി. പോടാ ○●○●●○●○●○○● !! എന്നും പറഞ്ഞു അവര് പോയി.

പിറ്റേന്ന് വർക്ക് സൈറ്റിൽ തലയ്ക്കു കൈയും കൊടുത്തിരിക്കണെ എന്നെ നോക്കി കൂലി മേടിക്കാൻ വന്ന പണിക്കാരൻ റപ്പായേട്ടൻ ചോദിച്ചു, "എന്ത് പറ്റി സാറേ? ഇങ്ങനെ മൂഡ് ഔട്ട് ആയി ഇതിനു മുൻപ് കണ്ടിട്ടില്ലല്ലോ."

"എന്റെ റപ്പായേട്ടാ, ഒന്നും പറയണ്ട. ഭാര്യ ഗർഭിണിയാണ്. ആത്തച്ചക്ക തിന്നണമെന്നു പറയുന്നു. ഞാനീ തൃശ്ശൂർ മുഴുവൻ തിരഞ്ഞു. സാധനം കിട്ടാനില്ല. ഈയൊരു നിസ്സാര കാര്യം സാധിച്ചു കൊടുത്തില്ലേൽ നമ്മൾ ആണുങ്ങൾ ആണെന്നും പറഞ്ഞു നടന്നിട്ടെന്തു കാര്യം?"

ചെറിയൊരു പുഞ്ചിരിയോടെ റപ്പായേട്ടൻ പറഞ്ഞു. "സാറിന് എത്ര ആത്തച്ചക്ക വേണം, എന്റെ പറമ്പിലുണ്ട്."

ഞാൻ തലയുയർത്തി വിശ്വാസം വരാത്ത പോലെ നോക്കി.

"അതേ സാറേ. എന്റെ വീട്ടിൽ ഉണ്ട്. നാളെ ഞാൻ കൊണ്ടു വരാം."

റപ്പായിച്ചേട്ടന്റെ തലയ്ക്കു ചുറ്റും ഒരു പ്രകാശവലയം അപ്പോൾ ഉണ്ടായിരുന്നതായി എനിക്ക് തോന്നി. മരത്താക്കര പള്ളിക്കു മുന്നിലെ കപ്പേളയിലെ അന്തോണീസ് പുണ്യാളന്റെ ഒരു ഛായയും. എന്റെ പുണ്യാളാ, എന്നിട്ടാണോ എന്നെയിങ്ങനെ ഈ ജില്ല മുഴുവൻ നീ ഒരാഴ്ചയായി കറക്കിയത് എന്നും മനസ്സിൽ പറഞ്ഞ് സ്പ്ലെൻഡർ എടുത്തു സ്റ്റാർട്ടാക്കി റപ്പായേട്ടനോട് പറഞ്ഞു, "വാ, പിന്നിൽ കയറൂ. നാളേക്കൊന്നും കാത്തു നിൽക്കാൻ പറ്റില്ല."

കല്ലൂരിലുള്ള ആളുടെ വീട്ടിലേക്കു വച്ചടിച്ചു. പോകുന്ന വഴിയിലെല്ലാം മനസ്സിൽ കൊതിയോടെ ആത്തച്ചക്ക കഴിക്കണ പ്രിയതമയുടെ രൂപം മാത്രമായിരുന്നു.

കല്ലൂർ എത്തി. കുറേ വളവുകൾ കഴിഞ്ഞ് ഒരു കയറ്റം കയറി ചെറിയൊരു കുന്നിനു മുകളിലായി നിന്നിരുന്ന ഓടിട്ട വീടിന്റെ മുന്നിൽ ബൈക്ക് നിന്നു.

വീടിനു സൈഡിലായി വലിയൊരു ആത്തമരത്തിൽ ഇരിഞ്ഞാലക്കുട പള്ളി വെടിക്കെട്ടിന് കെട്ടിയിടുന്ന ചരട് ഗുണ്ട് പോലെ നിറച്ചും മൂത്തു തുടുത്ത ആത്തച്ചക്കകൾ. സന്തോഷവും ആശ്വാസവും ഒക്കെ കൂടി ഒന്നിച്ചു വന്നു. തോട്ടിയെടുത്തു നിമിഷനേരംകൊണ്ട് റപ്പായേട്ടൻ ചക്കകൾ വലിച്ചിട്ടു. ഒരു പ്ലാസ്റ്റിക് സഞ്ചി നിറച്ചും ആത്തച്ചക്കയുമായി വന്ന റപ്പായേട്ടന് 100 രൂപ എടുത്തു നീട്ടി.

ചിരിച്ചുകൊണ്ട് അത് മേടിക്കാൻ കൂട്ടാക്കാതെ റപ്പായേട്ടൻ പറഞ്ഞു, "സാറിതു ഭാര്യയ്ക്ക് കൊണ്ട് പോയി കൊടുക്കൂ. ഇതൊക്കെ ഒരു സന്തോഷം അല്ലേ. പൈസ തന്ന് അതില്ലാതാക്കരുത് സാറേ."

ഒന്നുകൂടി പ്രകാശ വലയം റപ്പായിച്ചേട്ടന്റെ തലയ്ക്കു ചുറ്റും കറങ്ങുന്നതായി എനിക്ക് തോന്നി.

മനസ്സിൽ ആൾക്ക് ഒരു ആയിരം നന്ദി പറഞ്ഞ് അഭിമാനത്തോടെ വീട്ടിൽ തിരിച്ചെത്തി.

സഞ്ചിയുമെടുത്തു നേരെ പര്യേപ്പുറത്തേക്കു ചെന്ന് ഒരു മുറം എടുത്തു കൊണ്ടുവന്ന് ചുവന്നു തുടുത്ത ആത്തച്ചക്കകൾ ചെരിഞ്ഞിട്ടു. ഒരു മുറം നിറയെ ആത്തച്ചക്കകൾ കണ്ടു പെണ്ണിന്റെ മുഖം സന്തോഷത്താൽ വിടർന്നു. അടുത്ത് വന്ന് ഒരെണ്ണം എടുത്തു മണത്തു നോക്കി. പിന്നെ തെങ്ങിൻചോട്ടിലേക്ക് ഒരോട്ടം ആയിരുന്നു. കൈയിലിരുന്ന ചക്ക തെങ്ങിൻചോട്ടിലേക്കു വലിച്ചെറിഞ്ഞു ആള് ഛർദ്ദിയോട് ഛർദ്ദി.

പിന്നാലെ ചെന്ന് പുറം ഉഴിഞ്ഞു കൊടുത്തിരുന്ന എന്നെ നോക്കി കിതച്ചുകൊണ്ട് പെണ്ണ് പറഞ്ഞു, “എനിക്ക് ഈ കുന്തം വേണ്ട. നിങ്ങൾ ഒരു കരിക്ക് ഇട്ടു തരോ? എനിക്ക് കരിക്കു മതി.”

പുറം ഉഴിഞ്ഞിരുന്ന കൈ ഒന്ന് തരിച്ചെങ്കിലും അരമനയിൽ കല്യാണത്തിന് മുൻപ് അറ്റൻഡ് ചെയ്ത പ്രീക്കാനാ ക്ലാസ്സിൽ കേട്ട ദാമ്പത്യവിജയത്തിന്റെ ടിപ്സ് പെട്ടെന്ന് മനസ്സിൽ ഓടിയെത്തിയതിനാൽ പതുക്കെ ഒരു തോട്ടിയെടുത്തു പല്ലും കടിച്ചു പുഞ്ചിരിച്ചുകൊണ്ട് കരിക്കു വലിച്ചിടാൻ പറമ്പിലേക്ക് നടന്നു.

അങ്ങനെ കരിക്കും ഗ്ലൂക്കോസും കഴിച്ചു ഒമ്പതു മാസം കഴിഞ്ഞപ്പോൾ ഒരു മുയലുംകുഞ്ഞുപോലെ അവൻ ഭൂമിയിൽ പിറന്നു. എന്റെ സീമന്തപുത്രൻ!

ഇന്നും വെക്കേഷന് നാട്ടിൽ ചെല്ലുമ്പോൾ യാത്രകളിൽ വഴിയരികിൽ കരിക്കു വിൽക്കണ കടകൾ കണ്ടാൽ മോൻ എന്നെ ഞോണ്ടി പറയും, “അപ്പാ, എനിക്കൊരു കരിക്കു മേടിച്ചു തരോ?”

ഞാൻ മറുപടിയായി പറയും, “എത്ര കരിക്കു വേണേൽ മേടിച്ചു തരാം. പക്ഷേ ആത്തച്ചക്ക വേണം എന്ന് പറയരുത് ട്ടാ പൊന്നുമോനേ...”

ഇതുകേട്ട് പ്രിയതമ കുലുങ്ങിച്ചിരിക്കും. ■

റോക്കറ്റ്

ഞങ്ങൾ മരത്താക്കരക്കാർക്കു വെടിക്കെട്ടുകൾ ഒരു വികാരം ആണ്.

110KV ഇലക്ട്രിക് ലൈൻ മരത്താക്കര പള്ളിപ്പറമ്പിലൂടെ പോകുന്നതുകൊണ്ട് വലിയ വെടിക്കെട്ടുകൾ പള്ളിപ്പറമ്പിൽ നടന്നിരുന്നില്ല. ആ വിഷമം ഞങ്ങൾ തീർത്തിരുന്നത് തിരുന്നാൾ പ്രദക്ഷിണത്തിനുശേഷം മരത്താക്കര കുട്ടിപ്പാലം മുതൽ ജംഗ്ഷൻ വരെ വടക്കേ അങ്ങാടിയിലും കുഞ്ഞനംപാറ മുതൽ നെല്ലിച്ചോട് കപ്പേള വരെ തെക്കേ അങ്ങാടിയിലും റോഡ് സൈഡിൽ മാലപ്പടക്കവും ഗുണ്ടും കെട്ടി പൊട്ടിച്ചുകൊണ്ടായിരുന്നു.

നാട്ടിൽ എവിടൊക്കെ വെടിക്കെട്ട് നടന്നാലും ഞങ്ങൾ മരത്താക്കരക്കാരെ അവിടെ കാണാം. അതിപ്പോ തൃശ്ശൂർ പൂരം വെടിക്കെട്ട് ആണേലും ഉത്രാളിക്കാവ് വെടിക്കെട്ട് ആണേലും പാവറട്ടി പെരുന്നാളിന്റെ വെടിക്കെട്ടായാലും ഒല്ലൂർ മാലാഖയുടെ പെരുന്നാളിന് മരംതട്ടു യൂണിയൻകാർ ഒല്ലൂൻ ജംഗ്ഷനിൽ കടലാസുപടക്കം പൊട്ടിക്കണോടത്ത് ആയാലും, മുൻനിരയിൽ ഞങ്ങൾ ഉണ്ടാവും.

പെരുന്നാളും പൂരവും ഇല്ലാത്ത സീസണിൽ പരിപ്പിൽ ചക്കക്കുരു ഇട്ടു വച്ചിട്ടാണേലും വെടിക്കെട്ടിന്റെ ടച്ച് ഞങ്ങൾ നിലനിർത്തിപോന്നിരുന്നു.

കുട്ടിക്കാലത്ത് പുലർച്ചെ തൃശ്ശൂർപൂരം വെടിക്കെട്ടിന്റെ അവസാന കൂട്ടപ്പൊരിച്ചിലിൽ വീടിന്റെ ജനൽപ്പാളികൾ കിടന്നു വിറയ്ക്കുമായിരുന്നു. അടുക്കളയിലെ സ്റ്റീൽപാത്രങ്ങളും കൂട്ടിയിടിച്ചു ശബ്ദം ഉണ്ടാക്കിയിരുന്നു. അന്നേ മനസ്സിലെ അടങ്ങാത്ത ആഗ്രഹമായിരുന്നു ആ വെടിക്കെട്ട് കാണണം എന്നുള്ളത്.

കുട്ടികളായ ഞങ്ങൾക്ക് തൃശ്ശൂർപൂരം നിഷിദ്ധം ആയിരുന്നു.

പിന്നീട് കോളേജിൽ പഠിക്കുന്ന സമയത്ത് തൃശ്ശൂർ റൗണ്ടിൽ പൊറ്റെക്കാട്ട് ബിൽഡിങ്ങിന്റെ മുകളിൽ പേപ്പർ വിരിച്ചു കിടന്നുറങ്ങി പുലർച്ചെ ആദ്യത്തെ അമിട്ട് പൊട്ടിയപ്പോ ഞെട്ടിയെണീറ്റു

കണ്ണും തിരുമ്പി ഇരുന്നു കണ്ട ആദ്യത്തെ തൃശ്ശൂർപൂരം വെടിക്കെട്ടനുഭവം മറക്കാൻ പറ്റാത്തതാണ്. പിന്നീട് എല്ലാ കൊല്ലവും ഞാൻ തൃശ്ശൂർപൂരം അറ്റൻഡ് ചെയ്തു. പതിമ്മൂന്ന് വർഷം മുൻപ് കുറ്റിയും പറിച്ചു ഈ മണലാരണ്യത്തിലേക്കു വരുന്നതുവരേയും അത് തുടർന്നു.

മുപ്പത്തിയഞ്ച് വർഷം മുൻപ് ഞങ്ങളുടെ പുതിയ വീടിന്റെ കുറ്റൂശയ്ക്ക് കുറെ ചാക്കിൽ മാലപ്പടക്കവും ഗുണ്ടുകളും കുറെ മുളം കുറ്റികളും ആയി കുറച്ചു വെടിക്കെട്ടുകാരെയും കൂട്ടി അപ്പച്ചൻ ഒരു ടെമ്പോയിൽ വന്നിറങ്ങി. വീടിന്റെ സൈഡിൽ മുളംകുറ്റികൾ കുഴിച്ചിട്ട് മുകളിൽ മാലയും ഗുണ്ടും കെട്ടി മുകളിൽ പോയി പൊട്ടുന്ന അമിട്ടുകൾ ആയി ചെറിയൊരു വെടിക്കെട്ട് തന്നെ ആള് അന്ന് നടത്തി.

അപ്പച്ചന്റെ ആ വെടിക്കെട്ട് കമ്പം പാരമ്പര്യമായി എനിക്കും കുറച്ച് കിട്ടിയിരുന്നു. ജില്ലയിലെ ഒട്ടുമിക്ക പള്ളിതിരുന്നാളുകളും പൂരങ്ങളും ഞാൻ അറ്റൻഡ് ചെയ്തു. വെടിക്കെട്ട് കാണാൻ വേണ്ടി മാത്രം നെന്മാറ-വല്ലങ്ങി വേല കാണാൻ പാലക്കാട് വരെ പോയി.

ഉത്രാളിക്കാവ് രുധിര മഹാകാളിയുടെ പൂരത്തിനു കുമരനെല്ലൂർ, എങ്കക്കാട്, വടക്കാഞ്ചേരി ദേശങ്ങളുടെ വെടിക്കെട്ടിനും കുറ്റിയങ്കാവ് പൂരത്തിന്റെ മത്സര വെടിക്കെട്ടിനും ചിറ്റാട്ടുകര പള്ളിതിരുന്നാൾ വെടിക്കെട്ടിനുമൊക്കെ മുന്നിൽ തന്നെ നിന്ന് വെടിക്കെട്ട് ആസ്വദിച്ചിരുന്ന ഞാൻ അന്ന് കാലത്തു കടലാസുപടക്കം കൈയിൽ പിടിച്ചു പൊട്ടിച്ചും മേശപ്പൂവ് കൈയിൽ പിടിച്ചു കത്തിച്ചും അഭ്യാസങ്ങൾ കാട്ടിയിരുന്നു.

ഗുണ്ട്, കമ്പിത്തിരി കൊണ്ട് കത്തിച്ചു കമ്പിത്തിരി ദൂരെ എറിഞ്ഞു ഗുണ്ടും കൈയിൽ പിടിച്ചു നിന്ന്, കൈയിലിരുന്ന ഗുണ്ട് പൊട്ടി കൈപ്പത്തി പുഴു വന്ന കയ്പക്കായ പോലെ ആയ ഓട്ടുകമ്പനിയിലെ മാത്തേട്ടന്റെ കഥ അപ്പച്ചൻ ഇടയ്ക്കിടെ പറയാറുള്ളതു കൊണ്ട് ഗുണ്ട് ഞാൻ കൈകൊണ്ടു തൊടാറില്ല.

പതിനാറു കൊല്ലം മുൻപ് വല്യപ്പന്റെ വീട്ടിലെ അമ്പുപെരുന്നാളോടുകൂടി ഞാൻ വെടിക്കെട്ട് അഭ്യാസം നിർത്തി.

ചൈനീസ് അമിട്ടുകൾ നാട്ടിൽ പ്രചാരത്തിൽ വന്ന സമയമായിരുന്നു അത്. ഒറ്റ ബോക്സിൽനിന്നും അമ്പതും നൂറും അമിട്ടുകൾ തുടർച്ചയായി മുകളിൽ പോയി പൊട്ടിവിരിയണ ഐറ്റം തൃശ്ശൂരിൽ അന്ന് പ്രചാരത്തിൽ വരുന്നതേയുണ്ടായിരുന്നുള്ളൂ.

രാത്രി അമ്പു വന്നു കയറിയ സമയത്ത് അമ്പത് അമിട്ടിന്റെ ബോക്സ് എടുത്തുകൊണ്ടുവന്ന് വല്യപ്പന്റെ താഴെയുള്ള മകൻ

സെബി ബോക്സിന് പുറത്ത് കൊടുത്തിരുന്ന ചൈനീസ് ഭാഷയിലുള്ള ഇൻസ്ട്രക്ഷൻസ് വായിച്ചു മനസ്സിലാക്കി രണ്ട് വെട്ടുകല്ല് എടുത്തു വച്ച് ബോക്സ് അതിനുള്ളിൽ ഫിറ്റ് ചെയ്ത് അമിട്ടിനു തീ കൊടുത്തു.

മുകളിൽ പോയി തുരു തുരാ വിരിയുന്ന അമിട്ടുകൾ കണ്ട് എല്ലാരും വാ പൊളിച്ചു നിന്നു. ബാൻഡ് സെറ്റുകാർ കൊട്ട് നിർത്തി മാനത്തേക്ക് നോക്കി നിൽപ്പായി. കുടയും പെട്രോമാക്സും പിടിച്ച് ഉറക്കം തൂങ്ങി നിന്ന തമിഴന്മാർ 'യമ്മാ' എന്നും പറഞ്ഞു മുകളിൽ നോക്കി കോട്ടുവാ ഇട്ടു.

പത്തിരുപതു അമിട്ട് മുകളിൽ പോയി പൊട്ടിക്കാണും. പെട്ടെന്ന് വെട്ടുകല്ല് ചെരിഞ്ഞു വീണു കൂടെ ബോക്സും അമിട്ടുകൾ മിസൈൽ പോലെ തൊഴുത്തിലും വാഴക്കൂട്ടത്തിലും അടുക്കളയിലും വീണു പൊട്ടിച്ചിതറി. എല്ലാവരും ഓടി മാറാൻ തുടങ്ങി. സംഭവം എനിക്കു ഭയങ്കര തമാശയായി തോന്നി. ഓരോ അമിട്ടു ഡെലിവർ ആകുമ്പോഴും ബോക്സ് തിരിയും ഇന്നിടത്തേക്കു ഒന്നുമില്ല ബോക്സിനു ഇഷ്ടമുള്ളിടത്തേക്ക്. കുറേ പേര് ചിരിക്കുന്നു. കുറേ പേര് ഓളിയിടുന്നു, ഓടുന്നു. അമിട്ട് തുരുതുരാ പൊട്ടിക്കൊണ്ടിരിക്കുന്നു. കാണാൻ നല്ല രസം.

ചിരിച്ചോണ്ട് നിന്ന എന്റെ നേർക്ക് ബോക്സ് തിരിയുന്നതു ഞാൻ കണ്ടു. ഞാനേ കണ്ടുള്ളൂ. പിന്നേ ഒരു മിന്നായം ആയിരുന്നു മിസൈൽ ഒരെണ്ണം എന്റെ ചിരിക്കുന്ന മുഖത്തു വന്നടിച്ചു പൊട്ടിച്ചിതറി. ഇത്രയും അടുത്ത് അമിട്ട് പൊട്ടി വിരിയുന്നത് ചിരിച്ചോണ്ട് നിന്ന് കണ്ട ആദ്യ മരത്താക്കരക്കാരൻ ഞാനായി. മുഖം പൊത്തിയ ഞാൻ കൈയെടുത്തു നോക്കി. കൈയിൽ ചോര. മുഖം മരവിച്ചിരുന്നു.

ചൈനീസ് അമിട്ട് മുഖത്തടിച്ചു വിരിഞ്ഞു ചൈനക്കാരുടെ പോലെ മുഖവുമായി പെണ്ണ് കിട്ടാതെ തൃശ്ശൂരിൽ അലഞ്ഞു തിരിഞ്ഞു നടക്കുന്ന എന്റെ രൂപം മനസ്സിൽ വന്നു.

നിന്റെ മൂക്ക് കണ്ടാൽ മേശപ്പൂ പോലെ ആണെന്നും പറഞ്ഞു കളിയാക്കിയിരുന്ന എന്റെ വീട്ടുകാരുടെ മുഖത്തു ഇനി ഞാനെങ്ങനെ നോക്കും എന്റെ കർത്താവേ എന്നും ആലോചിച്ച് മുഖം പൊത്തി ഞാൻ നിലത്തിരുന്നു.

വല്യപ്പന്റെ മൂത്ത മകൻ ഡേവീസേട്ടന്റെ കാറിൽ എടുത്തിട്ട് ഒല്ലൂർ ഹോളിഫാമിലി ഹോസ്പിറ്റലിൽ എന്നെ കൊണ്ടോയി. അവിടത്തെ ഡോക്ടർ മുഖം പൊത്തിയിരുന്ന എന്റെ കൈകൾ മാറ്റി ഒരു കണ്ണാടി മുൻപിൽ പിടിച്ചു. ആകെ ഒരു രൂപ വട്ടത്തിൽ ചോര കിനിഞ്ഞ കവിൾ കാണിച്ചു തന്നു എന്നെ സമാധാനിപ്പിച്ചു.

"ഒന്നും പറ്റിയിട്ടില്ലെടോ. പേടിക്കണ്ട. ഒരു ടിടി എടുത്തു പൊയ്ക്കോ" എന്ന് പറഞ്ഞ ഡോക്ടർ ഒരു ദൈവമാണെന്ന് അപ്പോൾ തോന്നി.

മനസ്സിൽ ഞാൻ ചൈനക്കാർക്ക് നന്ദി പറഞ്ഞു. ഒരു ചെറിയ ഗുളികയിൽ നിന്നാണ് ഈ മാതിരി അമിട്ട് മാനത്തു പൊട്ടിവിരിയ ണത് എന്ന് ഞാൻ അന്ന് മനസ്സിലാക്കി.

തൊട്ടപ്പുറത്തു കൊരട്ടിപള്ളിയിലേക്ക് പൂവൻകുല നേർന്ന് പ്രാർത്ഥിച്ച് നിന്ന ഡേവീസേട്ടന് എന്റെ മുഖത്തെ മുറിവ് നോക്കിയ ശേഷം പാളയംകോടൻകുല നേർന്നാ മതിയായിരുന്നു എന്ന ഭാവ ത്തിൽ നിന്നു.

ഈ സംഭവത്തിനു ശേഷം വെടിക്കെട്ട് അഭ്യാസങ്ങൾ ഞാൻ മതിയാക്കി.

കവിളിൽ പുതിയ ഒരു നുണക്കുഴിയുമായി ഗ്ലാമർ വർദ്ധിച്ച എന്റെ വിവാഹം തൊട്ടടുത്ത വർഷം കഴിഞ്ഞു. പെണ്ണ്വീട്ടിലെ പുതുമോടി പെരുന്നാൾ. പെണ്ണിന്റെ ബന്ധുക്കൾ എല്ലാരും ഉണ്ട്. ഇരിഞ്ഞാല ക്കുട പുല്ലൂർ പള്ളിക്കു മുന്നിൽ തന്നെയുള്ള വീടായതിനാൽ പ്രദ ക്ഷിണത്തിനു തരക്കേടില്ലാത്ത ഒരു വെടിക്കെട്ട് അമ്മാനപ്പനും അളിയന്മാരും കൂടി അറേഞ്ച് ചെയ്തിരുന്നു.

പ്രദക്ഷിണം വീടിന്റെ മുന്നിലെത്തി. ബന്ധുക്കളെല്ലാം വീടിനു മുന്നിൽ നിരന്നു. വെടിക്കെട്ട് തുടങ്ങി. എല്ലാവരുടെയും കണ്ണുകൾ പുതിയ മണവാളൻ ചെക്കനിലാണെന്നു ഞാൻ കണ്ടു. വീടിനു മുന്നിൽ കഴുത്തിൽ മാലപ്പടക്കം ചുറ്റി പൊട്ടിക്കണ മൂത്ത അളി യനും അമിട്ട് ബോക്സ് ഇഷ്ടികക്കിടയിൽ വച്ച് പൊട്ടിക്കണ രണ്ടാ മത്തെ അളിയനും ഗുണ്ട് എറിഞ്ഞു പൊട്ടിക്കണ എട്ടാം ക്ലാസ്സിൽ പഠിക്കണ മൂന്നാമത്തെ അളിയനും ഗംഭീര ഷോ നടത്തിക്കൊണ്ടി രിക്കുന്നു.

അമിട്ടനുഭവം ഓർമ്മയിലുള്ളതുകൊണ്ട് വലിയ അഭ്യാസം ഒന്നും കാണിക്കാതെ വെറുതെ കൈയും കെട്ടി പെണ്ണിന്റെ അടുത്ത് നിക്കണ എന്നെ പുച്ഛഭാവത്തിൽ നോക്കണ പെണ്ണിന്റെ ചില അമ്മായിമാരെ കണ്ടപ്പോ ഞാൻ ഒരു മണകുണാഞ്ചൻ ആണെന്ന് അവർ തെറ്റിദ്ധ രിച്ചതായി എനിക്ക് വെറുതെ തോന്നി.

വരാനുള്ളത് വഴിയിൽ തങ്ങില്ലെന്നാണല്ലോ.

ഞാൻ ചുറ്റുപാടും നോക്കി. മതിലിന്മേൽ തലേന്ന് എട്ടാം ക്ലാസ് അളിയൻ ബിയർ കുപ്പിയിൽ വച്ച് മുകളിലേക്ക് വിട്ടിരുന്ന റോക്കറ്റ് രണ്ടെണ്ണം ഇരിക്കുന്നു. കുപ്പിയും അടുത്തുതന്നെ ഇരുപ്പുണ്ട്. ഒരു റോക്കറ്റ് ഷോ നടത്തിയേക്കാം. നമ്മളു മരത്താക്കരക്കാരും

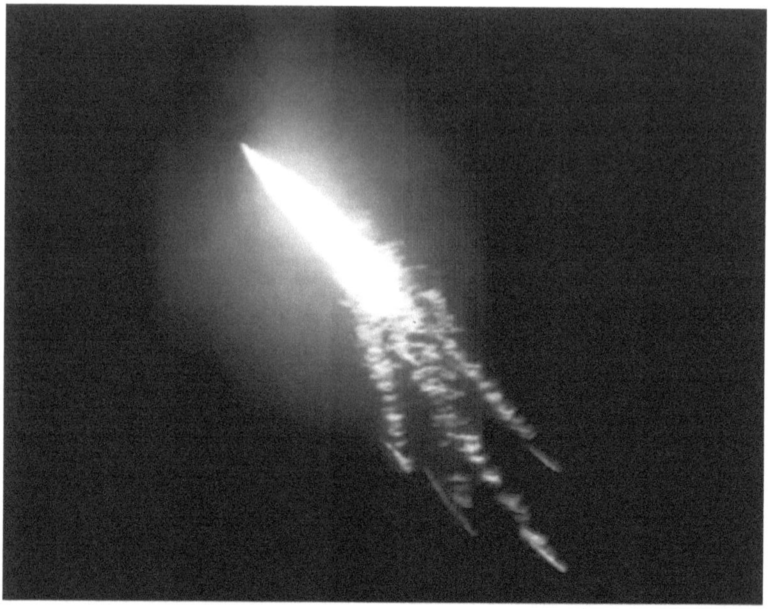

മോശമല്ലെന്ന് കാണിക്കണമല്ലോ. മുണ്ട് മാടികുത്തി ബിയർകുപ്പി യെടുത്തു മതിലിൽ വച്ച് അതിലൊരു റോക്കറ്റും കുത്തി നിർത്തി തൊട്ടടുത്ത് സിഗരറ്റും വലിച്ചു നിന്ന വല്യപ്പന്റെ കൈയിൽ നിന്നും തീപ്പെട്ടി മേടിച്ചു റോക്കറ്റിന് തീ കൊടുത്തു.

തലേന്ന് മഞ്ഞുകൊണ്ട് നീരുവീഴ്ച വന്ന റോക്കറ്റ് ആടിയാടി ടെലിഫോൺ പോസ്റ്റ് ഉയരം ചെന്നു. പിന്നെ തുമ്പ റോക്കറ്റ് വിക്ഷേ പണ കേന്ദ്രത്തിൽനിന്നും പണ്ട് വിടാറുള്ള റോക്കറ്റുപോലെ ലക്ഷ്യ മില്ലാതെ ഒരു പ്രത്യേക സൗണ്ട് ഉണ്ടാക്കിക്കൊണ്ട് പ്രദക്ഷിണ ത്തിന്റെ പിൻനിരയിൽ സ്ത്രീകളുടെ ഇടയിലേക്ക് ചെന്ന് പതിച്ചു.

ബന്ധുക്കളുടെ കൂട്ടത്തിൽ ബുദ്ധിയുണ്ടായിരുന്ന ചില അമ്മായി മാർ അപ്പോതന്നെ ഭർത്താക്കന്മാരേയും വിളിച്ച് അകത്തേക്ക് അച്ച പ്പവും കുഴലപ്പവും തിന്നാൻ പോയി.

കത്തിയ സാരിയും തട്ടിക്കുടഞ്ഞ് വീടിനുനേരെ വരണ ഒരു ചേച്ചിയെയും കൂടെയുള്ള ചില ചേട്ടന്മാരെയും കണ്ടപ്പോൾ പണി പാളിയെന്ന് എനിക്ക് മനസ്സിലായി.

ഏത് പ്രശ്നവും സമചിത്തതയോടെ ഈസി ആയി സോൾവ് ചെയ്യുന്ന ശീലം കൂട്ടുകാരൻ ജോഫിയിൽ നിന്നും ഞാൻ പഠിച്ചിരുന്നു (ആ കഥ പിന്നെ പറയാം) 350 രൂപയുടെ കത്തിയ സാരിക്ക് 1000 രൂപ കൊടുത്തു കാര്യം ഈസീ ആയി ഞാൻ സെറ്റിൽ ചെയ്തു.

തിരിച്ചു അകത്തേക്ക് നടക്കുമ്പോൾ പെണ്ണ് പതുക്കെ ചെവിയിൽ പറഞ്ഞു, "അറിയണ പണിക്കു പോയാ പോരേ? ഇപ്പോ ചമ്മിയില്ലേ?"

കോപ്പ്. എന്റെ സകല മൂഡും പോയി. പൈസയും പോയി മാനവും പോയി. പുതുമോടി പെരുന്നാളും കുളമായി.

തലയ്ക്കു പ്രാന്തായി അകത്തേക്ക് ചെന്ന എന്നെ നോക്കി വീടിനകത്ത് വെപ്പുപല്ലും വച്ച് കുഴലപ്പം കടിച്ചിരിക്കണ ഒരമ്മായി ഒരു ഡാഷ് ചിരിചിരിച്ചു ചോദിച്ചു "എന്താ മോനേ, പുറത്തൊരു ബഹളം കേട്ടത്?"

വായില് വന്ന അസ്സൽ മരത്താക്കര കൊളോക്ക്യൽ ലാംഗ്വേജ് കടിച്ചിറക്കി ഞാൻ പെണ്ണിനോട് പറഞ്ഞു, "ആ കുഴലപ്പം തിന്നണ അമ്മായിക്ക് കുറച്ചു ഉണ്ണ്യപ്പം കൂടി വച്ച് കൊടുക്കെടീ, ഇരുന്നു തിന്നട്ടെ."

ഇന്നും ഈ റോക്കറ്റ് എന്ന കുന്ത്രാണ്ടം പടക്കക്കടയിൽ ഇരിക്കണ കാണുന്നതുതന്നെ എനിക്ക് അലർജിയാണ്. അത് കണ്ടുപിടിച്ചവന്റെ തലയിൽ നാടൻ അമിട്ട് വീണു പൊട്ടട്ടെ.

■

ചിറകടിച്ചുയർന്ന കിനാവുകൾ

സ്വപ്നം കാണാത്തവരായി നമ്മളിൽ ആരും ഉണ്ടാവില്ല.

കുടുംബപ്രാർത്ഥനയ്ക്കു ശേഷം ബൈബിൾ എടുത്തു പഴയ നിയമം വായിച്ചോണ്ടിരുന്ന ഭാര്യ, സ്വപ്നത്തിന്റെ പുറകെ പോകുന്നവർ മൂഢന്മാരും വിവരമില്ലാത്തവരും ആണെന്ന് വായിച്ചപ്പോൾ മക്കൾ എന്നെ സൂക്ഷിച്ചു നോക്കി. മുൻപും പഴയ നിയമം വായിക്കുമ്പോൾ തിരിച്ചറിവായ മക്കൾ, ചിലപ്പോഴൊക്കെ എന്നെ അങ്ങനെ സൂക്ഷിച്ചു നോക്കാറുണ്ടായിരുന്നു.

മനസ്സിൽ വച്ച് ആരാധിക്കുന്ന റോക്കറ്റ് മാൻ, അബ്ദുൽ കലാമിന്റെ 'അഗ്നിച്ചിറകുകൾ' വായിച്ചു നമ്മൾ സ്വപ്നം കാണാൻ പഠിക്കണമെന്നും ആ സ്വപ്നത്തിന്റെ പുറകെ സഞ്ചരിച്ച് ഉന്നതങ്ങളിൽ എത്തണമെന്നും മക്കളെ ഉപദേശിച്ചിരുന്ന ഞാൻ ആകെ ചിന്താക്കുഴപ്പത്തിലായി.

നമ്മൾ എപ്പോഴും പുതിയ നിയമങ്ങൾ അനുസരിച്ചാണ് ജീവിക്കേണ്ടതെന്നും പഴയ കാലത്ത് ഉണ്ടായിരുന്ന തെറ്റായ നിയമങ്ങളും മാമൂലുകളും ചിന്താഗതികളും നമ്മളെ മനസ്സിലാക്കിത്തരാനാണ് ബൈബിളിൽ അങ്ങനെ എഴുതിവച്ചിരിക്കുന്നതെന്നും മക്കളെ പറഞ്ഞു മനസ്സിലാക്കി തൽക്കാലം ഞാൻ തടിയൂരി.

ഇനിയങ്ങോട്ട് പുതിയ നിയമം മാത്രം വായിച്ചാൽ പോരേ, പിള്ളേരെ വെറുതെ കൺഫ്യൂഷൻ ആണോ എന്ന എന്റെ അഭിപ്രായം സത്യക്രിസ്താനിയായ ഇരിങ്ങാലക്കുടക്കാരി ഭാര്യ ചെവി കൊണ്ടില്ല.

1900-ാം ആണ്ടിൽ സിഗ്മണ്ട് ഫ്രോയ്ഡ് പറഞ്ഞു വച്ചിരുന്നത് ഒരാളുടെ ഉള്ളിൽ ഉറങ്ങിക്കിടക്കുന്ന അടങ്ങാത്ത ആഗ്രഹങ്ങളോ ആകുലതകളോ അതിൽ മിക്കവാറും കുട്ടിക്കാലത്തെ മനസ്സിൽ അടക്കിവെച്ചവയോ അനുഭവിച്ചതോ ആയ കാര്യങ്ങൾ ഉറക്കത്തിന്റെ വിവിധ ഘട്ടങ്ങളിൽ പ്രകടമാക്കുന്നതിനെ ആണ് നമ്മൾ സ്വപ്നം എന്ന് വിളിക്കേണ്ടത് എന്നാണ്.

സ്വപ്നങ്ങളിൽ തന്നെ പല വകഭേദങ്ങൾ ഉണ്ട് എന്നും ആള് പറഞ്ഞു വച്ചു. പേടിപ്പെടുത്തുന്ന സ്വപ്നങ്ങൾ, മാജിക്കലായിട്ടുള്ള സ്വപ്നങ്ങൾ, സാഹസികമായിട്ടുള്ളവ, ക്രിയേറ്റീവായിട്ടുള്ളവ, പിന്നെ ഉത്തരം കിട്ടാത്ത ചില സമസ്യകൾക്കു ഉത്തരം കിട്ടുന്ന സ്വപ്നങ്ങൾ, വൈകാരികമായ സ്വപ്നങ്ങൾ അങ്ങനെ നീണ്ടു പോകുന്നു ആ ലിസ്റ്റ്.

'അമ്പട വീരാ സണ്ണിക്കുട്ടാ...' തിലകൻ എന്റെ തോളത്തു തട്ടണ പോലെ.

പറഞ്ഞു വരുന്നത്, എനിക്ക് ഉത്തരം കിട്ടാത്ത ഒരു സമസ്യയെ ക്കുറിച്ചാണ്. ഒരേ തരത്തിലുള്ള സ്വപ്നം തുടർച്ചയായി കാണുന്ന പ്രതിഭാസം എന്തുകൊണ്ടാണ്? വീട്ടുകാരോടും അറിയാവുന്ന കൂട്ടു കാരോടും ഞാൻ ചോദിച്ചു. അവരിൽ മിക്കവർക്കും അങ്ങനെ അനു ഭവം ഉണ്ടായിരുന്നു. ചിലർക്ക് ആന കുത്താൻ വരണത്, ചിലർക്ക് പാമ്പു കടിക്കാൻ വരുന്നത്, ചിലർക്ക് കിണറ്റിൽ വീഴുന്നത്... അങ്ങനെ തുടർച്ചയായി കാണുന്ന സ്വപ്നങ്ങൾ. പക്ഷേ എന്റെ ചോദ്യത്തിന് തൃപ്തികരമായ ഒരു ഉത്തരം പറഞ്ഞു തരാൻ ആർക്കും പറ്റിയില്ല.

കുട്ടിക്കാലം മുതലേ ഉറങ്ങാൻ കിടന്നു കണ്ണടച്ചാൽ, ഞാൻ സ്ഥിരമായി ഒരു സ്വപ്നം കാണുമായിരുന്നു. ഓടുന്നു. ഒരു പച്ച പുൽപ്പരപ്പിലൂടെ. പിന്നെ ഓട്ടത്തിന്റെ വേഗത കൂടുന്നു. വേഗത്തിൽ ഓടി ഓടി വലതുകാൽ നിലത്ത് അമർത്തി ചവിട്ടി ഒറ്റ പൊങ്ങ ലാണ്. പിന്നെ രണ്ടു കൈയും അന്തരീക്ഷത്തിൽ അടിച്ചടിച്ചു മേലോട്ട് ഉയരും. ഉയർന്നുയർന്നു പഞ്ഞിപോലുള്ള മേഘങ്ങൾ ക്കിടയിൽ പെല്ലും. ഐസ് പോലെ തണുത്ത ആ മേഘങ്ങൾക്കിട യിലൂടെ പറക്കുമ്പോൾ തണുത്തു വിറയ്ക്കും. എങ്ങനേലും മേഘ ങ്ങൾ കഴിഞ്ഞു കിട്ടാനായി കണ്ണുകൾ കൂട്ടിയടച്ച് കൈകൾ ശരീര ത്തിൽ ചേർത്ത് വച്ച് വേഗത്തിൽ പറക്കും. മേഘം കഴിഞ്ഞാൽ മുഖത്തു നല്ല ചൂടുള്ള ഇളംവെയിൽ അടിക്കും. മുഖത്ത് അടിഞ്ഞ മഞ്ഞിൻകണങ്ങൾ വെയിലേറ്റ് ഉരുകിയൊലിക്കും. കണ്ണ് തുറന്നു ഞാൻ അടിയിലോട്ടു നോക്കും. അടിയിൽ ഒരു പൊട്ടുപോലെ എന്റെ വീട് കാണാം. തോട്ടത്തിൽ റോസാച്ചെടി നോക്കി നിൽക്കുന്ന അമ്മച്ചിയെ കാണാം. കൂർത്തു നിൽക്കുന്ന മരത്താക്കര കപ്പേള യ്ക്ക് മുന്നിലെ കൊടിമരവും ഓട്ടുകമ്പനിയുടെ ചിമ്മിനികളും കാണാം. പള്ളിഗ്രൗണ്ടിൽ കളിക്കണ കൂട്ടുകാരെ കാണാം.

പതുക്കെ പതുക്കെ എന്റെ കൈകളുടെ നിയന്ത്രണം നഷ്ടമായി തുടങ്ങും. പിന്നെ ഞാൻ ഒരു അപ്പൂപ്പൻതാടിപോലെ ഭാരമില്ലാ താവും. കാറ്റിന്റെ ഗതിയിൽ ഇങ്ങനെ അന്തരീക്ഷത്തിൽ പറന്നു

നടക്കും. താഴേ ഭൂമി ഒരു അമ്പിളിമാമനെപ്പോലെ കണ്ടു തുടങ്ങും. പെട്ടെന്ന് പറക്കാനുള്ള എന്റെ കഴിവ് നഷ്ടപ്പെടും.

പിന്നെ അടിയിലോട്ടു പതിക്കായി. ഒരു റോക്കറ്റ് പൊട്ടിത്തകർന്നു നിലത്തേക്ക് വീഴുന്നപോലെ. സർവ്വശക്തിയുമെടുത്തു കൈകൾ ഇട്ടടിക്കാൻ നോക്കും കയ്യിനു ബലം നഷ്ടപ്പെട്ടിരിക്കും. അടിയിൽ ഭൂമി വലുതായി വലുതായി കണ്ടു തുടങ്ങും. കീഴോട്ട് പതിച്ചിരുന്ന എനിക്ക് ഭൂമി എത്താറാവുമ്പോൾ പെട്ടെന്ന് പറക്കാനുള്ള ശക്തി തിരിച്ചു കിട്ടും. പക്ഷേ ശ്വാസം കിട്ടിയിരുന്നില്ല. സംസാരശേഷിയും നഷ്ടപ്പെട്ടിരുന്നു.

എത്രയും പെട്ടെന്ന് ഭൂമിയിൽ എത്തി ശ്വാസം വലിക്കാൻ ഞാൻ വെപ്രാളപ്പെടും. അടിയിലോട്ടു വീട് ലക്ഷ്യമാക്കി പറക്കും. എന്നിട്ട് ആരും കാണാതെ വീടിനു പിന്നിൽ പാടത്തോ പറമ്പിലോ ലാൻഡ് ചെയ്യും. നിലത്തു കിടന്നു കൈകാലിട്ടടിച്ചു ശ്വാസവും കുറച്ചു കഴിഞ്ഞു സംസാരശേഷിയും വീണ്ടെടുക്കും.

ഈ സമയത്തു മിക്കവാറും എന്നെ അമ്മച്ചി തട്ടി വിളിച്ചിരുന്നു. എന്നിട്ടു വിയർത്തു കുളിച്ചിരിക്കണ എന്റെ നെറുകയിൽ തലോടി പറയും, “കുരിശു വരക്കാതെ കിടന്നിട്ടാ ഇങ്ങനെ പേടിസ്വപ്നം കാണണേ.”

സത്യത്തിൽ എന്റെ സ്വപ്നത്തിന്റെ പകുതി ഞാൻ ശരിക്കും എൻജോയ് ചെയ്തിരുന്നു. പക്ഷേ ബാക്കി പകുതി ഇച്ചിരെ വിഷമം ആയിരുന്നു.

തുടർച്ചയായി ഈ സ്വപ്നം കണ്ടുകൊണ്ടിരുന്ന എനിക്ക് സ്വപ്നം കഴിഞ്ഞ് എണീറ്റാൽ ഭയങ്കര ക്ഷീണം ആയിരുന്നു. വാർക്കപ്പണി കഴിഞ്ഞു വന്ന പണിക്കാരന്റെ ഒരു അവസ്ഥ.

കിടക്കാൻ നേരം ഇന്ന് വലിയൊരു ക്രിക്കറ്റ് താരമായി ഒരോ വറിൽ ആറ് പന്തും സിക്സ് അടിക്കണ സ്വപ്നം കാണണേ എന്നു പ്രാർത്ഥിച്ചു കിടന്നാലും പള്ളീലെ അച്ചനായി ഇടവകക്കാരോട് പ്രസംഗിക്കണ സ്വപ്നം കാണണേ എന്ന് പ്രാർത്ഥിച്ചു കിടന്നാലും ഇന്ന് ജിലേബി വയറു നിറച്ചു തിന്നണ സ്വപ്നം കാണണേ എന്ന് വിചാരിച്ചു കിടന്നാലും കണ്ടിരുന്നത് ഈ ഓട്ടവും പറക്കലും നില ത്തോട്ടു വീഴലും തന്നെ ആയിരുന്നു. ലാൻഡിംഗ് പ്ലേസസ് മാറി മാറി വന്നു എന്നു മാത്രം.

കാലം കടന്നു പോയി. കാലത്തിനോടൊപ്പം സഞ്ചരിച്ചു ഞാനും വളർന്നു വലുതായി. ഇതിനിടയിൽ എന്നോ ഒരിക്കൽ എന്റെ സ്വപ്നം എന്നെ വിട്ട് ചിറകടിച്ചു പറന്നു പോയി. ഞാൻ സ്വപ്നം കാണാ തായി. ഉറങ്ങാൻ കിടന്നാൽ ഗാഢനിദ്ര. നേരം വെളുക്കുന്നു. എണീക്കുന്നു. ജോലിക്കു പോകുന്നു. തിരിച്ചു വരുന്നു. ജീവിതം യാന്ത്രികമായി.

പിന്നീട് ഒരിക്കൽ ഒരു ദേശാടനപ്പക്ഷിയെപോലെ എന്റെ സ്വപ്നം തിരിച്ചെത്തി.

വിവാഹം കഴിഞ്ഞ് ഒരു വർഷം ആയിക്കാണും. ഭാര്യ ഉണ്ടാ ക്കിയ വരാൽകറിയും കൂട്ടി കുത്തരിച്ചോറ് രണ്ട് കിണ്ണം അകത്താക്കി ഹാളിലെ സോഫയിൽ നിവർന്നു കിടന്നു. ഉച്ചമയക്കത്തിലേക്കു വഴുതിവീണ ഞാൻ ഓടാൻ തുടങ്ങി. പിന്നേ കാലു കുത്തി പൊങ്ങി പറന്നു. മേഘങ്ങൾക്കിടയിൽ ചെന്നു. അപ്പൂപ്പൻ താടി ആയി. പിന്നെ താഴേക്കു പതിക്കാൻ തുടങ്ങി. ഭൂമി എത്താറായപ്പോൾ ശക്തി തിരിച്ചു കിട്ടി. പക്ഷേ ശ്വാസം കിട്ടുന്നില്ല. സംസാരശേഷി നഷ്ട പ്പെട്ടു. അടിയിലോട്ടു നോക്കി. പ്രാവിൻകൂട് ഷാപ്പിനു മുന്നിലെ പരന്നു കിടക്കുന്ന മാപ്രാണം കായൽ. കായലിൽ മീൻ പിടിക്കുന്ന വള്ളക്കാർ വലയെറിയുന്നു. റോഡുസൈഡിൽ മീനിനായി കാത്തു നിൽക്കുന്ന ജനക്കൂട്ടം. കായലിനരികിലുള്ള മരങ്ങളിലും ഇഷ്ടിക ച്ചൂളകളുടെ മുകളിലും ഒക്കെ തിങ്ങി നിറഞ്ഞ് ആളുകൾ. ഓരോ വള്ളം വരുമ്പോഴും മീനിനായി അലമുറ കൂട്ടുന്ന ജനങ്ങൾ.

ശ്വാസം കിട്ടാതെ വിഷമിച്ച ഞാൻ ആരും കാണാതെ ഒരു ഇഷ്ടിക കളത്തിൽ ലാൻഡ് ചെയ്തു. നിലത്തു കിടന്നു കൈകാലി ട്ടടിച്ചു ശ്വാസം തിരിച്ചു കിട്ടി. മീൻ പിടിക്കുന്ന വള്ളങ്ങളെ ലക്ഷ്യ മാക്കി ഓടി. തിക്കിത്തിരക്കുന്ന ആളുകളെ വകഞ്ഞു മാറ്റി അപ്പോൾ

കരയ്ക്കെത്തിയ വള്ളത്തിന്റെ അടുത്ത് ചെന്നു. വള്ളത്തിൽ പിടയ്ക്കുന്ന ഒരു നാടൻ വാള. ഒരു ആറ് കിലോ തൂക്കം വരും.

"വാള എനിക്ക് വേണം. വേറൊരാൾക്കും കൊടുത്തു പോയേക്കരുത്." ഞാൻ അലറി വിളിച്ചു. പക്ഷേ എന്റെ ശബ്ദം പുറത്തു വരുന്നില്ല. ആഞ്ഞു വിളിച്ചു നോക്കി. രക്ഷയില്ല. കർത്താവേ, എണ്ണം പറഞ്ഞ ജീവനുള്ള വാള കൈവിട്ടുപോകുമല്ലോ എന്നോർത്ത് ഉറക്കെ ഉറക്കെ അലറി വിളിച്ചു. "എന്റെ വാള... എന്റെ വാള..."

സോഫയിൽ കിടന്നു കൈകാലിട്ടടിച്ചിരുന്ന എന്നെ തട്ടി വിളിച്ച് അൽപ്പം പരിഭ്രമത്തോടെ ഭാര്യ ചോദിച്ചു, "നിങ്ങൾക്ക് വല്ലോരും കായലുമീനിൽ കൈവിഷം തന്നിട്ടുണ്ടോ മനുഷ്യാ?"

അപ്പുറത്ത് എന്റെ കായലുമീൻ ഭ്രമത്തിനു കാരണക്കാരനായ ആൾ ടെലിവിഷനിൽ ന്യൂസ് കണ്ട് മുന്നിലിരുന്ന കിണ്ണത്തിൽ നിന്നും വരാല് വറുത്തത് കൊറിച്ചുകൊണ്ട് ഇരിപ്പുണ്ടായിരുന്നു. ■

ശ്യാമ സുന്ദര പുഷ്പമേ

തൂവെള്ള ഷർട്ടും പാന്റും ഇട്ടു ഇച്ചിരെ ചുക്കുവെള്ളം കുടിച്ചു കണ്ഠം ശുദ്ധിവരുത്തി ശ്രവണസുന്ദരമായ ഗാനം ആലപിച്ചു മുന്നിലിരിക്കുന്ന ശ്രോതാക്കളെ ഒരു സ്വപ്നലോകത്തെന്ന പോലെ ഇരുത്താനുള്ള ആഗ്രഹം എനിക്ക് ഇന്നും ഇന്നലെയും തുടങ്ങിയതല്ല. നാലാം ക്ലാസ്സിൽ പഠിക്കുമ്പോൾ സെന്റ് ജോസ് സ്കൂളിലെ ആനി വേഴ്സറിക്കു 'കൊടിയ വേനൽകാലം, കുളങ്ങൾ വറ്റിയ കാലം' എന്ന പാട്ടും പാടി പകുതിക്കെ വെച്ച് വരി മറന്നു തൊണ്ടയിലെ വെള്ളം വറ്റി വെള്ളിമൂങ്ങയെ പോലെ നിന്നപ്പോഴെങ്കിലും ആരേലും പറഞ്ഞു തന്നാ മതിയായിരുന്നു, 'ഇതൊക്കെ ജന്മസിദ്ധമായി കിട്ടേണ്ട കഴിവാണ് മോനേ... നിനക്ക് പറഞ്ഞിട്ടുള്ളതല്ലെന്ന്."

രണ്ടെണ്ണം അകത്തു ചെന്ന് മൂഡ് ആയാൽ അപ്പച്ചൻ റേഡിയോയിലെ ശാസ്ത്രീയ സംഗീതത്തിന് ഒപ്പം ഇമേജിനറി വയലിൻ കൊണ്ട് കച്ചേരി നടത്തുന്നത് ഒഴിച്ചാൽ, ഞങ്ങടെ കുടുംബത്തിൽ പാടാൻ കഴിവുള്ള ഒരാളും ഇല്ലാതെ പോയത് എന്റെ കുറ്റമല്ലല്ലോ. കുടുംബപ്രാർത്ഥനയ്ക്കു ശേഷം ക്ലൈമാക്സിൽ എല്ലാരും കൂടി പാടണ പാട്ടു കേട്ട് ദൈവമേ റപ്പായേട്ടന്റെ വീട്ടിൽ എന്താ ഒരു ബഹളം എന്നും പറഞ്ഞ് നോക്കാനായി മഠത്തിൽ നിന്നും മദർ ആളെ പറഞ്ഞു വിട്ട ചരിത്രം വരെ ഉണ്ട്. അത്രയ്ക്കും ശ്രുതിമധുരമായിരുന്നു ഞങ്ങടെ വീട്ടിലെ ഗാനമേള.

സൗണ്ടിനു ഒരു കുറവും ഇല്ലാരുന്നൂട്ടാ. എന്നാൽ പാട്ടിന്റെ സംഗതി കൂളന്റെ പീടികേന്നു ക്രിസ്തുമസിന് മേടിക്കണ കൊലപ്പടക്കം പോലെയാണ്. ഓരോരുത്തരും ഓരോ വഴിക്ക്. പിന്നെ ടെമ്പോ, വല്യപ്പന്റെ മോൻ ജോൺസേട്ടന് ഉണ്ടായിരുന്നോണ്ട് അധിന്റെ കുറവുണ്ടായിരുന്നില്ല.

അങ്ങനെ വലിയ ഗായകനാകാനുള്ള ആഗ്രഹം മനസ്സിൽ കൊണ്ട് നടക്കണ കാലത്താണ് പുള്ളൂക്കാരന്റെ ആന്റേട്ടൻ പറഞ്ഞു

ഉമ്പായി എന്ന ഒരു ഗായകനെ പരിചയപ്പെടുന്നത്. ആന്റേട്ടൻ അങ്ങേരുടെ വലിയ ആരാധകൻ ആയിരുന്നു. ഇളംതുരുത്തി യൂണിയനിൽ പണിയുള്ള ആള് കിട്ടണ പൈസയിൽ നിന്നും അയല മേടിക്കാതെ ചാള മേടിച്ചു അഡ്ജസ്റ്റ് ചെയ്തു സ്വരുക്കൂട്ടിയ പൈസ കൊടുത്തു വാങ്ങിയ ഉമ്പായി സിഡികൾ എനിക്ക് തന്നു. അതുകേട്ട് കേട്ട് ഞാനും ഉമ്പായിയുടെ ഒരു ചെറിയ ആരാധകനായി മാറി. തൃശ്ശൂർ പേൾ റീജൻസിയിൽ പോയി ആളുടെ ഗസൽസന്ധ്യ കണ്ട് ആളെ കെട്ടിപ്പിടിച്ചു ഉമ്മ വെക്കണതിൽവരെ ആ ആരാധന ചെന്ന് നിന്നു.

കാലം കുറേ കഴിഞ്ഞു. രണ്ടാമത്തെ അളിയന്റെ കല്യാണം റിസപ്ഷൻ നടക്കുന്നു. പാട്ടും ഡാൻസും എല്ലാരും തകർത്താടുകയാണ്. അപ്പോഴാണ് ആരോ എന്നോട് പറഞ്ഞത് 'അളിയൻ ഒരു പാട്ടു പാടൂ' എന്ന്. ആ ഒരു ദുർബല നിമിഷത്തിൽ എന്റെയുള്ളിൽ ചങ്ങലയ്ക്കിട്ടു കിടത്തിയ ആ ഗായകൻ പെരുച്ചാഴിയെ കണ്ട കൊറിയന്റെ വീട്ടിലെ ഡോബർമാനെപോലെ ചാടിയെഴുന്നേറ്റു. മൈക്ക് എടുത്ത് ഏറ്റവും ഇഷ്ടപ്പെട്ട ഉമ്പായിയുടെ വേർഷൻ 'ശ്യാമ സുന്ദര പുഷ്പമേ' അങ്ങട് ലയിച്ചു പാടി. അതു വരെ എനർജി പാക്കഡ്

ആയി തുള്ളിക്കളിച്ചുനിന്നിരുന്ന എല്ലാരും നിശ്ശബ്ദമായി. അന്ത രീക്ഷം ശോകമൂകമായി.

"ആരാടാ ഇങ്ങേര്? മൂഡ് കളയാനായിട്ടു ഓരോ പാട്ടും ആയി വന്നിരിക്കാ" എന്ന ഡിജെ ടീമിന്റെ കമന്റ് കേട്ട് മനസ്സിടറി തൊണ്ട വരണ്ട് പാട്ടു പകുതിയിൽ നിർത്തി. അവിടെനിന്നും ഞാൻ മനസ്സില്ലാ മനസ്സോടെ ഇറങ്ങി. കല്യാണച്ചെക്കന്റെ 'അളിയനാടാ ഞാൻ, അളിയൻ' എന്നൊക്കെ പറഞ്ഞു അവരെ മനസ്സിലാക്കാൻ ടൈം കിട്ടിയില്ല.

പെണ്ണുവീടിന്റെ അയൽപക്കത്തുള്ള റപ്പായേട്ടൻ വന്നു തോളിൽ തട്ടി പറഞ്ഞു. "അസ്സലായി മോനേ, അസ്സലായി. മുഴുവൻ പാടാരു ന്നില്ലേ? നല്ല രസായി വരാരുന്നു. എന്തിനാ നിർത്തിയേ?" അങ്ങേരെ ഞാനൊന്ന് സൂക്ഷിച്ചു നോക്കി. ഏയ് അത് പറയുമ്പോ ആള് ചിരി ക്കാരുന്നില്ല. വെറുതെ എനിക്ക് തോന്നിയതാ.

പിള്ളമനസ്സിൽ കള്ളം ഇല്ലെന്നുള്ളതാണ്. അപ്പ ഇനി പാട്ടു പാടാണെൽ ഒരു പരിപാടിക്കും മേലാൽ ഞങ്ങൾ വരില്ലാട്ടാ എന്ന മക്കളുടെ അഭിപ്രായം മുഖവിലയ്ക്കെടുത്ത് 'ഇനി അപ്പ നന്നായി പാടിക്കൊള്ളാം മക്കളേ, ഇന്നൊരു മിസ്സിംഗ് പറ്റിയതല്ലേ' എന്നും പറഞ്ഞു പിള്ളേരെ ആശ്വസിപ്പിച്ചു നിൽക്കുമ്പോൾ ഭാര്യ അടുത്ത് വന്നു ചെവിയിൽ പറഞ്ഞു. "അല്പമെങ്കിലും സെൻസ് വേണം മനുഷ്യാ. ഈ കല്യാണവീട്ടിലാണോ മരണവീട്ടിൽ പാടേണ്ട പാട്ടു പാടണേ? നിങ്ങടൊരു ഉമ്പായി. ഞാനാ സിഡി മുഴുവൻ തീയിട്ടു കത്തിക്കും അല്ല പിന്നേ."

ഉമ്പായിയോട് മനസ്സിൽ ക്ഷമാപണം നടത്തി 'ഗാനഭൂഷണം കുറ്റിക്കാട്ടു ജോഷി' അന്നത്തോടെ പാട്ടു കച്ചേരി അങ്ങട് നിർ ത്തി. കുടുംബസമാധാനമാണ് നമുക്ക് ഏറ്റവും വലുത്. ■

സായിപ്പ്

ദുബായിലെ മലയാളികൾ തിങ്ങിപ്പാർക്കുന്ന കരാമ എന്ന സ്ഥല ത്തിനടുത്തു റീജൻസി ബിൽഡിങ്ങിലെ ഫ്ളാറ്റ് നമ്പർ 314ലാണ് പത്തു വർഷം മുൻപുള്ള എന്റെ സംഭവബഹുലമായ ബാച്ചിലർ ജീവിതം തുടങ്ങുന്നത് മതസൗഹാർദത്തിന്റെയും കേരളത്തിന്റെ തെക്കു മുതൽ വടക്കുവരെയുള്ള സംസ്കാരങ്ങളുടെയും ഒരു സമന്വയം ആയിരുന്നു റീജൻസി 314.

ചൂര മീൻ മേടിച്ചു അതിൽ മുരിങ്ങക്കായ ഇട്ടു വെക്കണ തിരോ ന്തരക്കാരൻ, നാളികേരം ചിരകിയത് മുട്ടയിൽ ചേർത്ത് ഓംലറ്റ് ഉണ്ടാക്കണ ആലപ്പുഴക്കാരൻ, അയല പൊരിച്ചതും നെയ്മീൻ കറിയും കൂട്ടി ഓണസദ്യ ഉണ്ടാക്കണ കണ്ണൂരുകാരൻ, ഇവരൊക്കെ ഉണ്ടാക്കണതും കഴിച്ച്, കുറ്റം പറഞ്ഞിരിക്കണ കടലക്കറി മാത്രം ഉണ്ടാക്കണ ഒരു തൃശ്ശൂരുകാരൻ എന്നിവർക്കൊപ്പം താമസിക്കാ നായി ഒരു ബാഗ് നിറച്ചു തുണിയും ഒരു ബൈബിൾ, കൊന്ത എന്നിവയും തൃശ്ശൂർ ശക്തൻ സ്റ്റാൻഡിൽ ഐജി ഓഫീസിന്റെ പിന്നിൽനിന്നും മേടിച്ച ഒരു മീൻചട്ടിയുമായി മരത്താക്കര നസ്രാണി ജോഷി വലതുകാൽ വച്ച് അങ്ങോട്ട് കയറി. പിന്നങ്ങോട്ട് രണ്ടു കൊല്ലം സംഭവബഹുലം.

ഹിന്ദു+മുസ്ലീം+ക്രിസ്ത്യൻ ഒന്നിച്ച് ഒരു ഫ്ളാറ്റിൽ ഒരേ മനസ്സ് ഒരൊറ്റ മതം. മനുഷ്യൻ എന്ന മതം.

എല്ലാരും അവരവരുടെ വിശ്വാസങ്ങളുമായി ചങ്കുകൾ ആയി ജീവിച്ചു. കൂട്ടത്തിൽ ഉണ്ടായിരുന്ന മുസ്ലീം മതവിശ്വാസി റഷീദ് ഭായി കണ്ണൂരുകാരൻ ആയിരുന്നു. നിഷ്കളങ്കനായൊരു ടിപ്പിക്കൽ പ്രവാസി കൊല്ലങ്ങളായി ദുബായിൽ ജോലി ചെയ്യുന്നു. സ്വപ്ന മായിരുന്ന വീടിന്റെ പണി നാട്ടിൽ നടക്കുന്നു. ഒരു ചായ പോലും പുറത്തുനിന്നും കഴിക്കാത്ത റഷീദ്ബായി ആറ് നേരവും നിസ്കരിച്ചു ചിട്ടയായി ജീവിതം നയിച്ചിരുന്നൊരു സാധു മനുഷ്യൻ ആയിരുന്നു.

ആളുടെ ആകെയുള്ള ഒരു വീക്നെസ് അയല പൊരിച്ചത് മാത്രമായിരുന്നു.

ചേരയെ തിന്നണ നാട്ടിൽ ചെന്നാൽ നടുക്കഷ്ണം തിന്നണം എന്ന് പറഞ്ഞു പഠിച്ച മരത്താക്കരക്കാരനായ എനിക്ക് എല്ലാവരുമായും അടുക്കാൻ അധികം സമയം വേണ്ടി വന്നില്ല. ആകെയുണ്ടായ ഒരു മാറ്റം ഞാൻ ചെന്നതിൽ പിന്നെ ജീവിതച്ചെലവ് അവിടെ മൊത്തത്തിൽ കൂടി എന്നതുമാത്രമായിരുന്നു. കടു വറുത്തതും ബ്രാല് വറുത്തതും ചോറിൻകിണ്ണത്തിന്റെ സൈഡിൽ കണ്ടു ശീലിച്ച എനിക്ക് എവിടെ ചെന്നാലും ഒരു വറുത്ത ഐറ്റം കിണ്ണത്തിൽ നിർബന്ധം ആയിരുന്നു. അതോണ്ട് റഷീദ് ഭായിക്ക് എന്നേ ഭയങ്കര ഇഷ്ടമായിരുന്നു.

ഒരു ദിവസം ജോലി കഴിഞ്ഞു സൂപ്പർമാർക്കറ്റിൽനിന്നും അന്നത്തേക്കു പൊരിക്കാനുള്ള അയല വരഞ്ഞു മേടിച്ചു കൗണ്ടറിൽ പൈസ കൊടുക്കാൻ നിൽക്കുന്ന നേരത്ത് തൊട്ടുമുന്നിൽ നിന്നിരുന്ന ഒരു സായിപ്പ് എന്നെ സൂക്ഷിച്ചു നോക്കുന്നതു ഞാൻ ശ്രദ്ധിച്ചു. ഒരു പാക്കറ്റ് മൾബറോ സിഗരറ്റ് വാങ്ങി പൈസ കൊടുത്ത ആൾ എന്നെ നോക്കി ചിരിച്ചു. കോട്ടും സൂട്ടും ഇട്ട് ഒരു വി.ഐ.പി പോലെ തോന്നിച്ച സായിപ്പ് വെളിയിലിറങ്ങി എന്നെ കാത്തു നിന്നു. പുറത്തേക്കിറങ്ങിയ എന്റെ അടുത്ത് വന്നു ഷേക്ക് ഹാൻഡ് തന്ന് ആള് പറഞ്ഞു.

“ഹായ് ഐ ആം വില്യം. വാട്സ് യുവർ നെയിം?”

“ജോഷി.” തെല്ലൊരു അതിശയത്തോടെ ഞാൻ പറഞ്ഞു. ഇങ്ങേർക്ക് ആളെയെങ്ങാനും തെറ്റിയതാണോ? എനിക്ക് സംശയമായി.

“ആർ യു ഫ്രം കേരള?”

“യെസ്.” ഞാൻ മറുപടി പറഞ്ഞു.

“WOOOW! കേരള ഐ ലൗ കേരള. വെരി ബ്യൂട്ടിഫുൾ പ്ലേസ്. മലയാളി വെരി നൈസ്. മോഹൻലാൽ. വെരി നൈസ്.” സായിപ്പ് പറഞ്ഞു

എവിടെയോ എന്തോ ഒരു പിശകുപോലെ എനിക്ക് ഫീൽ ചെയ്തു. സായിപ്പിന്റെ അടുത്ത ഡയലോഗിൽ അത് ഉറപ്പായി.

“ജോഷി യു ർ വെരി ഹാൻഡ്സം. യു ലുക്ക് ലൈക് മോഹൻലാൽ.” എന്റെ തോളത്തു കൈ വച്ച് സായ്പ് പറഞ്ഞു.

ദിലീപ് വരെ ഞാൻ സഹിക്കും. പക്ഷേ എന്റെ മുഖത്തുനോക്കി ലാലേട്ടനെ കളിയാക്കിയത് എനിക്കിഷ്ടായില്ല. തോളത്തു നിന്നും

സായിപ്പിന്റെ കൈയെടുത്തു ഞാൻ മാറ്റി. സായിപ്പ് ആളൊരു ഉഡായിപ്പാണ് എന്ന് ഉള്ളിലെ മരത്താക്കരക്കാരൻ എനിക്ക് മെസ്സേജ് തന്നു.

സായിപ്പ് എന്നോട് പറഞ്ഞു, "ജോഷി, ഐ ആം വെരി ഹാപ്പി ടുഡേ. ഐ വാണ്ട് ടു ഗിവ് യു എ ഗിഫ്റ്റ്."

ഇതും പറഞ്ഞു ആള് എന്നേ ആളുടെ ബിഎംഡബ്ല്യു കാറിനടുത്തേക്ക് വിളിച്ച് ഡിക്ക് തുറന്ന് അതിനുള്ളിൽ കൊളുത്തിയിട്ട ഒരു കോട്ട് എടുത്തു തന്നിട്ട് പറഞ്ഞു, യു ടേക്ക് ഇറ്റ് - its my gift"

കടയിൽ നിന്നും ചില്ലാനം മേടിച്ചു പോണ എന്നെ തടഞ്ഞു നിർത്തി ഒരു സമ്മാനം വെറുതെ തരാ. ഇയാൾക്ക് തലയ്ക്കു വട്ടാവും എന്നായിരുന്നു എന്റെ ചിന്ത.

സായിപ്പുതന്നെ എന്നെ കോട്ട് ഇടീച്ചു. സായിപ്പ് പോക്കറ്റടിക്കണുണ്ടോ എന്നായിരുന്നു ഞാൻ നോട്ട് ചെയ്തത്.

മനസ്സില്ലാമനസ്സോടെ കോട്ടും മേടിച്ച്, പേഴ്സ് പോക്കറ്റിൽ തന്നെ ഇല്ലേ എന്ന് ഉറപ്പു വരുത്തി. അപ്പൊ ഓക്കേ ഞാൻ പോകുന്നു എന്നും പറഞ്ഞ് അവിടെ നിന്നും നീങ്ങിയ എന്നെ സായ്പ് തടഞ്ഞു.

"അങ്ങനെ പോയാലോ. ഞാനൊരു ഗിഫ്റ്റ് തന്നാൽ തിരിച്ചു എന്തേലും ജോഷി തരണ്ടേ? അതല്ലേ ഒരു മര്യാദ. ഇത് ARMANI

കമ്പനിയുടെ കോട്ട് ആണ്. ഒറിജിനൽ പ്രൈസ് 1500 ദിർഹം. ജോഷി ഒരു 300 തന്നാ മതി." സായിപ്പ് പറഞ്ഞു. സത്യത്തിൽ എനിക്ക് ദേഷ്യം വന്നു.

ഒരു ഉപ്പുമാവ് മേടിച്ചു കഴിക്കുമ്പോൾ 2 X 12 =24 രൂവ എന്ന് കണക്കു കൂട്ടിയിരുന്ന എന്നോടാണ് 300 ദിർഹം കോട്ടിനു ചോദിക്കണത്. കോട്ടൂരി സായിപ്പിന് കൊടുത്തിട്ട് ഞാൻ പറഞ്ഞു "എനിക്ക് തന്റെ ഒരു ഗിഫ്റ്റും വേണ്ട, കോപ്പും വേണ്ട. ഞാൻ പോകുന്നു."

സായിപ്പ് അടവ് മാറ്റി. "ഞാനൊരു കോൺഫറൻസിന് വന്നതാണ്. എന്റെ വാലറ്റ് കളഞ്ഞു പോയി. ഈ കോട്ട് വിറ്റു കിട്ടുന്ന പൈസ കൊണ്ട് നാട്ടിലേക്ക് വിളിക്കാനാണ്." ആള് പറഞ്ഞു. "പ്ലീസ് എന്തേലും തരൂ." ആള് കെഞ്ചി.

താനിനിയും കളിച്ചാൽ ഞാൻ പൊലീസിനെ വിളിക്കും എന്ന് ഞാൻ ഒരല്പം ഉച്ചത്തിൽ പറഞ്ഞു. ഇതുകേട്ട് YOU F ##$#$#$#$$# മലബാറീസ് എന്നും പറഞ്ഞു സായിപ്പ് പോയി!

തെല്ലൊരതിശയത്തോടെ ഇവന്മാർക്കിടയിലും ഇങ്ങനുള്ള ഊളകൾ ഉണ്ടല്ലേ എന്നും മനസ്സിൽ പറഞ്ഞ് അയല കേടാവാതിരിക്കാൻ സ്പീഡിൽ ഫ്ളാറ്റിലേക്ക് നടന്നു.

മുറിയിൽ ചെന്ന് കുളിച്ചു ഒരു കാപ്പിയിട്ടു. അതും എടുത്ത് ടിവി ഓൺ ചെയ്തു സോഫയിൽ ചാരി ഇരുന്നു.

കുറച്ചു കഴിഞ്ഞപ്പോൾ അപ്പുറത്തെ മുറിയിൽനിന്നും ഒരു കോട്ട് ഇട്ടുകൊണ്ട് റഷീദ് ഭായി എന്റടുത്തു വന്നു.

"എങ്ങനുണ്ട് ജോഷി?" ഒരു സായിപ്പിന്റെന്നു ചുളുവിന് കിട്ടിയതാ. ARMANI കമ്പനിയുടെ കോട്ടാണ് . 2000 ദിർഹം ആണ് ഒറിജിനൽ വില. എനിക്ക് 500നു തന്നു." റഷീദ് ഭായി സന്തോഷത്തോടെ പറഞ്ഞു.

ഒരു സഹതാപത്തോടെ ഞാൻ റഷീദ് ഭായിയെ നോക്കി.

തന്റെ കഷണ്ടി കയറിത്തുടങ്ങിയ തലയിലെ ഉള്ള മുടി ചെരിച്ചു ഈരി വച്ച് തോളും ചരിച്ചു ആള് കണ്ണാടിയിൽ നോക്കുവായിരുന്നു. ഉണ്ടോ? തന്നെ കണ്ടാൽ മോഹൻലാലിന്റെ ഛായ ഉണ്ടോ?

■

പാർസൽ

നാട്ടിൽനിന്നും വരുന്ന കൂട്ടുകാരുടെ കൈയിൽ വീട്ടുകാർ കൊടുത്തയയ്ക്കുന്ന പാർസൽ മേടിക്കാനായി പോകുമ്പോഴുള്ള ഒരു സന്തോഷം പറഞ്ഞറിയിക്കാൻ വയ്യാത്തതാണ്. എത്ര വില കൂടിയ സാധനങ്ങൾ ഇവിടെ ദുബായിൽ മേടിച്ചുപയോഗിച്ചാലും ആ നാടിന്റെ മണമുള്ള അച്ചാറും ചിപ്സും ഒക്കെ കിട്ടുമ്പോഴുള്ള ഒരു സുഖം എല്ലാ പ്രവാസികളും അനുഭവിക്കുന്നതാണ്. ഞാൻ ആ പൊതിക്കായി ലീവ് എടുത്ത് എയർപോർട്ടിൽ പോകാറാണ് പതിവ്. കാത്തിരിക്കാൻ എനിക്ക് ക്ഷമ കുറവായിരുന്നു.

പക്ഷേ കാലം മാറി. ചില സാമദ്രോഹികളുടെ പ്രവർത്തി കാരണം സ്വന്തം ബന്ധുക്കളെയും കൂട്ടുകാരെയുംവരെ വിശ്വസിക്കാൻ പറ്റാത്ത തരത്തിലേക്ക് കാര്യങ്ങൾ മാറി.

മരുന്ന് പൊതിയായും അച്ചാർ പൊതി ആയും ചിപ്സിനുള്ളിൽ വച്ചുംവരെ മയക്കുമരുന്ന് കടത്തുന്ന സംഘങ്ങളുടെ കെണിയിൽ പെട്ട് അനേകം നിരപരാധികൾ ഇവിടെ ദുബായിൽ ജയിലുകളിൽ വലിയ ശിക്ഷ ഏറ്റുവാങ്ങി കിടക്കുന്ന വാർത്തകൾ ദിവസേനയെന്നോണം വന്നുകൊണ്ടിരുന്ന സമയം ആയിരുന്നു അത്.

നാട്ടിൽ വെക്കേഷന് പോയ എന്റെ ഒരു കൂട്ടുകാരന്റെയും കുടുംബത്തിന്റെയും കൈയിൽ അജ്മാനിൽ താമസിച്ചിരുന്ന എന്റെ ചേട്ടന് കൊടുക്കാനായി അപ്പച്ചൻ ഒരു പൊതി തൃശ്ശൂർ അവരുടെ വീട്ടിൽ കൊണ്ട് ചെന്ന് കൊടുത്തു. പൊതി കിട്ടിയ നിമിഷം തൊട്ടു കൂട്ടുകാരനും ഭാര്യയ്ക്കും ടെൻഷൻ ആയി. അതിൽ എന്താന്ന് നിങ്ങൾ എന്തേ ചോദിക്കാതിരുന്നത് മനുഷ്യാ? ഭാര്യ കൂട്ടുകാരനെ കുറ്റപ്പെടുത്താൻ തുടങ്ങി. പൊതി അഴിച്ചുനോക്കാതെ ഞാൻ അത് ബാഗിൽ വക്കില്ല. അവർ ശാഠ്യം ആയി.

“നമ്മുടെ ജോഷിയുടെ അപ്പച്ചൻ തന്ന പൊതിയല്ലേ. അതും അവന്റെ ചേട്ടന് കൊടുക്കാൻ. നീയിങ്ങനെ വെപ്രാളപ്പെടാതെ. അത്

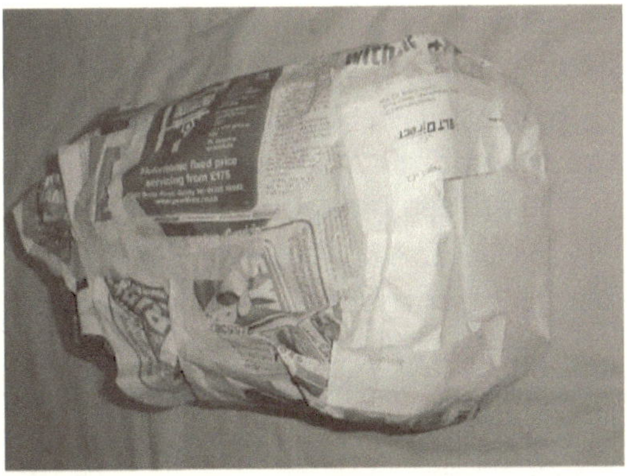

തുറന്നു നോക്കൊന്നും വേണ്ട. നീയത് എന്റെ ബാഗിൽ വച്ചോ." കൂട്ടുകാരൻ പറഞ്ഞു.

മനസ്സില്ലാമനസ്സോടെ പൊതി ഭർത്താവിന്റെ ബാഗിൽ വച്ചെങ്കിലും റാംജി റാവു സിനിമയിലെ പോലെ ഒരു ഗുലുമാൽ... ഗുലുമാൽ... പാട്ട് എവിടെ നിന്നോ കേൾക്കുന്നപോലെ കൂട്ടുകാരന്റെ പ്രിയതമയ്ക്ക് തോന്നി.

യാത്രയിലെങ്ങും ആ പൊതിയെക്കുറിച്ചുള്ള ആധി അവരെ പിന്തുടർന്നു. ബാഗ് വെയിറ്റ് നോക്കി ബോർഡിങ് ടിക്കറ്റ് എടുക്കാൻ നിൽക്കുമ്പോഴും എമിഗ്രേഷനിൽ നിൽക്കുമ്പോഴും ഒക്കെ ടെൻഷൻ. എന്തിനു പറയുന്നു, കൊച്ചി മുതൽ ദുബായ് വരെയുള്ള ആ യാത്രയുടെ ഒരു സുഖം തന്നെ ആ പൊതിക്കെട്ട് ഇല്ലാതാക്കി എന്ന് പറഞ്ഞാൽ മതിയല്ലോ.

ദുബായിൽ വിമാനം ഇറങ്ങി ബാഗേജ് ക്ലിയറൻസിനായി ചെന്നപ്പോഴാണ് അവർ ശ്രദ്ധിക്കുന്നത് ഒരു ബാഗ് പൊലീസ് മാറ്റി വച്ചിരിക്കുന്നു.

"തമ്പുരാനേ, ആ പൊതി അതിലല്ലേ ഇരിക്കണത്." ഭാര്യ കരച്ചിൽ തുടങ്ങി. "അനുഭവിച്ചോ, നിങ്ങടെ ഒരു കൂട്ടുകാരൻ സ്നേഹം. ഞാനപ്പളേ പറഞ്ഞതല്ലേ. നിങ്ങൾ കേട്ടില്ല. അനുഭവിച്ചോ."

ടെൻഷൻ കയറി നെഞ്ചിൻകൂട് ചാലക്കുടി കൈരളി ബാൻഡ് സെറ്റിന്റെ തള്ള ബാൻഡ് അടിക്കണപോലെ അടിച്ചിരുന്നെങ്കിലും സകല ദൈവങ്ങളെയും വിളിച്ചു കൂട്ടുകാരൻ പൊലീസിന്റെ അടുത്ത് ചെന്നു.

"ഓപ്പൺ യുവർ ബാഗ്. റിമൂവ് ഓൾ ഇലക്ട്രോണിക് ഐറ്റംസ്." പൊലീസ് പറഞ്ഞു.

ബാഗ് തുറന്നു കമ്പനി ലാപ്ടോപ്പ്, പവ്വർ ബാങ്ക് എന്നിവ എടുത്തു ടേബിളിൽ വച്ച കൂട്ടുകാരൻ ബാഗിന്റെ മൂലയിൽ ഇരുന്ന പൊതി നോക്കി നെടുവീർപ്പെട്ടു. ദൈവമേ, അതിനെക്കുറിച്ച് പൊലീസ് ഒന്നും ചോദിക്കല്ലേ എന്ന് മനസ്സുരുകി പ്രാർത്ഥിച്ചു.

ലാപ്ടോപ് ഓൺ ചെയ്തു ഫയൽസ് എല്ലാം നോക്കിയ പൊലീസ് പറഞ്ഞു, "ഓക്കേ യു കാൻ ഗോ."

ബാഗുമെടുത്തു തിരിച്ചു എക്സിറ്റ് ഗേറ്റ് ലക്ഷ്യമാക്കി നടക്കുമ്പോൾ നെറ്റിയിലെ വിയർപ്പു തുടച്ചു കൂട്ടുകാരൻ മനസ്സിൽ ഒരു പ്രതിജ്ഞ എടുത്തിരുന്നു.

'ഇനി മേലാൽ ഒരാൾക്കും വേണ്ടി ഒരു ഐറ്റംസും നാട്ടിൽ നിന്നും കൊണ്ടുവരില്ല. ഇത് സത്യം, സത്യം, സത്യം!'

എയർപോർട്ടിൽ നിന്നും തിരിച്ചു ഫ്ളാറ്റിൽ എത്തിയപാടേ കൂട്ടുകാരന്റെ ഭാര്യ ബാഗ് തുറന്ന് ആ പൊതിയെടുത്തു മുറിയുടെ ഒരു മൂലയിൽ കൊണ്ട് വച്ചു. അടുക്കളയിൽ പോയി രണ്ടു മുളകെടുത്തു പൊട്ടിച്ച് അടുപ്പിൽ ഇട്ടു. ആ പൊതി എന്തോ ഒരു ഏടാകൂടം പോലെ അവർക്കു രണ്ടാൾക്കും തോന്നി.

അന്ന് രാത്രി തിരിഞ്ഞും മറിഞ്ഞും കിടന്നിട്ടും രണ്ടാൾക്കും ഉറക്കം കിട്ടിയില്ല. പുലർച്ചെ റൂമിന്റെ മൂലയ്ക്കിരുന്ന ആ പൊതി ഒരു ബോംബ് പോലെ പൊട്ടണ സ്വപ്നം കണ്ടു ഞെട്ടിയുണർന്ന ഭാര്യയുടെ ചവിട്ടുകൊണ്ട് കൂട്ടുകാരൻ കട്ടിലിൽനിന്നും ഉരുണ്ടു പിരണ്ട് വീണു. പിടലി ഉളുക്കി.

രാവിലെതന്നെ പൊതി മേടിക്കാൻ ചേട്ടൻ എത്തി. ചേട്ടന്റെ കൈയിലേക്ക് ആ പൊതിയെടുത്തു കൊടുത്തപ്പോൾ കൂട്ടുകാരനും ഭാര്യയ്ക്കും എന്തെന്നില്ലാത്ത ഒരു ആശ്വാസം തോന്നി. പൊതിയും മേടിച്ചു താങ്ക്സ് പറഞ്ഞു തിരിഞ്ഞു നടന്ന ചേട്ടനോട് വെറുതെ ഒരു ആകാംക്ഷ തോന്നി കൂട്ടുകാരൻ പിടലി ഉഴിഞ്ഞു ചോദിച്ചു.

"അല്ല, ആ പൊതിയിൽ എന്താണ്? ഞങ്ങൾ തുറന്നു നോക്കിയില്ല. അതോണ്ട് വെറുതെ ഒന്നറിയാനാണ്."

ചേട്ടൻ ഒരു പുഞ്ചിരിയോടെ തിരിച്ചു ചെന്ന് അവർക്കു മുന്നിൽ വച്ച് ആ പൊതിയഴിച്ചു.

വെഞ്ചരിച്ച ഒരു കൊന്ത. 20 നാടൻ കോഴിപപ്പ്. രണ്ടു വട്ടേപ്പം. കുറച്ചു വേപ്പില. കുറച്ചു കൂർക്ക. മൂവാണ്ടൻ മാവിന്റെ കണ്ണിമാങ്ങ 25 എണ്ണം.

ഇതൊക്കെ കണ്ടു കണ്ണുംതള്ളി കൂട്ടുകാരനും ഭാര്യയും നിൽക്കുമ്പോൾ ചേട്ടൻ അവരോടു നിഷ്കളങ്കമായി പറഞ്ഞു.

"ഇതീന്ന് പത്തു കണ്ണിമാങ്ങയും ഒരു വട്ടേപ്പവും പത്ത് കോഴിപപ്പും കുറച്ചു കൂർക്കയും നിങ്ങളെടുത്തോട്ടാ."

■

താറാമുട്ട

തുലാമാസത്തിലെ കോരിച്ചിരിയുന്ന മഴ. രാത്രി എട്ടു മണിയായി ക്കാണും. നല്ല മിന്നലും പിന്നാലെ പ്രകമ്പനം കൊള്ളിച്ചുകൊണ്ട് ഇടിയും വെട്ടുന്നുണ്ട്. ഇടിനുടെ ശക്തിയിൽ വീടിന്റെ ജനൽപ്പാളി കൾ ഇളകിയാടുന്നു.

വീടിന്റെ മുന്നിൽ വരാന്തയിൽ ഞങ്ങൾ നാലു മക്കളെയും കെട്ടി പ്പിടിച്ച് അമ്മച്ചിയിരുന്നു. ശക്തിയായ കാറ്റിൽ മഴവെള്ളം വരാന്ത യിലേക്ക് വീശിയടിക്കുന്നുണ്ടായിരുന്നു. അമ്മച്ചി 'നന്മ നിറഞ്ഞ മറിയം' ചൊല്ലിക്കൊണ്ടിരുന്നു. അനുജത്തിമാർ ഏറ്റു ചൊല്ലി.

ഓരോ മിന്നലിലും വരാന്തയുടെ മുന്നിലെ ഗ്രില്ലിന്റെ ഇടയിലൂടെ കുറ്റിക്കാട്ട് ഹൗസ് എന്നെഴുതിയ രണ്ടു പാളി ഇരുമ്പു ഗെയ്റ്റ് അകലെ കാണാമായിരുന്നു. പത്തു കണ്ണുകളും ആ ഗേറ്റിലേക്കായി രുന്നു.

"എന്നും എട്ടു മണിക്ക് കുടുംബ പ്രാർത്ഥനയ്ക്കു മുൻപ് എത്തുന്ന ആളാണ്. നേരം ഒമ്പതായിട്ടും കാണുന്നില്ലല്ലോ എന്റെ കർത്താവേ... ഈ ഇടിയിലും മഴയിലും എവിടേ പോയി നിൽക്കാ ണാവോ" എന്നും പറഞ്ഞ് അമ്മച്ചി വ്യസനപ്പെടുന്നുണ്ടായിരുന്നു.

പതിനാറാമത്തെ വയസ്സിൽ അപ്പച്ചന്റെ കയ്യും പിടിച്ച് മരത്താക്കര വന്നു കയറിയതിൽ പിന്നെ അപ്പച്ചന് എന്ന അച്ചുതണ്ടിന് ചുറ്റും കറങ്ങിയിരുന്നതായിരുന്നു അമ്മയുടെ ജീവിതം. അമ്മച്ചിക്ക് എല്ലാമെല്ലാം അപ്പച്ചനായിരുന്നു. അന്നും ഇന്നും.

അകലെ ഇരുമ്പുഗേറ്റിന്റെ കുറ്റി തുറക്കുന്ന കരകര ശബ്ദം കേട്ടു. വരാന്തയിൽ ആശ്വാസത്തിന്റെ ഒരു നെടുവീർപ്പുയർന്നു. മിന്നലിൽ അപ്പച്ചന് കുട കഴുത്തിന്റെ സൈഡിൽ വച്ച് ഒരു കൈകൊണ്ട് ഗെയ്റ്റ് തുറക്കുന്നു. മറ്റേ കൈയിൽ ഒരു പൊതിയുണ്ട്.

ഇറയത്ത് വന്ന് കുട നിലത്തു നിവർത്തിത്തന്നെ വച്ച് മുണ്ടിൻ തലപ്പുകൊണ്ട് തല തുവർത്തി അപ്പച്ചൻ പറഞ്ഞു, "ഔഹ്, എന്തൊരു മഴയാണിത്."

അപ്പുറത്ത് സാരിത്തലപ്പുകൊണ്ട് കണ്ണുതുടച്ച് അമ്മച്ചി പറഞ്ഞു. "നിങ്ങൾക്കിത്തിരി നേരത്തേ വന്നുകൂടെ? മനുഷ്യനെ തീ തീറ്റിക്കാനായിട്ട്."

ഞങ്ങൾ നാൽ പേരും മേശപ്പുറത്തിരിക്കണ പൊതിക്ക് ചുറ്റുമായിരുന്നു. നനഞ്ഞ ന്യൂസ് പേപ്പറിൽ പൊതിഞ്ഞു ചാക്ക് ചെരട് കെട്ടിയ ആ പൊതിയഴിച്ചു ഞങ്ങൾ നോക്കി. ആറ് താറാമുട്ട.

ജോലി കഴിഞ്ഞു വരുമ്പോൾ അപ്പച്ചൻ കൊണ്ടുവരാറുള്ള ഒല്ലൂർ പ്രഭാത് ബേക്കറിയിലെ ബ്രൗൺ കടലാസ് പാക്കറ്റിലെ വെണ്ണ റൊട്ടി, ന്യൂസ് പേപ്പറിൽ പൊതിഞ്ഞ ഉണക്കമീൻ, താറാമുട്ട... എന്റെ ബാല്യത്തിന്റെ ഓർമ്മകൾക്ക് ഇതിന്റെയൊക്കെ ഗന്ധം ഉണ്ട്. കുഞ്ഞുന്നാളിലേ ഉണ്ടായിരുന്ന ഒടുക്കത്തെ സ്റ്റാമിനയ്ക്കു പിന്നിൽ ഇതിന്റെ ഒക്കെ പങ്ക് ഉണ്ടായിരുന്നിരിക്കണം. സിക്സ്പാക്ക് ഫാഷൻ അല്ലാതിരുന്ന അക്കാലത്ത് സംഭവം കവിളൊട്ടി കഴുത്തിലെ എല്ലും പൊന്തി പെരുവഴിയമ്പലം സിനിമയിലെ അശോകന്റെ ഷേപ്പ് ആയിരുന്നെങ്കിലും പറമ്പിലെ എറ്റവും ഉയരമുള്ള തെങ്ങിൽ വലിഞ്ഞു കയറി തേങ്ങ പിരിച്ചിടുക, കശുമാവിന്റെ ഏറ്റവും മുകളിലെ ചില്ലയിൽ കാൽ കൊളുത്തി കൈ കീഴോട്ടാക്കി വവ്വാലിനെപ്പോലെ കിടക്കാ... ഇതൊക്കെ എന്റെ നേരംപോക്കുകളിൽ ചിലതായിരുന്നു.

അങ്ങനെ കുഞ്ഞുന്നാളിലേ അപ്പച്ചനിൽനിന്നും പകർന്നു കിട്ടിയ എന്റെ താറാമുട്ട പ്രേമം അവസാനിക്കുന്നത് വിദേശത്തേക്ക് ജോലി കിട്ടി പോയപ്പോഴാണ്. ആൽ ഐൻ, ഷാർജ, ദുബായ് ഇവിടൊക്കെ മാറി മാറി താമസിച്ചെങ്കിലും അവിടൊന്നും നമ്മുടെ നാടൻ താറാമുട്ട കിട്ടിയില്ല. കിട്ടിയതിന് ഒന്നും ആ ഒരു ടേസ്റ്റ് ഉണ്ടായിരുന്നില്ല.

അങ്ങനെ ഇരിക്കെയാണ് ദുബായിൽ കരാമയിൽ കൂടെ താമസിച്ചിരുന്ന ആലപ്പുഴക്കാരൻ ഗിരി ഒരിക്കൽ നാട്ടിൽനിന്ന് കൊണ്ടുവന്ന സാധനങ്ങളുടേ കൂട്ടത്തിൽനിന്നും അഭിമാനത്തോടെ ഒരു

കാർഡ്ബോർഡ് ബോക്സ് എടുത്തുയർത്തിയത്. വൈക്കോലിൽ പൊതിഞ്ഞ എണ്ണം പറഞ്ഞ നല്ല നാടൻ കുട്ടനാടൻ താറാമുട്ട.

25 മുട്ട ആലപ്പുഴ വൈക്കത്ത് നിന്നു ദുബായിലെ കരാമ വരെ പൊട്ടിക്കാതെ എത്തിച്ച ഗിരിയെ ആൾ കൊണ്ടുവന്ന ഡ്യൂട്ടി ഫ്രീ ഐറ്റം അടിച്ചു പൊരിച്ച മുട്ടയും തിന്ന് എല്ലാരും വാനോളം പുകഴ്ത്തി.

പിന്നീട് നാട്ടിൽനിന്നും അവധി കഴിഞ്ഞു കുടുംബത്തോടൊപ്പം വരുമ്പോഴെല്ലാം പെട്ടിയിൽ തുണികൾക്കിടയിൽ വച്ച് ഞാനും കൊണ്ടുവന്നു, തൃശ്ശൂർ ശക്തൻ മാർക്കറ്റിൽനിന്നും കാർഡ് ബോർഡ് പെട്ടിയിൽ വൈക്കോലിൽ പൊതിഞ്ഞ 25 നാടൻ താറാമുട്ട.

കഴിഞ്ഞ വർഷം ഓഗസ്റ്റ് മാസം അവസാനം അവധി കഴിഞ്ഞു തിരിച്ച് കുടുംബവുമായി ദുബൈ ടെർമിനൽ 3ൽ വിമാനമിറങ്ങി. എമിഗ്രേഷൻ ക്ലിയറൻസ് കഴിഞ്ഞു ട്രോളിയിൽ പെട്ടികളും ആയി യാത്രയുടെ ക്ഷീണംകൊണ്ട് എത്രയും പെട്ടെന്നു ഫ്ളാറ്റിൽ എത്താനുള്ള തിടുക്കവുമായി നടക്കുന്ന സമയത്ത് എന്നെ പൊലീസ് എക്സിറ്റ് ഗേറ്റിന് മുന്നിൽ തടഞ്ഞു. ലഗേജിൽ ഒരു ബാഗിന്റെ മുകളിൽ ഒരു സ്പെഷ്യൽ സ്റ്റിക്കർ ഒട്ടിച്ചിരിക്കുന്നത് അപ്പോഴാണ് ഞാൻ ശ്രദ്ധിക്കുന്നത്.

താൽ ഹബീബീ താൽ. ഫാമിലിയെ പുറത്തിരുത്തി എന്നെ അവർ സ്റ്റിക്കർ ഒട്ടിച്ച ബാഗുമായി കസ്റ്റംസ് റിക്കവറി റൂമിൽ കൊണ്ടുപോയി.

ഡോർ തുറന്ന് അകത്തു കടന്ന ഞാൻ കൈയിൽ വിലങ്ങും വച്ചുകൊണ്ട് ഒരു മൂലയ്ക്ക് നിൽക്കണ രണ്ടു നീഗ്രോകളെ കണ്ടു. ഉള്ളിലെ കിളി ഒന്നു ചിറകടിച്ചെങ്കിലും അപ്പുറത്ത് ചുമരിൽ ഷേക് മുഹമ്മദിന്റേ ഫോട്ടോ കണ്ട ഞാൻ പൊലീസ് സ്റ്റേഷനിൽ ഗാന്ധിജിയുടെ ഫോട്ടോ കണ്ട് ആശ്വസിച്ച നാടോടിക്കാറ്റിലെ ദാസന്റെ പോലെ ആശ്വസിച്ചു. അറിഞ്ഞുകൊണ്ട് ഒരു കുറ്റവും ഞാൻ ചെയ്തിട്ടില്ല എന്ന ഉത്തമബോധ്യവും എനിക്കുണ്ടായിരുന്നു.

“വാട്ട് ഈസ് ഇന്റെസഡ് യുവർ ബാഗ്”? കന്ദൂറ ഇട്ട ഒരു അറബി ചോദിച്ചു.

“മൈ ക്ലോത്സ്.” ഞാൻ മറുപടി പറഞ്ഞു.

അപ്പുറത്തിരുന്നു മങ്കലത്തിൽ കരികൊണ്ട് വരക്കണപോലെ പിരിയൻ എഴുതി, കടന്നൽ കുത്തി വീർത്ത പോലുള്ള ചുണ്ടിൽ ലിപ്സ്റ്റിക് ഇട്ടിരുന്ന, ഒരു അറബി വനിതാ പൊലീസിനെ നോക്കി, കറപിടിച്ച പല്ലും മോണയും കാട്ടി, കന്ദൂറക്കാരൻ അറബിയിൽ എന്തോ പറഞ്ഞ് എന്നെ കളിയാക്കി കുലുങ്ങിച്ചിരിച്ചു. ‘പുവർ മലബാറീസ്’ എന്നൊരു പുച്ഛഭാവത്തിൽ.

നാട്ടിലാണേൽ അവന്റെ കരണക്കുറ്റി നോക്കി ഞാൻ രണ്ടു പൊട്ടിച്ചേനേ. എന്തു ചെയ്യാം, അവന്റെ നാടായിപ്പോയി.

"ഓപ്പൺ യുവർ ബാഗ്." അറബി പറഞ്ഞു.

ഇവരെന്തിനാണ് മനുഷ്യനെ വെറുതെ മിനക്കെടുത്തുന്നത് എന്നായിരുന്നു എന്റെ ചിന്ത. ബാഗിനുള്ളിലെ ഡ്രസ് എടുത്തുമാറ്റി അതിനുള്ളിൽ നിന്നും താറാമുട്ട ബോക്സ് അറബി പുറത്തെടുത്തപ്പോൾ പണി പാളി എന്നെനിക്ക് മനസ്സിലായി.

രണ്ടു നീഗ്രോകളുടേ നടുക്ക് കൈയിൽ വിലങ്ങുമായി നിൽക്കുന്ന എന്റെ രൂപം മനസ്സിൽ വന്നു.

തിരക്കിനിടയിൽ ഏത് പെട്ടിയിലാണ് അത് വെച്ചത് എന്ന് എനിക്കോർമ്മയില്ലാരുന്നു. പോരാത്തേന് ഫുഡ് ഐറ്റംസ് ചിലതൊക്കെ ബാൻ ചെയ്തിട്ടുണ്ട് എന്നും കേട്ടിരുന്നു.

"എഗ്ഗ് മംനൂ ഹബീബീ you ഡോണ്ട് know? ഗിവ് യുവർ പാസ്പോർട്ട്." അറബി പറഞ്ഞു.

സിസ്റ്റത്തിൽ എന്തോ എന്റർ ചെയ്ത് പാസ്പോർട്ട് തിരിച്ചുതന്നു. ഡോണ്ട് റിപ്പീറ്റ് ദിസ് എന്നു പറഞ്ഞ് എന്നോടു പൊയ്ക്കോളാൻ പറഞ്ഞു.

തല ചൊറിഞ്ഞ് അവിടെ നിൽക്കണെ എന്നെ കണ്ട അറബി വീണ്ടും പറഞ്ഞു. "പറഞ്ഞത് കേട്ടില്ലേ. യല്ലാ... യല്ലാ."

"അപ്പൊ എന്റെ മുട്ട?"

എന്റെ ചോദ്യം കേട്ട അറബിയുടെ ഫേസ് ചാളത്തലയ്ക്കു കടിപിടി കൂടണ പൂച്ച കണക്കായി. ചിറി കോട്ടി പല്ലിറുമ്മി ശബ്ദമുയർത്തി അങ്ങേരു പറഞ്ഞു.

"ഇത് ഞങ്ങൾ ലാബിലേക്ക് അയയ്ക്കും. അവടെനിന്നും വേണേൽ ഫൈൻ അടച്ചു തിരിച്ചെടുത്തോ."

പിന്നെ ഞാൻ അവിടെ നിന്നില്ല. തിടുക്കത്തിൽ ബാഗുമെടുത്ത് പുറത്തിറങ്ങി.

പുറത്ത് അക്ഷമയായി നിന്ന ഭാര്യ വന്നു ചോദിച്ചു.

"എന്തുപറ്റി, അവർ ഗോൾഡ് എങ്ങാനും കണ്ടോ?"

ബാഗിലുണ്ടായിരുന്ന ഗോൾഡ് എങ്ങാനും അവരെടുക്കുമോ എന്നായിരുന്നു അന്നേരമത്രയും പ്രിയതമയുടെ വേവലാതി. എണ്ണം പറഞ്ഞ 25 താറാമുട്ട പോയ എന്റെ വിഷമം ഉണ്ടോ അവളറിയുന്നു?

അറബിയും ഭാര്യയും അവരുടെ ഒരു ഡസൻ പിള്ളാരും കൂടി വട്ടമിട്ടിരുന്നു 25 നാടൻ താറാമുട്ട പൊരിച്ചു തിന്നുന്നത് സ്വപ്നത്തിൽ കണ്ട് അന്ന് രാത്രി ഞാൻ ഞെട്ടിയുണർന്നു. ■

ധ്യാനം

വെക്കേഷന് നാട്ടിൽ ചെല്ലുമ്പോഴൊക്കെ ഒരു പള്ളി സന്ദർശനം, ധ്യാനം കൂടൽ പതിവാണ്. ഇത്തവണ ചെന്നപ്പോൾ പെണ്ണ് പറയാണ് നമ്മുടെ കാപ്പിപ്പൊടി അച്ചന്റെ ധ്യാനം പുത്തൂർ പള്ളിയിൽ നടക്കുന്നുണ്ട്. നമുക്ക് പോണംട്ടാ എന്ന്. സംഭവം എനിക്ക് കരിസ്മാറ്റിക് ധ്യാനം അധികം ഇഷ്ടമല്ലെങ്കിലും ജോസഫ് അച്ചൻ ആണെന്ന് കേട്ടപ്പോ ഒരു ഇന്ററസ്റ്റ് തോന്നി.

ഹ്യൂമർ പറയുന്നവരെയും എഴുതുന്നവരെയും കുറച്ച് ഇഷ്ടം കൂടുതൽ ആണ്. കൂട്ടത്തിൽ കാപ്പിപ്പൊടിയെ ഞാൻ മുൻപേ നോട്ടം ഇട്ടു വച്ചിരുന്നതാണ്. കാർ എടുക്കാൻ നിന്നപ്പോൾ പ്രിയതമ പറഞ്ഞു, "നമുക്ക് ബൈക്കിൽ പൂവാം."

ബൈക്കിൽ എന്റെ തോളത്തു കയ്യും വെച്ച് കാഴ്ചയൊക്കെ കണ്ടിരുന്ന് പോവാനാണ് അവൾക്കെന്നും ഇഷ്ടം. വഴിക്കരികെ നിന്നും ഓരോ കരിമ്പും ജ്യൂസ് മേടിച്ചു കുടിച്ചു പുത്തൂർ പുഴയും പാലവും കടന്നു ബൈക്കിട്ട് ഏഴുമണിയോടെ പള്ളിയിൽ എത്തി.

വലിയ തിരക്കൊന്നുമില്ല. എനിക്കതിശയം ആയി. കാപ്പിപ്പൊടി അച്ചൻ ദുബായ് പള്ളിയിൽ വന്നപ്പോൾ സൂചി കുത്താൻ ഇടമില്ലാതെ തിക്കും തിരക്കുമായിരുന്നു. അന്ന് തിരക്ക് കാരണം ധ്യാനം കൂടാൻ പറ്റാതെ പോയ ഞാൻ ഇവിടെ പുത്തൂർ പള്ളി ഹാളിൽ ഒഴിഞ്ഞു കിടക്കുന്ന കസേരകൾ നോക്കി നെടുവീർപ്പെട്ടു. പിന്നിലെ വരിയിൽ ചെന്ന് ഇരുന്നു. ചുറ്റും ഒന്ന് കണ്ണോടിച്ചു. കൊന്തയും പിടിച്ചു കുറേ അമ്മച്ചിമാർ ഇരിപ്പുണ്ട്. ഏതു പള്ളിയിൽ ധ്യാനം വന്നാലും കൂടുന്ന ടീം ആണെന്ന് കണ്ടപ്പോഴേ മനസ്സിലായി. ധ്യാനവും ഒരു ലഹരി ആണെന്ന് എനിക്ക് പലപ്പോഴും തോന്നിയിട്ടുണ്ട്. അഡിക്റ്റ് ആയാൽ പെട്ടു. ഒരു ബാലൻസിൽ ഇങ്ങനെ വല്ലപ്പോഴും കൂടുന്നതാണ് നല്ലത് എന്നാണ് എന്റെ ഒരു ഇത്.

ധ്യാനം തുടങ്ങി. അച്ചൻ തന്റെ സ്വതസിദ്ധമായ ശൈലിയിൽ കൊട്ടിക്കേറി മുന്നേറാണ്. മസിലു പിടിച്ചിരുന്ന ചേട്ടന്മാരൊക്കെ

പതുക്കെ ചിരിക്കാൻ തുടങ്ങി. വലതു ഭാഗത്തിരുന്നിരുന്ന മൂന്നു കന്യാസ്ത്രീകൾ ചിരിയോടു ചിരി. ഒരു സിസ്റ്ററിനു ഫ്രണ്ട്സ് സിനിമയിലെ ശ്രീനിവാസന്റെ പോലെ കൺട്രോൾ പോയി ചിരി നിർത്താൻ പറ്റുന്നില്ലാരുന്നു.

ആളുകൾ എത്തിത്തുടങ്ങി. ഒഴിഞ്ഞ കസേരകളിൽ പലതിലും പല പ്രായത്തിലുള്ളവർ സ്ഥലം പിടിച്ചു. എന്റെ മുന്നിലെ വരിയിലും രണ്ടു സൈഡിലും ആരും ഇരിക്കുന്നില്ല. ദുബായ് ടി ഷർട്ടും ഇട്ടു മസിലു പിടിച്ചു ഇരുന്നോണ്ടാണോ എന്നറിയില്ല, ചില ചേച്ചിമാരും ചേട്ടന്മാരും വന്ന് ഒന്ന് നോക്കും. എന്നിട്ട് ഇതേതടപ്പാ ഈ പത്രാസുകാരൻ എന്ന ഒരു ഭാവേന വേറെ സ്ഥലത്തു ചെന്നിരിക്കും. സംഭവം ഞാൻ തനി നാടൻ ആണെന്ന് അവർക്കറിയില്ലല്ലോ.

പെട്ടെന്നാണ് എന്റെ ധ്യാനത്തിന്റെ ഫുൾ കോൺസെൻട്രേഷൻ പോയ ആ സംഭവം ഉണ്ടാകുന്നത്. നമ്മുടെ കൂടെ പഠിച്ച സോൾഗഡി ഭർത്താവും അവളേക്കാൾ ഉയരമുള്ള മോളേയുംകൊണ്ട് തൊട്ടുമുന്നിലെ സീറ്റിൽ വന്നിരിക്കുന്നു. കുറേ നാളുകൾക്കു ശേഷം, വർഷങ്ങൾക്കുശേഷം കാണാണ്. തോണ്ടി വിളിക്കാൻ കൈ തരിച്ചു. ഗഡിയാണേൽ തിരിഞ്ഞു നോക്കുന്നുമില്ല. എന്റെ ക്ലാസ്മേറ്റ് ആണ്. പെണ്ണിനോട് പതുക്കെ ചെവിയിൽ പറഞ്ഞു.

“മര്യാദയ്ക്ക് ധ്യാനം കൂടൂ മനുഷ്യാ. ഒരു ക്ലാസ്മേറ്റ്.” പെണ്ണ് കണ്ണുരുട്ടി.

ഉള്ളിൽ ആകെ എരിപിരി സഞ്ചാരം ആയി. ധ്യാനത്തിന്റെ ആ ഒരു ഇതങ്ങട് പോയീന്നു പറഞ്ഞാ മതീലോ.

കാപ്പിപ്പൊടി അച്ചനെ വിട്ടു മനസ്സ് പിന്നിലോട്ടു പറന്നു. ത്യാഗ രാജാർ പോളിടെക്നിക്കിന് മുന്നിൽ ചെന്ന് നിന്നു. അളഗപ്പനഗർ എന്ന കൊച്ചു ഗ്രാമത്തിന്റെ എല്ലാവിധ നന്മകളും മനസ്സിലേറിയ ഒരു ചെറിയ സുന്ദരിക്കുട്ടി. വെള്ളിക്കൊലുസു കിലുങ്ങുന്നപോലെ സംസാരിച്ചു കോളേജിലേക്ക് കടന്നുവന്ന അവൾ ക്ലാസ്സിലെ എല്ലാ വരുമായും പെട്ടെന്നുതന്നെ അടുത്തു. ക്ലാസ്സിലെ ഏറ്റവും ചെറിയ കുട്ടികളിൽ ഒരാൾ ആയിരുന്നു അവൾ. പഠിക്കാനും മിടുമിടുക്കി.

കോളേജിൽ പഠിക്കുന്ന കാലത്തെ വിവരക്കേടിന് ഈ കുട്ടി യുടെ ഇല്ലാത്ത ഒരു പ്രേമകഥ ക്ലാസ്സിൽ പറഞ്ഞു പരത്തിയതിന് ഒരു ദിവസം ഹൈഡ്രോളിക്സ് ലാബിൽ വെച്ച് അവൾ എനിക്കിട്ടു വയറു നിറച്ചു തന്നു. ആദ്യമായി ഒരു പെൺകുട്ടിയുടെ കൈയിൽ നിന്നും കണ്ണ് പൊട്ടണ ചീത്ത കേട്ട് പകച്ചു വാ പൊളിച്ചു നിൽക്കെ, ഞാൻ ഭൂമിയിലേക്ക് താണ് പോകുന്ന ഒരു ഫീൽ ഉണ്ടായി. എന്റെ അടി മുതൽ മുടിവരെ ദേഷ്യംകൊണ്ട് വിറച്ചു.

"നിനക്കെന്താടീ കൊമ്പുണ്ടോ?" ഞാൻ അലറി വിളിച്ചു.

കൂട്ടുകാർ എന്നെ പിടിച്ചുമാറ്റി കൊണ്ടുപോയി. ഞാൻ വിറ യ്ക്കുകയായിരുന്നു. പിന്നെയും എന്തൊക്കെയോ ഞാൻ വിളിച്ചു പറഞ്ഞു.

കുറച്ചു കഴിഞ്ഞ് അവളുടെ കൂട്ടുകാരികൾ എന്റടുത്തു വന്നു. ചെയ്തത് വലിയ തെറ്റായിപ്പോയെന്ന് അവർ പറഞ്ഞു. വളരെ സാധു ക്കളായ ആ കുട്ടിയുടെ കുടുംബത്തെക്കുറിച്ചും ചുറ്റുപാടുകളെ ക്കുറിച്ചും പറഞ്ഞപ്പോൾ സത്യത്തിൽ എനിക്ക് വലിയ കുറ്റബോധം തോന്നി. തിരിച്ചു ചെന്ന് നോക്കിയപ്പോൾ ലാബിലെ ഡെസ്കിൽ കുനിഞ്ഞിരുന്നു കൈയിൽ മുഖമമർത്തി ഏങ്ങിക്കരയുന്ന അവളെ കണ്ട് അന്ന് ഞാൻ വല്ലാണ്ടായി. ഒന്നും മിണ്ടാൻ സാധിച്ചില്ല. വാക്കു കൾ പുറത്തു വന്നില്ല.

അന്ന് കിടന്നിട്ടു ഉറക്കം വന്നില്ല. പിറ്റേന്ന് രാവിലെതന്നെ കോളേ ജിൽനിന്നും നേരെ നടന്നു. അവളുടെ വീട് കണ്ടെത്തണം. കൂട്ടു കാരികൾ പറഞ്ഞത് സത്യമാണോ എന്നറിയണം. സത്യമാണെ ങ്കിൽ മാപ്പു പറയണം. ഇതായിരുന്നു ലക്ഷ്യം.

കോളേജിന് മുന്നിലെ വളവു തിരിഞ്ഞാൽ വലത്തോട്ടുള്ള വഴി യിലാണ് വീട്. വഴിയിൽ കണ്ട ആരോടോ വീട് ചോദിച്ചു മനസ്സി ലാക്കി അവിടെ ചെന്നു. കേട്ടതെല്ലാം സത്യമായിരുന്നു. വഴിയരി കിൽ കണ്ട ഒരു കുഞ്ഞു വീടും അവിടുത്തെ ചുറ്റുപാടും കണ്ട പ്പോൾ ചങ്കു തകർന്നു. കുഞ്ഞുന്നാളിലേ അപ്പനെ നഷ്ടപ്പെട്ട് അമ്മ യുടെ ചിറകിനടിയിൽ വളർന്ന മൂന്നു പെൺകുട്ടികളും അവരുടെ

കുഞ്ഞനുജനും അടങ്ങിയ സാധു കുടുംബം. മനസ്സു കനം ആയി. തിരിഞ്ഞു നടന്നു.

മനസ്സിൽ ഒന്നും കൊണ്ടുനടക്കാത്ത അവൾ അങ്ങനെ ഒന്നും സംഭവിച്ചിട്ടേയില്ല എന്ന മട്ടിൽ പിന്നീട് എന്നോട് പെരുമാറി. ക്ഷമ ചോദിക്കാൻ അവസരം അവൾ തന്നില്ല. എക്സാം ടൈമിൽ കാലൊടിഞ്ഞു കിടന്ന എനിക്ക് അവൾ റെക്കോർഡ് എഴുതിത്തന്നു. നോട്ട് ബുക്സ് പഠിക്കാൻ തന്നു. അവളുടെ കൈപ്പടയിൽ എഴുതിയ ബുക്സ് പഠിച്ചാണ് ഞാൻ ഫൈനൽ ഇയർ എക്സാം പാസ്സായത്. എന്നെപ്പോലെത്തന്നെ വേറെ പലരെയും അവൾ ഹെൽപ് ചെയ്തു. തിരിച്ചൊന്നും പ്രതീക്ഷിക്കാതെ. ആ കുട്ടിയാണ് മുന്നിൽ നിൽക്കുന്നത്. അല്പം തടിച്ചിട്ടുണ്ട്. ഇപ്പോൾ ഗവൺമെന്റ് ജോലിയിലാണ് എന്ന് വിളിച്ചു പറയുംവിധം വലതുകൈയിലെ തള്ളവിരലിലും ചൂണ്ടുവിരലിന്റെ അറ്റത്തും മഷി പുരണ്ടിരിക്കുന്നു

ഉറക്കെ പ്രാർത്ഥന ചൊല്ലിയപ്പോൾ, പഴയ ആ വെള്ളിക്കൊലുസു കിലുങ്ങുന്നപോലെ എനിക്ക് തോന്നി. മുട്ടുകുത്തിയപ്പോൾ കണ്ടു, ഫൈനൽ ഇയർ ടൂറിനു മദ്രാസ് മറീന ബീച്ചിലെ തിരമാലകൾ തൊട്ടു പുണരുന്ന മണൽപ്പരപ്പിലൂടെ ഓടിക്കളിക്കുമ്പോൾ, കണ്ട ആ നനുത്ത പട്ടുപോലുള്ള പാദങ്ങൾ വിണ്ടുകീറിയിരിക്കുന്നു.

ഒന്ന് തോണ്ടി വിളിച്ചാലോ? വേണ്ട. എങ്ങാനും ലാബിലെ ആ പഴയ ദുർഗയെ കാണേണ്ടി വന്നാലോ? നീട്ടിയ കയ്യ് പിൻവലിച്ചു പാന്റിന്റെ പോക്കറ്റിൽ നിക്ഷേപിച്ചു.

എന്താ സ്വപ്നം കണ്ടിരിക്കുന്നത് എന്നും പറഞ്ഞു പ്രിയതമ തട്ടി വിളിച്ചു. ധ്യാനം കഴിഞ്ഞിരിക്കുന്നു. രണ്ടു മണിക്കൂർ ധ്യാനം ഉണ്ടായിട്ടും എന്തേ അവൾ എന്നെ തിരിഞ്ഞ് ഒന്ന് നോക്കാഞ്ഞത്? മനസ്സിൽ ചോദ്യം ഉയർന്നു. ധ്യാനം കഴിഞ്ഞിട്ടും മുട്ടുകുത്തി കൈകൾ വിരിച്ചു നിന്ന് പ്രാർത്ഥിച്ചിരുന്ന ആ കുടുംബത്തിന് നല്ലതു മാത്രം വരട്ടെ എന്നും പ്രാർത്ഥിച്ചുകൊണ്ട് പുത്തൂർ പള്ളി ഹാളിൽ നിന്നും ഞാൻ തിരിച്ചിറങ്ങി. വാതിൽക്കലെത്തി ഒന്നുകൂടി തിരിഞ്ഞു നോക്കി.

■

വെള്ളപ്പൊക്കം

2018ലെ ആഗസ്റ്റ് മാസം ദുബായിലെ ഏറ്റവും ചൂടു കൂടുതലുള്ള മാസങ്ങൾ ആണ് ജൂൺ, ജൂലൈ, ആഗസ്റ്റ് മാസങ്ങൾ. ചൂടെന്ന് പറഞ്ഞാൽ ഒരു ജാതി ചൂട്. മുഖത്തേക്ക് തീക്കാറ്റ് അടിക്കണ പോലെയാണ് ചൂട്. പറമ്പിൽ ചവറു കൂട്ടിയിട്ടു കത്തിക്കുമ്പോൾ അടുത്തിരുന്നു കിട്ടണ ആ ചൂട് പോലെ ഗംഭീര ചൂട്. എ.സിയിൽ ഇരുന്നു നല്ല പാലപ്പം കളറായ മുഖം പുറത്തെ വെയിലുകൊണ്ട് നെയ് റോസ്റ്റ് പരുവമായി നടക്കുമ്പോഴാകും നാട്ടിൽനിന്നും ഓരോ കുരുപ്പുകൾ മഴയുടേം പുഴയുടേം വീഡിയോസ് ഇട്ടു കൊതിപ്പിക്കാ.

ഇരിക്കപ്പൊറുതിയില്ലാതെ എല്ലാ കൊല്ലവും ജൂലൈ, ഓഗസ്റ്റ് മാസങ്ങളിൽ നാട്ടിലേക്ക് പറക്കുക പതിവാണ്. അവിടെ ചെന്ന് നെടുമ്പാശ്ശേരിയിൽ വിമാനം ലാൻഡ് ചെയ്യുമ്പോഴെ വിൻഡോ ഗ്ലാസിൽ മഴത്തുള്ളികൾ വീണു തുടങ്ങും, മനസ്സിലും... മരത്താക്കര എത്താറാവുമ്പോഴേക്കും മനസ്സ് പെയ്യാൻ തുടങ്ങിയിരിക്കും.

ഇരുണ്ടു മൂടിയ തണുത്ത അന്തരീക്ഷവും ചെറിയ ഇടിയോടു കൂടിയ മഴയും മഴയിൽ നിറഞ്ഞു കവിയാറായി കിടക്കുന്ന മുറ്റത്തെ കിണറും കൊല്ലത്തിൽ ഒന്നോ രണ്ടോ ദിവസം പുറംലോകം കാണാൻ വരുന്ന ആ കിണറ്റിലെ രണ്ടു വരാലുകളും മഴ നനഞ്ഞു പപ്പു മിനുക്കാൻ പോലും മടിയായി ഇറയത്തു കയറി നിൽക്കുന്ന പൂവൻകോഴിയും കുഞ്ഞുങ്ങളെ ചിറകിനടിയിലാക്കി ചൂട് പകരുന്ന ചാരപ്പിടയും കൂട്ടിൽ കെട്ടിയിട്ടു കൊടുത്ത ഉണക്കപ്ലാവില പോലും തിന്നാൻ മടിച്ചു നനഞ്ഞ കൂട്ടിൽ അഴികളിൽ കാലും വെച്ച് നിൽക്കണ അമ്മിണിയാടും മക്കളും മനോഹരമായ പൂക്കളുമായി വിരിഞ്ഞു നിൽക്കണ മഠത്തിലെ തോട്ടത്തിൽ നിന്നും കൊണ്ടുവന്നു നട്ട ഡേയ്സിയും ഡാലിയയും ചായപ്പൊടി കൊറ്റനും മുട്ടത്തോടു പൊടിച്ചതും ഇട്ട ചട്ടികളിൽ മഴത്തുള്ളികൾ വീണു കുളിരു കോരി നാണത്തോടെ, തല കുമ്പിട്ടു നിൽക്കണ റോസാച്ചെടികളും

ആദ്യമായി ഈ മനോഹര ലോകം കാണാൻ പറമ്പിൽ മുളച്ചു പൊന്തുന്ന ചേനയും കാവത്തും പയറും വെണ്ടയും എന്റെ തലോടലേറ്റ് മടിയിൽ ചൂട് പിടിച്ചു കിടക്കണ മിനിപൂച്ചയും ഇറയത്തെ തിണ്ണയിൽ അടുത്തിരിക്കുന്ന കിണ്ണത്തിൽനിന്നും ചൂട് വേളാങ്കി കൊള്ളി പുഴുങ്ങിയത് കാന്താരി ചമ്മന്തിയിൽ മുക്കി തിന്നു എരിവ് മാറാൻ ചെറിയ ചൂടോടെ കട്ടൻ കാപ്പി ഊതി കുടിക്കുന്ന ഞാനും കൂടപ്പിറപ്പുകളും... ഇതൊക്കെയായിരുന്നു മഴ എന്ന രണ്ടു വാക്കിൽ ഒളിഞ്ഞു കിടന്നിരുന്ന എന്റെയ പഴയ കാലം.

ഇപ്പോൾ മഴക്കാലമായാൽ കാർ എടുത്ത് മഴയത്തു ഒരു ഡ്രൈവ് പൂവാ, ആശാന്റെ അവിടന്ന് നെയ്യിട്ടു മേടിച്ച പോത്തിറച്ചി നാളികേരം കൊത്തിട്ടു വരട്ടി കഴിക്കാ, അതിരാവിലെ വണ്ടിയെടുത്തു പോയി തൃശ്ശൂർ ശക്തൻ മാർക്കറ്റിൽ കായലുമീൻ ലേലം വിളിക്കണോടത്തു ചെന്ന് വീശലുകാരുടെ കൈയിൽ നിന്നും മേടിക്കണ പുഴമീൻ വറുത്തതു ചെറുമണി ചോറ് കൂട്ടി കഴിക്കാ, ജോണിയേട്ടന്റെ കടയിൽ ചെന്ന് മഴയും നോക്കി നാട്ടുവർത്തമാനം പറഞ്ഞിരിക്കാ, ഇതിൽ തീർന്നു ഇപ്പോഴത്തെ മഴക്കാലം.

പക്ഷേ എന്തോ ഇക്കൊല്ലം മഴയങ്ങട് നിൽക്കണില്ല. വന്ന അന്ന് തുടങ്ങിയ മഴയാണ്. ഓഗസ്റ്റ് 15 സ്വാതന്ത്ര്യദിനത്തിന് തുടങ്ങിയ പെരുമഴ പിറ്റേന്നായിട്ടും തോർന്നില്ല. നിർത്താതെയുള്ള പേടിപ്പിക്കുന്ന പെരുമഴ ന്യൂസ് ചാനലുകളിൽ ഉരുൾപൊട്ടലിന്റെയും വെള്ളം കയറിയ താഴ്ന്ന പ്രദേശങ്ങളിലെ ആളുകളെ മാറ്റിപ്പാർപ്പിക്കുന്നത്തിന്റേയുമായ പേടിപ്പിക്കുന്ന വാർത്തകൾ ഫ്ളാഷ് ആയി വന്നുകൊണ്ടിരിക്കുന്നു.

"ഇങ്ങനൊരു പെരുമഴ ഞാൻ ജനിച്ചെപ്പിന്നേ ആദ്യമായാണ്." അപ്പച്ചൻ സിറ്റ്ഔട്ടിൽ ഇരുന്നു പറഞ്ഞു. "നീയാ മോട്ടോർ കയറ്റി കെട്ടീക്കോ. അല്ലേൽ അതിൽ വെള്ളം കയറും." കുടയും എടുത്ത് പതുക്കെ കിണറ്റിൻകരയിൽ ചെന്ന് നോക്കി. കിണറ്റിൽ കയ്യെത്തിച്ചു തൊടാവുന്ന പോലെ വെള്ളം പൊങ്ങി എത്തിയിരിക്കുന്നു. മോട്ടോർ എപ്പോഴേ മുങ്ങിക്കഴിഞ്ഞു. അതും വലിച്ചു കയറ്റുന്നതിന്റെ ഇടയിലാണ് ജോഫിയുടെ വിളിയെത്തിയത്.

"ടാ, നീ വരണുണ്ടോ വെള്ളപ്പൊക്കം കാണാൻ?"

"ഞാൻ ദിപ്പോ വരാം."

ജോഫിയും എന്റെ പോലെ മഴ കാണാൻ ഖത്തറിൽ നിന്നും ലാൻഡ് ചെയ്തേക്കണ ടീമാണ്. ഞങ്ങൾ ജോഫി, സോജി, പ്ലാക്കൽ ജോഷി, കുറ്റിക്കാട്ടു ജോഷി കട്ട ടീമാണ്. മരത്താക്കര പള്ളിപ്പറമ്പിലെ സൗഹൃദം ഇപ്പോഴും തുടരുന്ന ടീം. നാലുപേരും വിദേശത്തു

നൊസ്റ്റാൾജിയ കേസിൽ തുല്യ ദുഃഖിതർ. മാപ്രാണം ഷാപ്പിലെ ചെത്ത് കള്ള്, ചാണ്ടിയുടെ കടയിലെ ബോട്ടിയും കൊള്ളിയും രാഗത്തിലെ സിനിമ, സഫയറിലെ ബിരിയാണി, സ്വാമിയുടെ ഭവൻസിലെ മസാലദോശ, ജോണിയേട്ടന്റെ കടയിലെ നന്നാറി സോഡാ സർബത്ത്, ഇതും സ്വപ്നം കണ്ടു നടക്കണ ടീമ്സ് വെള്ളം ചോരാത്ത ടീമാണ്. എന്തിനും ഏതിനും എപ്പോഴും റെഡി.

"ഓക്കേ ടാ, ഞാൻ റെഡി. നീ വായോ." ജോഫിയോടു പറഞ്ഞു.

ഒരു വെള്ളപ്പൊക്കം നേരിൽ കാണാ എന്നുള്ളത് കുട്ടിക്കാലം മുതൽക്കെയുള്ള ആഗ്രഹമായിരുന്നു. വടക്കെ സ്റ്റാൻഡിൽ ബസ്സിൽ ഇരിക്കുമ്പോൾ മടിയിൽ വീണ മഞ്ഞനിറത്തിലുള്ള കാർഡ് എടുത്തു വായിച്ചപ്പോൾ മുതൽ തുടങ്ങിയ ആഗ്രഹം.

പള്ളികളുടെ അടുത്ത് വീടുള്ളവർ അധികവും അനുഭവിച്ചറിയാൻ സാധ്യത കുറവുള്ള ഒന്നാണ് ഈ വെള്ളപ്പൊക്കം എന്ന കലാപരിപാടി. പണ്ടത്തെ മിഷനറിമാർ സ്ഥലത്തെ ഏറ്റവും ഉയർന്ന പ്രദേശം നോക്കിയാണ് പള്ളികളും അതോടു ചേർന്ന് പള്ളിക്കൂടങ്ങളും നിർമ്മിച്ചിരുന്നത്. ഏതു വെള്ളപ്പൊക്കത്തിലും പ്രകൃതി ദുരന്തങ്ങളിലും പ്രദേശവാസികൾക്ക് ചെന്നുകയറാൻ ഒരിടം എന്ന ദീർഘവീക്ഷണത്തിലാവണം അവരതു ചെയ്തത്. മരത്താക്കര പള്ളിയുടെ അടുത്ത് വീടുള്ള ഞങ്ങൾക്കാർക്കും വെള്ളപ്പൊക്കം അനുഭവിക്കാൻ യോഗം കിട്ടിയിരുന്നില്ല. കിട്ടാത്തത് കിട്ടണം. അനുഭവിക്കാത്തതു അനുഭവിക്കണം. മനുഷ്യസഹജം. കഷ്ടം അല്ലേ? ആ ദുരന്തം നേരിട്ടനുഭവിച്ചവർ എന്നോട് ക്ഷമിക്കൂ.

ജോഫി അവന്റെ ചേട്ടനുമായി അവരുടെ മിനിവാനിൽ എത്തി.

"നീ ഒരു സഞ്ചിയെടുത്തോ, നല്ല ഏറ്റുമീൻ കിട്ടും." ജോഫി പറഞ്ഞു.

"വെള്ളം കയറിയടത്തൊന്നും പോണ്ടാട്ടാ." അമ്മച്ചിയുടെ വാണിംഗ് വന്നു.

ഏറ്റുമീൻ മേടിക്കാൻ പ്ലാസ്റ്റിക് സഞ്ചിയും ഒരു കുടയുമായി ജീവിതത്തിൽ ആദ്യമായി വെള്ളപ്പൊക്കം കാണാനുള്ള ത്രില്ലിൽ ഞാൻ പുറപ്പെട്ടു.

വാൻ പുഴമ്പള്ളം സൈഡിലോട്ടു കുതിച്ചു. അവിടാണ് മരത്താക്കര ആദ്യം വെള്ളം കയറിയ സ്ഥലം.

പുഴമ്പള്ളം പാടത്തിന്റെ സൈഡിലായി ഒരാൾക്കൂട്ടം കണ്ടു വാൻ നിർത്തി ഇറങ്ങി നോക്കി. മഴയത്ത് ഫാമിൽ നിന്നും ചാടി വരുന്ന വലിയ വലിയ മീനുകൾ വട്ടം ചാടി പൊങ്ങുന്നു. ചെറിയ വലകളുമായി എല്ലാരും നിൽക്കാണ്. കിട്ടുന്ന മീൻ അപ്പോൾ തന്നെ

വിലപറഞ്ഞു വിൽക്കുന്നു. ഉള്ളതിൽ വലിയത് നോക്കി ഒരു മൂന്നെണ്ണം ഞങ്ങളും മേടിച്ചു.

അവിടെ കൂട്ടത്തിൽ ആരോ പറഞ്ഞു "വെള്ളപ്പൊക്കം കാണ ണേൽ പുത്തൂര് പൊയ്ക്കോ. കിടു ആണ് കിടു. വീടുകളിലെ ഒന്നാം നില വരെ ആണ് വെള്ളം പൊങ്ങിയിരിക്കണത്." വാൻ നേരെ അങ്ങോട്ട് പാഞ്ഞു. വാൻ ഹൈവേയുടെ സൈഡിലിട്ടു പുഴ ലക്ഷ്യ മാക്കി ഞങ്ങൾ നടന്നു.

പുത്തൂര് പുഴ കരകവിഞ്ഞൊഴുകാണ്. മനുഷ്യർ കെട്ടിപ്പൊക്കിയ അതിരുകളെല്ലാം ഇടിച്ചു മറിച്ചിട്ടു വെള്ളം പാഞ്ഞു വരാണ്. പുഴ ക്കരികിലെ വീടുകളെല്ലാം പൂർണ്ണമായി വെള്ളത്തിനടിയിലാണ്. വീടുകളിൽ ഉള്ളവരെയെല്ലാം നേരത്തെ ഒഴിപ്പിച്ചിരുന്നു. അര യ്ക്കൊപ്പം വെള്ളത്തിലൂടെ ഞങ്ങൾ മുന്നോട്ടു നടന്നു. ഒഴുകിവന്നി രുന്ന തേങ്ങയും വാഴകളും കടപുഴകിയ മരങ്ങളും വകഞ്ഞു മാറ്റി നടന്നു കുറച്ചെത്തിയപ്പോൾ ഒരു കയർ കെട്ടി അതിൽ പിടിച്ചു നടന്നു വരുന്ന കുറേയാളുകൾ. വീടിന്റെ ടെറസ്സിൽ ഇരുന്നിരുന്ന വരെ ഒഴിപ്പിച്ചു കൊണ്ടുവരികയാണ്. നാട്ടുകാരാണ് രക്ഷാപ്രവർ ത്തനം. പെണ്ണുങ്ങൾ കരയുന്നുണ്ട്. സംഭവം ആദ്യമായി വെള്ള പ്പൊക്കം കണ്ട ആ ഒരു ത്രിൽ അവസാനിച്ചു പതുക്കെ മനസ്സിൽ പ്രയാസം വന്നു തുടങ്ങി.

കുറച്ചു കൂടെ മുന്നിലോട്ടു ചെന്നപ്പോൾ വട്ടച്ചെമ്പിൽ ഇരുത്തിയും കസേരയിൽ ഇരുത്തിയും വയസ്സായ ഒരപ്പാപ്പനേം അമ്മാമയെയും ഒരു കൂട്ടം ചെറുപ്പക്കാർ സാഹസികമായി രക്ഷിച്ചുകൊണ്ടുവരുന്നു. എല്ലാവരും അവരെ അഭിനന്ദിക്കണുണ്ട്.

മുന്നോട്ട് ചെല്ലുംതോറും കാഴ്ചകൾ ദയനീയമായി തുടങ്ങി. റോഡിന്റെ ഇരുവശത്തും ഉള്ള വീടുകളിൽ ഒരാൾപൊക്കം വെള്ളം ആയിട്ടുണ്ട്. കാർപോർച്ചിലുള്ള കാറുകളെല്ലാം വെള്ളത്തിനടിയിലാണ്.

"മതിയെടാ നമുക്ക് തിരിച്ചു പൂവാം." കയ്യിൽ കിട്ടിയ മൂന്നു നാല് തേങ്ങാ എടുത്ത് അടുത്തു കണ്ട ഒരു ചേടത്തിയാർക്കു കൊടുത്ത് ഞങ്ങൾ തിരിച്ചു വാനിനടുത്തേക്കു നടന്നു.

"പാവങ്ങൾ അല്ലേ, നമ്മുടെ ഭാഗ്യം. ദൈവം സഹായിച്ചു പുഴയ്ക്കരികിൽ ഒന്നും അല്ലല്ലോ. ആലോചിക്കാൻ വയ്യ, ഇവരുടെ കഷ്ടപ്പാട്." തിരിച്ചു നടക്കുമ്പോൾ ജോഫിയുടെ ചേട്ടൻ പറഞ്ഞു.

തിരിച്ചു വാനിൽ എത്തി അങ്ങേരു ഫോൺ എടുത്തു നോക്കി. ഒരു പത്തിരുപതു മിസ്സ്ഡ് കാൾസ്. പെണ്ണാണ് ആള് അല്പം പരിഭ്രമത്തോടെ പറഞ്ഞു. "ഞാൻ കൂട്ടാൻ വെക്കാൻ മീനും കൊണ്ട് ദിപ്പോ വരാമെന്നു പറഞ്ഞു പോന്നതാ. വാ വേഗം പൂവാം." ആള് വണ്ടി സ്റ്റാർട്ട് ചെയ്തു സ്പീഡിൽ മണലാറ്റിൽ ഉള്ള ആളുടെ വീട് ലക്ഷ്യമാക്കി നീങ്ങി. സഞ്ചിയിൽ ഉള്ള മൂന്ന് വലിയ രോഹു മീനിനേം സീറ്റിനടിയിൽ വെച്ച് ഞാൻ പുറത്തോട്ടു നോക്കിയിരുന്നു.

അരയ്ക്കൊപ്പം വെള്ളം കയറിയ ചായ്പുകളിൽ ഒഴുകി നടക്കുന്ന അലൂമിനിയം കലങ്ങളും പ്ലാസ്റ്റിക് ബക്കറ്റുകളും ഇടിഞ്ഞു പൊളിഞ്ഞു വീണു കിടക്കുന്ന കൂരകൾ നോക്കി വഴിയരികിൽ ഇരുന്നിരുന്ന കണ്ണീരുവറ്റിയ കണ്ണുകൾ, കൈയിൽ കിട്ടിയതെല്ലാം എടുത്തു കെട്ടിപ്പെറുക്കി ആടും പശുവും ഒക്കെയായി എതിരെ വരുന്ന നിസ്സഹായരായ കുറേ മനുഷ്യർ. ഇതൊന്നും ആ വാനിൽ ഇരുന്ന ഞങ്ങൾ കണ്ടതേയില്ല. എത്രയും പെട്ടെന്ന് മീൻ ചീയാതെ വീട്ടിൽ എത്തിക്കുക. അതായിരുന്നു ലക്ഷ്യം.

വീടെത്താറായപ്പോൾ മണലാറ്റിലേക്കുള്ള റോഡിൽ ആകെ ആൾക്കൂട്ടം. "എന്താ സംഭവം?" ഞങ്ങൾ തിരക്കി.

"അറിഞ്ഞില്ലേ, പീച്ചി തുറന്നു. മണലാറു മുങ്ങി. ഞങ്ങൾ വെള്ളപ്പൊക്കം കാണാൻ വന്നതാ." കൂട്ടത്തിൽ ഒരു ചങ്ങാതി പറഞ്ഞു.

ദൈവമേ, എന്നും പറഞ്ഞു തലയിൽ കൈയും വെച്ച് ഇരുന്ന ജോഫിയുടെ ചേട്ടനേംകൊണ്ട് ആളുകൾ ഇട്ടു തന്ന കയറിൽ പിടിച്ചു കഴുത്തൊപ്പം വെള്ളത്തിൽ ഞങ്ങൾ മണലാറു മുറിച്ചു കടന്നു. അകലെ ജനൽപൊക്കത്തിൽ വെള്ളം കയറിയ വീടിന്റെ ടെറസ്സിൽ ഇരുന്ന് ജോഫിയുടെ ചേട്ടന്റെ വൈഫ് മൊബൈൽ റേഞ്ച് കിട്ടാതെ വിഷമിക്കാരുന്നു.

2018 ഓഗസ്റ്റ് 16നു കേരളത്തിൽ ഉണ്ടായ ആ പ്രളയത്തിൽ പൊലിഞ്ഞതു 483 ജീവനുകളായിരുന്നു. എണ്ണമറ്റ വീടുകൾ നിലംപൊത്തി. അനേകായിരം ആളുകളുടെ ജീവനോപാധികൾ നഷ്ടപ്പെട്ടു. പതിനഞ്ചോളം പേരെ ഇനിയും കണ്ടെത്തിയിട്ടില്ല. കേരളത്തിലെ ആറിലൊന്നു പേരെയും ബാധിച്ച ആ ദുരന്തമുഖത്ത് ജീവൻ നഷ്ടപ്പെട്ടവരിൽ രക്ഷാപ്രവർത്തനത്തിന് ഇറങ്ങിയവരും ഉണ്ടായിരുന്നു. അന്യന്റെ വേദന സ്വന്തം വേദനയായി കണ്ടവർ ഒന്നും നോക്കാതെ മറ്റുള്ളവരെ രക്ഷിക്കാൻ ഇറങ്ങി തിരിച്ചവർ. എന്നാൽ ആ ദുരന്തം വെറും കാഴ്ചക്കാരായി കണ്ടുനിന്നവരും കുറേ ഉണ്ടായിരുന്നു. ഈ ഞാനുൾപ്പെടെ. ഇതൊന്നും നമ്മളെ ബാധിക്കണ കേസ് അല്ല എന്നും വെച്ച്. ഒന്നേ പറയാനുള്ളൂ, ഇന്ന് ഞാൻ നാളെ നീ.

ചരിത്രം മാപ്പു തരുമെന്ന് തോന്നുന്നില്ല.

കുറ്റബോധം വല്ലാണ്ട് ഉണ്ടൂട്ടാ. ■

ഒരു പുസ്തകവായനാനുഭവം

ഒരു മുൻവിധിയോടെയാണ് സ്വപ്ന സഞ്ചാരി എന്ന നോവൽ വായിക്കാനെടുത്തത്. കാരണം നോവൽ എഴുതിയിരിക്കുന്നത് സ്വന്തം സഹപാഠിയും സുഹൃത്തുമായ ഡോ. ഷാഫി മുത്തലീഫ്. ആളാണെങ്കിൽ, ഇംഗ്ലണ്ടിൽ ഒരു പ്രസിദ്ധനായ മനശ്ശാസ്ത്രജ്ഞൻ. മണിച്ചിത്രത്താഴ് സിനിമയിൽ തിലകൻ പറഞ്ഞ പോലെ 'തനി രാവണൻ'. റോയൽ കോളേജ് ഓഫ് സൈക്യാട്രി ഫെലോഷിപ് നൽകി ആദരിച്ച മലയാളി ഡോക്ടർ. വലിയ പുലികളായ ഇംഗ്ലീഷു കാരുടെ മനസ്സെടുത്തു അമ്മാനമാടിക്കളിക്കുന്ന ഡോക്ടർ. എഴുതി യിരിക്കുന്നത് സിഗ്മണ്ട് ഫ്രോയ്ഡ് എന്ന മനശ്ശാസ്ത്രജ്ഞന്റെ ജീവിത കഥ. എനിക്ക് തീരെ പരിചിതമല്ലാത്ത, താല്പര്യമില്ലാത്ത മേഖല. അല്ലെങ്കിലേ നൂറുകൂട്ടം ടെൻഷൻ ഉള്ള ഒരു പ്രവാസിയായ ഞാൻ, ഇനി മനശ്ശാസ്ത്രം വായിച്ചു ഉള്ള ടെൻഷൻ കൂട്ടണോ എന്ന ചിന്ത ഒരു വശത്ത്. മറുവശത്തു സ്വന്തം കൂട്ടുകാരൻ എഴുതിയ ആദ്യ നോവൽ വായിച്ചു അഭിപ്രായം പറയേണ്ട ബാധ്യതയും.

മേശപ്പുറത്തു കിടന്നിരുന്ന സ്വപ്ന സഞ്ചാരി ബുക്ക് വെറുതെ ഒന്ന് പാളി നോക്കി. നീലയും വെള്ളയും കലർന്ന, പുറംചട്ടയിൽ ചുരുട്ടും പിടിച്ചു നിൽക്കുന്ന, വെള്ളത്താടിക്കാരൻ ഫ്രോയ്ഡ് എന്നെ നോക്കി പെട്ടെന്ന് കണ്ണൊന്നു ഇറുക്കിയടച്ചതായി തോന്നി. പിന്നൊന്നും നോക്കിയില്ല, ബുക്ക് എടുത്ത് സോഫയിൽ ചാഞ്ഞി രുന്നു വായന തുടങ്ങി. രണ്ടു മണിക്കൂർ നീണ്ട ഞാനും ഫ്രോയ്ഡു മായുള്ള തികച്ചും വ്യക്തിപരമായ ഒരു സംവാദം.

തന്റെ ശിഷ്യനായ ഡോക്ടർ യുങ്ങുമായി ജോർജ് വാഷിംഗ് ടൺ കപ്പലിന്റെ ഡെക്കിൽ മനോഹരമായ കടൽ നോക്കിയിരുന്ന് കപ്പലിന്റെ വെളിച്ചത്തിൽ തിളങ്ങുന്ന, ഇരുണ്ട നീലജലം നോക്കി രാത്രിയുടെ തണുപ്പിൽ, ചുരുട്ടിന്റെ പുക ഊതിവിട്ടുകൊണ്ട് രണ്ടു സ്വപ്നാടകർ തങ്ങൾ നെയ്ത സ്വപ്നങ്ങൾ പങ്കു വെയ്ക്കുന്നത് തൊട്ടടുത്ത് മറഞ്ഞിരുന്നു കാണുന്നപോലെ അനുഭവപ്പെട്ടു. ഞാൻ

നോവൽ വായിക്കുക ആയിരുന്നില്ല, ഫ്രോയ്ഡിന്റെ കൂടെ ആളുടെ ഒരു പേഷ്യൻറ് ആയി ജീവിക്കുകയായിരുന്നു. രോഗിയായ എന്നോട് തന്റെ ജീവിതകഥ വല്ലാത്ത ഒരു അടുപ്പത്തോടെ ആ ഡോക്ടർ പങ്കു വെക്കുകയായിരുന്നു.

പുസ്തക വായന പകുതിയായപ്പോൾ ശക്തമായ കാറ്റിൽ ഞാനിരുന്ന മുറിയുടെ ജനവാതിൽ പൊടുന്നനെ വലിയൊരു ശബ്ദത്തിൽ തുറന്നതായും തണുത്ത കാറ്റിൽ ജനാല വിരി മാറിയപ്പോൾ മങ്ങിയ നിലാവിൽ അകലെ നിന്നിരുന്ന ഒരു ഈന്തപ്പന മരത്തിൽ അഞ്ച് മരപ്പട്ടികൾ നിശ്ചലമായിരുന്നു തിളങ്ങുന്ന കണ്ണുകളുമായി എന്നെ തുറിച്ചു നോക്കുന്നതായും തോന്നി.

ഷാഫി പണി പറ്റിച്ചോ? നോവൽ വായിക്കുംതോറും ഞാനൊരു മനോരോഗിയായി തീരുകയാണോ എന്ന് സംശയിക്കുമാറായിരുന്നു ഷാഫിയുടെ കഥ പറച്ചിൽ. അതെ ഷാഫിയുടെ എഴുത്തു ശരിക്കും എന്നെ അത്ഭുതപ്പെടുത്തി. വായനക്കാരനെ ഫ്രോയ്ഡിന്റെ മുന്നിലേക്ക് കൊണ്ടിരുത്തി തൊട്ടപ്പുറത്തായി ഒരു കസേര വലിച്ചിട്ടു ഒരു കോഫിയും കുടിച്ചു 'എന്നാ നീ അനുഭവിച്ചോ' എന്നും പറഞ്ഞു ഒരു പുഞ്ചിരിയോടെ ഇരിക്കുന്ന കഥാകാരനെ ആണ് എനിക്ക് കാണാൻ കഴിഞ്ഞത്. അത്രയ്ക്കും ഹൃദ്യവും ആത്മാർത്ഥതയും സത്യസന്ധവുമായ ഒരു കഥ പറച്ചിലാണ് സ്വപ്നസഞ്ചാരി.

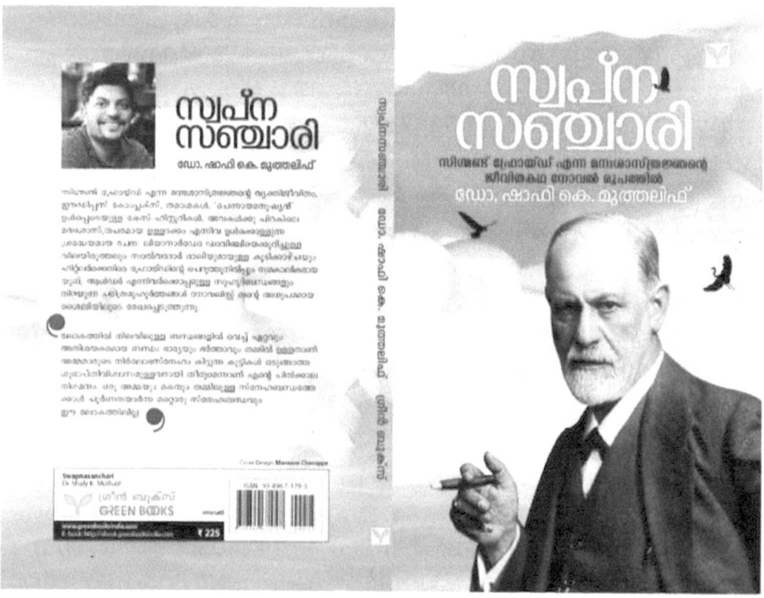

വായനക്കാരന്റെ മുന്നിൽ എഴുത്തുകാരൻ തുറന്നു വച്ച ഒരു മാന്ത്രിക സൃഷ്ടി.

ഷാപ്പനൊവാർ പറഞ്ഞ മുള്ളൻപന്നികളുടെ സ്നേഹദൂരത്തിന്റെ കഥ ശരിക്കും ഹൃദയത്തിൽ തൊട്ടു. ഒരു നിശ്ചിത അകലത്തിൽ സ്നേഹത്തിന്റെ ഒരു ഇളംചൂടുമായി സൗഹൃദങ്ങളെ നിലനിർത്തേണ്ടതിന്റെ ആവശ്യകത ഇന്നിന്റെ ആവശ്യം ആണ്. ഇന്നത്തെ സമൂഹത്തിന്റെ ജീർണ്ണ മുഖവും മാനുഷികബന്ധങ്ങളിലെ താളപ്പിഴകളും ഒക്കെ ഷാഫി എന്ന കഥാകാരൻ ബുദ്ധിപരമായി തന്റെ സൃഷ്ടിയിൽ അങ്ങിങ്ങായി വരച്ചിടുന്നുണ്ട്.

വായനക്കാരിൽ ഒരു പുനർവായനയ്ക്കു നിർബന്ധിക്കുന്ന ബന്ധം സ്വപ്നസഞ്ചാരി വായിക്കുന്നവരുടെ മനസ്സിൽ കഥാകാരൻ നട്ടു നനച്ചു മുളപ്പിക്കുന്നുണ്ട്.

സ്വപ്നസഞ്ചാരി വായിച്ചു കഴിഞ്ഞപ്പോൾ എനിക്ക് മനസ്സിലായത് ഇതാണ്. എല്ലാ മനസ്സുള്ള മനുഷ്യരും മനോരോഗത്തിന്റെ നൂൽപ്പാലത്തിലൂടെ ഒരിക്കലല്ലെങ്കിൽ മറ്റൊരിക്കൽ സഞ്ചരിച്ചിട്ടുള്ളവരാണ്. ആത്യന്തികമായി സന്തോഷം തേടിയുള്ള സഞ്ചാരം. ജീവിതത്തിലെ പൊള്ളുന്ന സത്യങ്ങളുടെ മുകളിൽ ചവിട്ടി, അകലെ കയ്യെത്താവുന്ന ദൂരത്തിൽ നിൽക്കുന്ന, സന്തോഷത്തെ എത്തിപ്പിടിക്കാനുള്ള സ്വപ്നസഞ്ചാരം നടത്തുന്ന സ്വപ്നാടകരാണ് എല്ലാ മനുഷ്യരും.

വായനക്കാരുടെ മനശ്ശാസ്ത്രം ശരിക്കും മനസ്സിലാക്കി ചെറിയ അദ്ധ്യായങ്ങൾ ആക്കി രൂപപ്പെടുത്തിയ 'സ്വപ്നസഞ്ചാരി' ഒരു തരി പോലും മുഷിപ്പില്ലാതെ വായിച്ചു തീർക്കാവുന്ന ഒരു നോവൽ ആണ്. മലയാളഭാഷയുടെ അക്ഷരചിത്രങ്ങൾ കൊണ്ട് ഒരു വൈദേശിക മനശ്ശാസ്ത്രജ്ഞന്റെ ജീവിതകഥ സാഹിത്യസൃഷ്ടിയാക്കി മലയാളത്തിന് സമ്മാനിച്ച ഡോക്ടർ ഷാഫിക്കും അതു പ്രസിദ്ധപ്പെടുത്തിയ ഗ്രീൻ ബുക്സിനും അഭിനന്ദങ്ങൾ.

സ്നേഹത്തോടെ അതിലുപരി അഭിമാനത്തോടെ കൂട്ടുകാരൻ ജോഷി. ■

മായാത്ത പുഞ്ചിരി

ചിലരങ്ങനെയാണ്. നമ്മളിൽനിന്നും അകന്നുപോയാലും കാലത്തിനു മായ്ച്ചു കളയാൻ സാധിക്കാത്ത, നിഷ്കളങ്കമായ പുഞ്ചിരിയുമായി നമ്മുടെ കൂടെ അവർ ഉണ്ടാവും.

ഭൂതകാലത്തിന്റെ കുഴിയിലിട്ടു മറവികൊണ്ട് കത്തിച്ചു ചാരമാക്കിയാലും അതിൽ നിന്നും വീണ്ടും കനലായി വന്നു ആളിക്കത്തി നമ്മെ നോക്കി അവർ കളിയാക്കി ചിരിച്ചു ചോദിക്കും, "മറന്നോ നിങ്ങളെന്നെ?"

"ഇല്ല കൂട്ടുകാരാ. നിന്നെ ഈ ജന്മത്തിൽ എനിക്ക് മറക്കാൻ സാധിക്കില്ല. എനിക്കെന്നല്ല നിന്നെ പരിചയപ്പെട്ട ഒരാൾക്കും അത് സാധ്യമാണെന്ന് ഞാൻ കരുതുന്നില്ല."

തൃശ്ശൂർ സ്കൈലൈൻ ബിൽഡേഴ്സിൽ എന്റെ പ്രൊജക്റ്റിൽ ജൂനിയർ എഞ്ചിനീയർ ആയി ജോയിൻ ചെയ്ത ഒരു ചാലക്കുടിക്കാരൻ.

കലാഭവൻ മണിയുടെ പാട്ടുകൾ മൂളിക്കൊണ്ടു ചുറുചുറുക്കോടെ ചിരിച്ചോണ്ട് സൈറ്റിൽ ഓടിനടന്നു മിടുക്കനായി ജോലി ചെയ്തിരുന്ന വിനോദ് എന്ന ആ ചെറുപ്പക്കാരൻ വളരെ പെട്ടെന്ന് ഞാനുമായി അടുത്തു.

നെറ്റിയിൽ ഒരു ചന്ദനക്കുറിയും വരച്ച് അതിരാവിലെ ജോലിക്കു വന്നിരുന്ന വിനോദ് സ്കൈലൈൻ കമ്പനിയിലെ സ്റ്റാഫിനും ജോലിക്കാർക്കും കോൺട്രാക്ടേഴ്സിനും എന്നു വേണ്ട അവിടത്തെ സെക്യൂരിറ്റിക്കുവരെ പ്രിയപ്പെട്ടവനായി മാറി.

എനിക്കവൻ കുഞ്ഞനിയനും ചങ്ങാതിയും ആയിരുന്നു. അവനും ഞാൻ ആരൊക്കെയോ ആയിരുന്നു.

'മറ്റുള്ളവർ നമ്മളോട് എന്തു ചെയ്യണം എന്ന് നമ്മൾ ആഗ്രഹിക്കുന്നുവോ അത് നമ്മൾ മറ്റുള്ളവരോട് ചെയ്യണം' എന്ന ബൈബിൾ വചനം അക്ഷരാർത്ഥത്തിൽ ജീവിതത്തിൽ പകർത്തിയ ഒരാളായിരുന്നു വിനോദ്. നമ്മുടെ ഇഷ്ടങ്ങൾ നമ്മളറിയാതെ ചോദിച്ചു മനസ്സിലാക്കി അതിനനുസരിച്ചു പ്രവർത്തിക്കുക എന്ന സ്വഭാവവിശേഷം അവനെ മറ്റുള്ളവരിൽ നിന്നും വ്യത്യസ്തനാക്കി.

ശമ്പളം കിട്ടുന്ന അന്ന് ബിവറേജസ്സിൽനിന്നും ഒരു ഹാഫ് ബോട്ടിൽ എംസി വിസ്ക്കിയും ഒരു പാക്കറ്റ് സിസർ ഫിൽട്ടറും മേടിച്ച് ബാഗിലിട്ട്, അച്ഛന് കൊടുക്കാൻ കൊണ്ടുപോകുന്ന വിനോദിൽ ഞാൻ ഒരു മകനെയല്ല കണ്ടത്, അവന്റെ അച്ഛന്റെ കൂട്ടുകാരനെയായിരുന്നു.

ഒരു ദിവസം വിനോദ് എന്നോട് പറഞ്ഞു, "ടാ, ഞങ്ങൾ പാവങ്ങളാണ്. നിങ്ങടെ പോലെ പൈസക്കാർ അല്ല. എന്റെ ചെറിയ വീടാണ്."

"നീയിപ്പോൾ ഇതൊക്കെ എന്നോട് എന്തിനാടാ പറയണേ? ഞാനും വലിയ പൈസക്കാരന്റെ മോനൊന്നുമല്ല. നീ കാര്യം പറ" ഞാൻ പറഞ്ഞു.

"അല്ല, നിന്റെ കാര്യങ്ങളൊക്കെ ഞാൻ വീട്ടിൽ പറയാറുണ്ട്. അമ്മയ്ക്കും അച്ഛനും നിന്നെ ഒന്ന് കാണണം എന്നുണ്ട്. നീ എന്റെ വീട്ടിലേക്കു വരോ?" വിനോദ് ചോദിച്ചു.

"അതിനെന്താടാ നമുക്ക് നാളെ തന്നെ പോയേക്കാം." ഞാൻ പറഞ്ഞു.

അന്ന് വൈകീട്ട് ഒരു ഹാഫ് ബോട്ടിൽ എംസി, ഒരു പാക്കറ്റ് സിസർ ഫിൽറ്റർ എന്നിവ മേടിച്ചു ഞാൻ ബാഗിലിട്ടു.

പിറ്റേന്ന് ജോലി കഴിഞ്ഞ് എന്റെ സ്പ്ലെൻഡറിൽ വിനോദിനെ പിന്നിലിരുത്തി ഞാൻ ചാലക്കുടിയിലോട്ടു തിരിച്ചു. മുരിങ്ങൂർ ധ്യാന കേന്ദ്രത്തിന്റെ സൈഡിലൂടെ ഉള്ള വഴിയിലൂടെ 500 മീറ്റർ സഞ്ച രിച്ച് ഒരു ഇടുങ്ങിയ കനാൽ പാലം കടന്ന് ഓടിട്ട ഒരു ചെറിയ വീടിന്റെ മുന്നിൽ ഞങ്ങൾ എത്തി. വീട്ടുമുറ്റത്തു ഞങ്ങളെയും കാത്തി രുന്ന വിനോദിന്റെ അച്ഛനും അമ്മയും അവന്റെ അതേ നിഷ്കളങ്ക മായ ചിരിയുമായി എന്റടുത്തേക്കു വന്ന് വല്ലാത്തൊരു അടുപ്പം അവർ എന്നോട് കാണിച്ചു.

എനിക്കേറ്റവും പ്രിയപ്പെട്ട കപ്പലണ്ടി മിട്ടായിയും കട്ടൻകാപ്പിയും തന്ന് ആദ്യം അവർ എന്നെ ഞെട്ടിച്ചു.

നിർബന്ധിച്ചു ഊണ് കഴിക്കാൻ വിളിച്ച എന്റെ മുന്നിൽ വാഴയി ലയിൽ ചോറിനൊപ്പം മുണ്ടത്തിപ്പരൽ വറുത്തതും നാടൻകോഴി ക്കറിയും വിളമ്പി. പിന്നെയും അവർ ഞെട്ടിച്ചപ്പോൾ എന്റെ ഇഷ്ട ങ്ങളെല്ലാം വിനോദ് അച്ഛനോടും അമ്മയോടും പറഞ്ഞിട്ടുണ്ടെന്ന് മനസ്സിലായി. കാപ്പി വച്ച് തന്നപ്പോഴും ചോറ് വിളമ്പി തന്നപ്പോഴും എല്ലാം വിനോദിന്റെ അച്ഛനും അമ്മയും ആവർത്തിച്ചു പറഞ്ഞോ ണ്ടിരുന്നു. “ഞങ്ങൾ പാവങ്ങളാണ് ട്ടാ, നിങ്ങൾക്ക് ഇതൊക്കെ ഇഷ്ടപ്പെട്ടോ ആവോ?”

ബാഗിൽനിന്നും ഹാഫ് ബോട്ടിൽ എടുത്ത് മേശപ്പുറത്തു വച്ച്, അതിനടുത്തായി ഒരു പാക്കറ്റ് സിസർഫിൽട്ടറും വച്ച് കൊടുത്ത് ഞാനും അവരെ ചെറുതായി ഒന്ന് ഞെട്ടിച്ചു. !വിനോദിന്റെ അച്ഛന്റെ കണ്ണുകൾ നിറഞ്ഞു. ആളെന്നെ കെട്ടിപ്പിടിച്ചു.

ഊണ് കഴിഞ്ഞ് വിനോദും അച്ഛനും ഞാനും ചേർന്ന് കലാ ഭവൻ മണിയുടെ പാട്ടുകൾ ഊണുമേശയിൽ കൊട്ടിപ്പാടി. തൊട്ട ടുത്തു നിന്ന് അമ്മ കയ്യടിച്ചു താളമിട്ടു.

ഉള്ള് നിറഞ്ഞു ആ വീടിന്റെ പടിയിറങ്ങുമ്പോൾ ഞാൻ മന സ്സിൽ പറഞ്ഞു ‘‘നിങ്ങൾ പാവങ്ങൾ അല്ല, സ്നേഹമെന്ന സമ്പത്ത് മനസ്സ് നിറച്ചും ഉള്ള സമ്പന്നരാണ്. അതിസമ്പന്നർ.”

ജോഷി, എനിക്ക് നിന്നോട് കുറച്ചു കാര്യങ്ങൾ പേർസണലായി സംസാരിക്കാൻ ഉണ്ടെന്നും പറഞ്ഞ് ഒരു ദിവസം വിനോദ് എന്നെയും കൂട്ടി ആലുക്കാസ് ഹോട്ടലിൽ ചെന്നു.

വീട്ടുകാർ എതിർക്കുന്ന അവന്റെ സ്നേഹബന്ധത്തെപ്പറ്റി പറഞ്ഞു. അന്നവൻ ഒരുപാട് ഇമോഷണൽ ആയി. പതിവില്ലാതെ

കുറെ ബിയർ കഴിച്ചു. എല്ലാത്തിനും നമുക്ക് വഴിയുണ്ടാക്കാം എന്നും പറഞ്ഞു സമാധാനിപ്പിച്ച് ഒരുവിധത്തിൽ ബൈക്കിന്റെ പിന്നിലിരുത്തി അവനെ ഞാൻ മരത്താക്കരയിലേക്കു കൊണ്ടുപോയി.

ഫോൺ വിളിച്ച് വിനോദിന്റെ അമ്മയോട് പറഞ്ഞു, "അമ്മേ, ഞാൻ വിനോദിനെ ഇന്ന് എന്റെ വീട്ടിലോട്ടു കൊണ്ടുവാട്ടാ." ഞാൻ ആയതുകൊണ്ടാവണം അമ്മ ഒന്നും തിരിച്ചു പറഞ്ഞില്ല. 'ശരി മോനേ' എന്നു മാത്രം പറഞ്ഞു.

വീടിനു മുന്നിലെത്തി ബൈക്കിൽ നിന്നും ഇറങ്ങാൻ പാടുപെട്ട അവനെ താങ്ങി പിടിച്ച് വീട്ടിലേക്കു നടന്നു.

ഡോർ തുറന്നു തന്ന അമ്മച്ചിയോട് പറഞ്ഞു, "ഞാൻ പറയാറില്ലേ വിനോദ് അവനാ. ആദ്യമായി കുടിച്ചതാ, ഒരല്പം ഓവറായി."

ഉം! എന്നും പറഞ്ഞ് അമ്മച്ചി പോയി.

അവനെ എന്റെ റൂമിൽ കൊണ്ടോയി ഷവറിനടിയിൽ ഇരുത്തി കുളിപ്പിച്ച് ബെഡിൽ കിടത്തി. 'എന്നോട് ക്ഷമിക്കെടാ' എന്നും പറഞ്ഞു കരഞ്ഞ് അവൻ കിടന്നുറങ്ങി.

പിറ്റേന്ന് രാവിലെ എഴുന്നേറ്റു കണ്ണും തിരുമ്മി ഞാൻ അടുക്കള ഭാഗത്തേക്കു ചെന്നു.

കുളിച്ചു കുട്ടപ്പനായി ചന്ദനക്കുറിയും വരച്ച് അടുക്കളയിൽ ഇരുന്ന് പുട്ടിനുള്ള നാളികേരം ചിരകികൊണ്ടിരിക്കണ വിനോദിനെ ചൂണ്ടിക്കാണിച്ച് അമ്മച്ചി പറഞ്ഞു "ഈ മോനെ കണ്ടുപഠിക്കെടാ, പുലർച്ചെ എഴുന്നേറ്റ് കുളിച്ച്, അടുക്കളയിൽ വന്നിരുന്നു എന്നെ സഹായിക്കണൂ. പന പോലെ വളർന്ന രണ്ടെണ്ണം എനിക്കുണ്ട്. ഇന്നേവരെ നിങ്ങൾക്ക് ഇത് തോന്നിയിട്ടുണ്ടോ?"

എന്നെ നോക്കി കണ്ണിറുക്കി കാണിച്ചു ചിരിച്ച വിനോദിനെ നോക്കി വളിച്ച ചിരിയുമായി ഞാൻ പേസ്റ്റും പിടിച്ചു നിന്നു. ഇവനീ ചന്ദനക്കുറി എവിടെ നിന്നും കിട്ടി എന്നാലോചിച്ചു.

കുറച്ചുനാളുകൾക്കുശേഷം വിനോദിന് സൗത്ത് ആഫ്രിക്കയിൽ ജോലി കിട്ടി. നാട് വിട്ടുപോകുവാൻ തീരെ ഇഷ്ടമില്ലാതിരുന്ന വിനോദ് സാഹചര്യം ഒന്നുകൊണ്ടു മാത്രം മനസ്സില്ലാമനസ്സോടെ ആ ജോലി സ്വീകരിക്കുകയായിരുന്നു.

വിനോദിനുള്ള കമ്പനിയുടെ യാത്രയയപ്പിൽ സംസാരിക്കാൻ എണീറ്റ ഞാൻ സങ്കടംകൊണ്ട് വികാരാധീനനായി. വാക്കുകൾക്കായി തപ്പിത്തടഞ്ഞ ഞാൻ ഒരുവേള കരഞ്ഞു പോയി. അത്രയ്ക്കും അവൻ എനിക്ക് പ്രിയപ്പെട്ടവനായി മാറിയിരുന്നു. വളരെ വിഷമത്തോടെയായിരുന്നു വിനോദ് സ്കൈലൈൻ എന്ന കമ്പനി വിട്ടു പോയത്.

വീട്ടുകാരും നാട്ടുകാരും കൂട്ടുകാരും ഒക്കെ ചേർന്ന് നാല് കാറിലായാണ് വിനോദിനെ എയർപോർട്ടിലേക്കു യാത്രയാക്കാൻ പോയത്. പോകുന്ന വഴിയിൽ ഒരു സ്കൂളിന് മുന്നിലായി കാറുകൾ നിർത്തി. എല്ലാവർക്കും ഉള്ള പ്രഭാതഭക്ഷണം അവർ കരുതിയിരുന്നു. ഇഡ്ഡലിയും സാമ്പാറും വിനോദിന്റെ അച്ഛനും അമ്മയും വിനോദും അനിയനും ചേർന്ന് എല്ലാവർക്കുമായി വിളമ്പി കൊടുത്തു.

ഇഴയടുപ്പമുള്ള സ്നേഹത്തിന്റെ നേർക്കാഴ്ചകൾക്ക് ഞാൻ സാക്ഷിയായി.

നിലവിളിയും കരച്ചിലും ബഹളവുമായി അന്നേവരെ ആ എയർപോർട്ട് കണ്ടിട്ടില്ലാത്ത യാത്രയയപ്പ് ആയിരുന്നു അവിടെ അന്നുണ്ടായത്.

'എന്റെ പൊന്നു മോനെ' എന്നും വിളിച്ചു അലമുറയിട്ടു കരഞ്ഞ് വിനോദിന്റെ അമ്മ മോഹാലസ്യപ്പെട്ടു വീണു. 'അമ്മേ' എന്നും പറഞ്ഞു കരഞ്ഞു തിരിച്ചോടി വന്ന വിനോദിനെ ഉന്തിത്തള്ളി ഒരു വിധത്തിൽ അകത്തോട്ടു പറഞ്ഞു വിട്ട ശേഷം കുട്ടികളെപോലെ ഏങ്ങിയേങ്ങി കരയുന്ന അവന്റെ അച്ഛനെ ആശ്വസിപ്പിക്കാൻ വാക്കുകൾ കിട്ടിയില്ല. അവിടെ കൂടിയിരുന്ന ഭൂരിഭാഗം ആളുകളുടെയും കണ്ണ് നിറഞ്ഞിരുന്നു. ഹൃദയഭേദകമായിരുന്നു ആ യാത്രയയപ്പ്.

സൗത്ത് ആഫ്രിക്കയിലെ ജോലികൊണ്ട് വിനോദ് രക്ഷപ്പെട്ടു. പുതിയ സ്ഥലം വാങ്ങി വീടുവച്ചു. സ്നേഹിച്ച കുട്ടിയെ തന്നെ വിവാഹം കഴിച്ചു. ഒരു മകളുണ്ടായി.

വെക്കേഷന് വന്ന അവനെയും കുടുംബത്തെയും പുതിയ വീടും കാണാൻ ഞാൻ ഭാര്യാസമേതം ചെന്നു.

അഭിമാനത്തോടെ ഞങ്ങളെ വരവേറ്റ ആ കുടുംബം ഞങ്ങൾക്ക് ഊഷ്മളമായ സ്വീകരണം നൽകി. വീട് ചുറ്റി നടന്നു കണ്ടപ്പോൾ ഒരു ഷെൽഫിലായി ഫ്രെയിം ചെയ്തു വച്ചിരുന്ന ഫോട്ടോകളുടെ കൂട്ടത്തിൽ എന്റെ ഫോട്ടോ കണ്ട് അതിശയത്തോടെ മുഖത്തോടു മുഖം നോക്കി നിന്ന എന്റെയും ഭാര്യയുടെയും പിന്നിലായി വിനോദിന്റെ അമ്മ വന്നു നിന്ന് ചോദിച്ചു.

"ഞെട്ടിയല്ലേ?"

അതേ ശരിക്കും ഞാൻ ഞെട്ടിയിരുന്നു. ഞാൻ അവർക്കു ആരായിരുന്നു? എന്റെ ഒരു ഫോട്ടോ ഫ്രെയിം ചെയ്തു വെയ്ക്കാൻ മാത്രം പ്രിയപ്പെട്ടവനായിരുന്നോ അവർക്ക് ഞാൻ?

കുടുംബമായി സൗത്ത് ആഫ്രിക്കയിലേക്ക് തിരിച്ചു പോയ വിനോദ് മാസത്തിലൊരിക്കൽ എന്നെ വിളിച്ചിരുന്നു. കുറേ നേരം

ഞങ്ങൾ സംസാരിച്ചിരിക്കും. പണ്ടത്തെ കാര്യങ്ങൾ പറഞ്ഞു ഓർത്തോർത്തു ചിരിക്കും. സംഭാഷണത്തിന്റെ അവസാനം നാടിനെക്കുറിച്ചും അച്ഛനെയും അമ്മയെയും കുറിച്ചും അന്വേഷിക്കുമ്പോൾ അങ്ങേ തലയ്ക്കൽനിന്നും ഒരു നെടുവീർപ്പ് ഉയർന്നിരുന്നു. "നാട്ടിൽ വന്ന് സ്വന്തമായി എന്തേലും തുടങ്ങണം" അവൻ പറഞ്ഞു നിർത്തുമായിരുന്നു.

ഒരു ദിവസം അസമയത്തു മൊബൈൽ നിർത്താതെ റിങ് ചെയ്യുന്നതുകേട്ട് ഞാൻ എണീറ്റ് കണ്ണ് തിരുമ്മി നോക്കി. അങ്ങേ തലയ്ക്കൽ കൂട്ടുകാരൻ ജോബിനാണ്. ഇവനിതെന്തിന്റെ സൂക്കേടാണ്, ഈ നട്ടപ്പാതിരയ്ക്ക് ആളെ മിനക്കെടുത്താൻ. തല ചൊറിഞ്ഞു ഫോൺ അറ്റൻഡ് ചെയ്തു.

അപ്പുറത്തു നിന്നും ജോബിൻ പറഞ്ഞു, "ടാ, നമ്മുടെ വിനോദ് പോയീടാ."

ഞാൻ ഞെട്ടിയില്ല. തിരിച്ചു ചോദിച്ചു "എവിടേക്കു പോയീടാ?"

അപ്പുറത്തു നിന്നും കരച്ചിലായി. "അവൻ നമ്മളെ ഒക്കെ വിട്ടു രക്ഷപ്പെട്ട് സ്വർഗ്ഗത്തിലേക്ക് പോയീടാ." ജോബിൻ കരഞ്ഞോണ്ട് പറഞ്ഞു.

എന്റെ ഹൃദയത്തിലൂടെ ഒരു ഇടിമിന്നൽ കടന്നുപോയി. "എന്താടാ നീ പറയണേ ജോബിനെ?" എന്നും പറഞ്ഞു തളർന്നു ഞാൻ സോഫയിൽ ഇരുന്നു. ഭാര്യ ഓടിവന്നു. "എന്തേ? എന്തേ ഉണ്ടായേ?" എന്ന ചോദ്യത്തിന് ഉത്തരം പറയാൻ കഴിയാത്തവിധം ഞാൻ തളർന്നിരുന്നു.

വളരെ ചെറുപ്രായത്തിൽ ഉറക്കത്തിനിടയിൽ കാർഡിയാക് അറസ്റ്റ് ഉണ്ടായി സൗത്ത് ആഫ്രിക്കയിൽ വച്ച് മരണപ്പെട്ട വിനോദിന്റെ വേർപാട് അവനെ ഒരിക്കലെങ്കിലും പരിചയപ്പെട്ട എല്ലാരുടേം മനസ്സിൽ ഒരു തീരാനൊമ്പരമായി.

ഏതൊരു വിശേഷം വരുമ്പോഴും ആഘോഷങ്ങൾ വരുമ്പോഴും പാട്ടും ഡാൻസും മേളവുമായി കൂട്ടുകാരുമായി കൂടുമ്പോഴും അകലെ മാറി കൈകെട്ടി നിന്ന് ചന്ദനക്കുറിയിട്ട, ചിരിക്കുന്ന മുഖവുമായി അവൻ എന്നോട് ചോദിക്കും.

"ടാ, മറന്നോടാ നീയെന്നേ?" ■

ഓർമ്മപ്പൂക്കൾ

മെയ്മാസം ഇരുപത്തിനാലാം തിയതി. മറക്കില്ല എന്ന് മനസ്സിൽ ഉറപ്പിച്ചിരുന്നതാണ്. എന്നിട്ടും മറന്നു. ഇംഗ്ലണ്ടിൽ ഉള്ള സുഹൃത്ത് ജോബിൻ ആണ് ഓർമ്മപ്പെടുത്തിയത്. അതെ. ജോബിൻ തന്നെ യാണ് പത്തു കൊല്ലം മുൻപ് ഇതേ ദിവസം എന്നെ വിളിച്ച് ആ ദുഃഖവാർത്ത അറിയിച്ചതും. മറക്കില്ലെടാ വിനോദേ നിന്നെ. നിന്റെ ഈ ഓർമ്മദിവസത്തിൽ നമുക്കൊന്നിച്ച് ഒരു യാത്ര പോകാം. എന്റെ സ്പ്ലെൻഡർ എടുക്കാം. ജോബിനെയും കൂടെ കൂട്ടാം. മഴച്ചാറൽ കൊണ്ട് ബൈക്കിൽ അങ്ങനെ പാഞ്ഞുപൂവാം. നമുക്ക് ചാലക്കുടി പുഴയുടെ തീരത്തു ചെന്നിരിക്കാം. ചെത്ത് കള്ള് കിട്ടാണേൽ മേടിച്ചു കഴിക്കാം. നാടൻപാട്ടു പാടാം. പുഴയിൽ ചൂണ്ടയിട്ട് മീൻ പിടിക്കാം. നമ്മുടെ കൊച്ചു കൊച്ചു സ്വപ്നങ്ങൾ പങ്കുവെക്കാം. രാത്രി ആകാശ ത്തിലെ നിന്റെ പുതിയ കൂട്ടുകാരെ പരിചയപ്പെടാം. മനോഹരമായ ആ ലോകത്തു കണ്ട കാര്യങ്ങൾ നീ വാ തോരാതെ വിവരിക്കു ന്നതും കേട്ട് ഇങ്ങനെ മാനം നോക്കി കിടക്കാം. വരില്ലേടാ നീ? ഇന്ന് ഒരു ദിവസം ഭൂമിയിലുള്ളവർക്ക് ഒരു നക്ഷത്രത്തിന്റെ തിളക്കം കുറച്ചു മതി. ഞങ്ങൾ കൂട്ടുകാർ കാത്തിരിക്കും.

■

www.ingramcontent.com/pod-product-compliance
Lightning Source LLC
LaVergne TN
LVHW102037051026
849518LV00014B/2009